கனம் கோர்ட்டாரே!

கனம் கோர்ட்டாரே!

கே. சந்துரு (பி. 1951)

ஸ்ரீரங்கத்தில் பிறந்தார். பள்ளி, கல்லூரி படிப்பைச் சென்னையில் தொடர்ந்தார். இடதுசாரி அரசியலால் ஈர்க்கப்பட்டு இந்தியக் கம்யூனிஸ்டு கட்சி (மார்க்சிஸ்ட்) உறுப்பினரானார். அதன் மாணவரணியில் மாநிலப் பொறுப்பு வகித்ததோடு, அதனுடைய தொழிற்சங்கப் பிரிவிலும் செயலாற்றினார். நெருக்கடி காலகட்டத்தில் உயர் நீதிமன்ற வழக்கறிஞராகப் பதிந்துகொண்டு, தொழிலாளர்களுக்கும் மற்ற பிரிவினருக்கும் பல வழக்குகளை நடத்தினார். தொழிலாளர், குழந்தைகள், பெண்கள், மனித உரிமை பிரச்சினைகளில் அவர் நடத்திய வழக்குகள் பலருடைய கவனத்தை ஈர்த்தன. வழக்கறிஞராக இருந்தபோது சில சட்டநூல்களையும், சட்ட சம்பந்தமான சிறு பதிப்புகளையும் ஆங்கிலத்திலும் தமிழிலும் எழுதினார். 1993இல் 'ஆர்டர்... ஆர்டர்...' என்ற தலைப்பில் சட்ட உலகில் படர்ந்திருந்த பனித்துளிகளை நீக்கும் வண்ணமும் சாதாரண மக்களுக்குப் புரியும் வகையிலும் எழுதிய தொடர் பெரும் வரவேற்பைப் பெற்றது.

முப்பதாண்டுக் காலம் வழக்கறிஞராகப் பணியாற்றி, 2006இல் சென்னை உயர் நீதிமன்றத்தின் நீதிபதியாகக் குடியரசு தலைவரால் நியமிக்கப்பட்டார். அவரது ஏழாண்டுக் கால நீதிப்பணியில் சுமார் 96 ஆயிரம் வழக்குகளைத் தீர்த்து சாதனை படைத்தார். பெண்ணுரிமை, கருத்துரிமை, தொழிலாளர் உரிமை, பிற மனித உரிமைகள் பற்றிய பிரச்சினைகளில் இவருடைய தீர்ப்புகள் பரவலாகப் பேசப்பட்டன. 2013இல் ஓய்வுபெற்ற இவர் தமிழ் இதழ்களில் தொடர்ந்து சட்ட சம்பந்தமான பிரச்சினைகள் பற்றிக் கட்டுரைகள் எழுதிவருகிறார். பொது மேடைகளிலும் பேசிவருகிறார்.

கே. சந்துரு

கனம் கோர்ட்டாரே!

காலச்சுவடு பதிப்பகம்

அன்பார்ந்த வாசகருக்கு,

வணக்கம்.

காலச்சுவடு நூலை வாங்கியமைக்கு நன்றி.

நூலின் உள்ளடக்கம், உருவாக்கம், அட்டைப்படம் இன்ன பிற அம்சங்கள் பற்றிய உங்கள் கருத்துகளையும் ஆலோசனைகளையும் காலச்சுவடு வரவேற்கிறது. தகவல், எழுத்து, வாக்கியப் பிழைகள் தென்பட்டால் கட்டாயம் தெரிவித்து உதவுங்கள். நூல் தயாரிப்பில் கடும் குறைபாடு இருப்பின் மாற்றுப் பிரதி உங்களுக்குக் கிடைக்கக் காலச்சுவடு ஏற்பாடு செய்யும்.

மின்னஞ்சல்: publisher@kalachuvadu.com

காலச்சுவடு நாகர்கோவில் தலைமையகத்துக்கும் கடிதம் அனுப்பலாம்.

தங்கள்
எஸ்.ஆர். சுந்தரம் (கண்ணன்)
பதிப்பாளர் – நிர்வாக இயக்குநர்

கனம் கோர்ட்டாரே! ♦ கட்டுரைகள் ♦ ஆசிரியர்: கே. சந்துரு ♦ © கே. சந்துரு ♦ முதல் பதிப்பு: டிசம்பர் 2014, திருத்தப்பட்ட இரண்டாம் பதிப்பு: அக்டோபர் 2015, ஐந்தாம் பதிப்பு: ஜூலை 2023 ♦ வெளியீடு: காலச்சுவடு பப்ளிகேஷன்ஸ் (பி) லிட்., 669, கே. பி. சாலை, நாகர்கோவில் 629001

kanam koorTTaaree! ♦ Articles on law and justice ♦ Author: K. Chandru ♦ © K. Chandru ♦ Language: Tamil ♦ First Edition: December 2014, Revised Second Edition: October 2015, Fifth Edition: July 2023 ♦ Size: Demy 1 x 8 ♦ Paper: 18.6 kg maplitho ♦ Pages: 264

Published by Kalachuvadu Publications Pvt. Ltd., 669, K.P. Road, Nagercoil 629001, India ♦ Phone: 91-4652-278525 ♦ e-mail: publications@kalachuvadu.com ♦ Printed at Clicto Print, Jaleel Towers, 42 KB Dasan Road, Teynampet Chennai 600018

ISBN : 978-93-82033-79-0

07/2023/S.No. 613, kcp 4558, 18.6 (5) rss

கட்டுப்பாட்டுக்கு மறுபெயராய்
'சட்டம்' என்றே ஊர் மக்களால்
அழைக்கப்பட்ட என் தாய்
சரஸ்வதிக்கு . . .

பொருளடக்கம்

முகவுரை — 13
என்னுரை: நூலைப் பற்றி — 17

பகுதி 1

சத்தியம் இது சத்தியம் — 23
நினைவுகள் அழிவதில்லை — 29
ஆக்கிரமிப்புகள், சில அனுபவங்கள் — 36
என்று தணியும் இந்த விளம்பர மோகம்? — 43
சுதேசிகளும் விதேசிகளும் — 49
பாலினச்சேர்க்கை விருப்புரிமைக்கு ஆயுள் தண்டனையா? — 55
ஏனிந்தத் தடுமாற்றம்? — 60
சாதியும் சமயமும் பொய் — 65
காவல் துறை உங்கள் நண்பனா? — 70
மாயமான் வேட்டை — 75
உணவுப் பழக்கம் தனிமனித உரிமை — 80
நீதிபதி ஆராய்ச்சிமணி அடிக்கலாமா? — 85
தொழுநோய் என்ற பழிநோய் — 90
தற்காப்பு என்னும் சமாதானம் — 95
மனுநீதியை மறுக்கலாமா? — 100
மதுக்கடைகளைச் சட்டப்படி ஒழிப்பது எப்படி? — 105

ஒப்புதல் என்னும் தப்பிதங்கள்	110
இலவசங்களும் இலவு காத்த கிளிகளும்	114
சிந்தனைச் சிற்பி சிங்காரவேலர்	119

பகுதி 2

உயர் நீதிமன்ற ஆட்சிமொழி	127
தேர்தல் சீர்திருத்தம் என்ற வாய்ப்பந்தல்	129
நீதிபதி நியமனங்கள்	132
உச்ச நீதிமன்றம் நீதி கேட்ட நிகழ்வு	135
மரண திசையில் மனித உரிமை ஆணையம்	138
போகாத ஊருக்கு வழி தேடல்	141
மூடர்கூடம்	144
பர்தாவிற்கு வந்த சோதனை	146
வீதி நடுவில் நீதி	148
சேதுவைப் பிடித்த கேது	150
ஆனையை வாங்கியாச்சு அங்குசம் எங்கே?	153
குடிக்கப் பதினெட்டு, வாங்க இருபத்தியொன்று	155
கத்தியைத் தீட்டாதே, புத்தியைத் தீட்டு	158
'ஓ' போடு	160
பாட்டில் உங்கள் கையில், சட்டம் எம் கையில்	163
கருப்புக் கோட்டுக்கு உண்டா கவசம்?	166
புண்ணாக்கு முறைகேட்டின் புதிய வரையீடுகள்	169
எங்கே போகிறோம்?	171
அல்ப ஆயுசில் போன அவசரச் சட்டம்	173
திருத்தப்பட வேண்டியது சட்டமல்ல	175
கலங்கரை விளக்கத்திற்கேற்பட்ட களங்கம்	177
சமூக வலைத்தளம் எதிர்கொள்ளும் ஆபத்து	180
'நூலகங்களை மூடுங்கள், நூல்களைக் கொளுத்துங்கள்'	183
குடும்ப நீதிமன்ற நடுவர்களுக்குக் குடும்பமே கிடையாதா?	185

ஓய்வு விழாக்களுக்கு ஓய்வளிப்போம்	188
உடலும் உள்ளமும் நலந்தானா?	191
மாற்றுத் திறனாளிகளை (ஏ)மாற்றும் சட்டம்	193
'அங்கத்திலே குறை இருந்தாலும் அன்பு குறைவதுண்டோ?'	196
போக்குவரத்தால் ஊனமுற்றோர்	199
மாயாண்டி தொடுத்த வழக்கு	202
சட்டம் ஓர் இருட்டறை	204
பிண ஊர்திகளைத் துரத்துவோர்	206
ஓர் உளுத்துப்போன வாதம்	208
தேர்தல் வழக்குகளுக்குத் தீர்வு எப்போது?	211
மூத்த வழக்கறிஞர் யார்?	214
புறக்கணிப்போரே, புறக்கணிக்கப்படுவீர்!	217
காவல் நிலையத்திலா நீதி?	220
மதுரை அமர்வு சுழலும் பலகையா?	223
துன்பவியலில் தொல்லியல் சின்னம்	225
முகமற்ற முகாம் கூலிகள்	227
தண்ணீர்... தண்ணீர்...	229
பெற்றால்தான் பிள்ளையா?	232
'நெற்றிக்கண் திறப்பினும் குற்றமே!'	235
கடைத்தேங்காயும் வழிப்பிள்ளையாரும்	237
காற்றில் பறக்கும் வெடிமருந்து விதிகள்	240
கடன்பட்டார் நெஞ்சம் போல்	242
அதிகாரமற்ற வாழும் காசில்லாக் கைப்பையும்	245
யாரெனது வழக்கறிஞர்?	247
முத்திரைத்தாள் என்ற சித்திரவதை	250
குறையொன்றுமில்லை	252
மக்கள் நீதிமன்றம் சாதிக்கிறதா?	255
நீதிக்கு விடுமுறையா?	259

முகவுரை

நூலாசிரியரை வாசகர்களிடம் அறிமுகப் படுத்தவும், நூலைப் பெரிய வட்டத்திற்கு எடுத்துச் செல்ல பதிப்பகத்திற்கு உதவும் நூலின் முன்னுரையை எழுதுபவர் எப்போதுமே நிபுணராகவே இருப்பர். ஆசிரியரின் நம்பகத் தன்மையைப் பெருக்கிப் புத்தக வாசிப்பைத் தூண்ட விழைவதே முன்னுரை. நான் நிபுணரென்று சொல்லிக்கொள்ள எவ்வித ஆதாரமும் என்னிடமில்லை. மேலும், நீதிபதி சந்துருவிற்கு எவ்வித அறிமுகமும் தேவையில்லை. எனக்கு வேண்டுமானால் அறிமுகம் தேவைப்படும். வக்கீலாக அவருடன் ஒரே அலுவலகத்தில் ஒரு சகாப்தம் பணியாற்றிய வகையிலும், பஞ்சாப் மற்றும் அரியானா வழக்கறிஞர் சங்கம் அவருக்களித்த ஆரவாரமான வரவேற்பு விழாவில் அவரை அறிமுகம் செய்த நீதிபதி என்ற பெருமை கிட்டியவனென்ற முறையிலும் நெடுந்தூரத்திலுள்ள பஞ்சாபிலிருந்து செய்தித்தாள்களில் வந்த அவருடைய கட்டுரைகளைப் படித்து மகிழ்ந்தவன் என்ற முறையிலும், நூலாசிரியரான என்னுடைய நண்பரின் வேண்டுகோளுக்கிணங்க இம்முயற்சியில் ஈடுபடுகிறேன்.

இரு கட்சிகளுக்கிடையிலான வழக்கின் முடிவாக வெளிப்படும் தீர்ப்பில் பிணக்குற்றவர்களைத் தவிர மற்றவர்களுக்கு எவ்விதப் பாடமும் கிட்டாது. வேண்டுமானால் உச்ச நீதிமன்ற, உயர் நீதிமன்றங் களின் தீர்ப்புகளில் காணக் கிடைக்கும் சட்ட வியாக்கியானங்கள் சட்ட முன்னுதாரணங்களாக

வாய்ப்புண்டு. சில தீர்ப்புகளால் மட்டுமே பெருந்திரளானவர்கள் பாதிக்கப்படும் வாய்ப்புண்டு. பிரச்சினைகளைக் கண்டறிந்து, அவற்றிலுள்ள கோளாறுகளில் நுண்பார்வையைச் செலுத்தி, புரையோடுவது தடுக்கப்பட்டு, சட்டத்தில் மாற்றுத் தீர்வுகளைக் காண்பதென்பது நீதிபதியின் திறமையைப் பொறுத்தது. மைல்கல்லான தீர்ப்புகளின் பாடங்களை ஒட்டுமொத்த சமுதாயமும் கற்றுக்கொண்டு புதிய மாற்றத்திற்கான உத்திகளை உருவாக்கிய தீர்ப்புகளே முன்னுதாரணங்களாக விளங்கும். சாதாரண வழக்கொன்றில் பொதிந்திருக்கும் உட்கிடையான காரணிகளைக் கண்டறிந்து, அதைப் பெரும்பான்மையானவர்களுக்கான பொதுநலன் வழங்கும் வீச்சுப்பொறியாக மாற்றக்கூடிய திறமை எல்லா நீதிபதிகளுக்கும் கிட்டாது. சாதாரணத் தோற்றமளிக்கும் சூழல்களைக்கூட ஆழ்ந்து பொருள் பொதிந்த கூற்றுகளாகக் கூறும் அரிய திறன் பெற்றவர் நீதிபதி சந்துரு.

வாழ்வில் காணும் நிகழ்வுகள் அனைத்திற்கும் சட்டமென்ற பட்டகத்தில் காணும் ஒளிக்கற்றைகளெனப் புதிய கருத்துகளைக் காண முடியுமென்று அவர் நம்புவார். வழக்கறிஞர்களின் நீதிமன்றப் புறக்கணிப்புகளாலும் பள்ளிக்குழந்தைகள் போல் நீண்ட விடுமுறை எடுத்துக்கொள்ளும் நீதிபதிகள் மீதும் அவருக்கேற்படும் கோபம்; தலித் கிறித்துவர்களுக்கு இழைக்கப்படும் அநீதிகளுக்கெதிரான அவரது வெளிப்பாடு; கருத்துச் சுதந்திரத்துக்கு ஆதரவான வாஞ்சை; எண்ணங்களுக்கெதிராக விதிக்கப்படும் தடையுத்தரவுகளின் பயனின்மை; தொழுநோயாளிகள்மீதான பரிவு; நெறிவிதிகளை மீறும் நீதிபதிகளைப் பற்றிய எரிச்சல்; தவறான சட்ட வியாக்கியானங்களைக் கூறுவது உச்ச நீதிமன்ற நீதிபதிகளேயாயினும் அவர்கள் கூற்றுக்கு இசைய மறுப்பது – இப்படி அவரது கட்டுரைகள் பலவித உணர்ச்சிகளை வெளிப்படுத்தும். கட்டுரைகளினூடே பொதுவாக இழையோடும் சட்டத்தைப் பற்றிய அவரது தனிப்பார்வையால் முப்பரிமாணப் புரிதல் நமக்குக் கிட்டும்.

சென்னை நகரின் வரலாறு அவரது விரல்நுனிகளில். அந்நகரத்தின் மூலை முடுக்குகளிலெல்லாமுள்ள சிலைகளின் வரலாற்றை அவர் அறிவார். குறிப்பிட்ட இடங்களில் சிலைகள் நிறுவப்பட்ட அக்காலத்தைய அரசியலையும், அவற்றில் சில அகற்றப்பட்டதற்கான அரசியல் நிர்ப்பந்தங்களையும், கருத்துகளைக் கொண்டு செல்வதில் அரசியல் கட்சிகளுக்கிடையே ஏற்பட்ட போட்டியால் விளைந்த வண்ணச் சுவரொட்டிகளின் ஆக்கிரமிப்பையும், மேய்ச்சல் நிலங்கள் சுருங்கிவிட்ட நிலையில் சுவரொட்டிகளிலிருந்த பசையைத் தின்று வாழும் கால்நடைக்

கூட்டங்களையும், கான்கிரீட் காடுகளாகச் சீரழிந்து வரும் நகரங்களின் அசுர வளர்ச்சி பற்றியும் அவர் நன்கறிவார்.

நாளிதழ்களின் வாழ்வு, கடை அலமாரிகளில் ஒருநாள் மட்டுமே. ஆனால் சந்துருவுடைய கட்டுரைகள் காலையில் படிக்கும்போது ரத்த ஓட்டத்தில் சுறுசுறுப்பு உண்டாக்கும் காபி போன்றது. அவரது கட்டுரைகள் பல வழக்கறிஞர் சங்கங்களின் அறிவிப்புப் பலகைகளில் ஒட்டப்பட்டு மதிய உணவு இடைவேளைகளில் விவாதிக்கப்படுகின்றன. இளம் சிறார் சட்டத்தின் புதிய பிரிவின்படி கிறித்துவர்களும் இசுலாமியர்களும் கூடக் குழந்தைகளைத் தத்தெடுத்துக் கொள்ளலாமென்று அவர் கொடுத்த தீர்ப்புகள்தாம் உச்ச நீதிமன்றமும் அதே கருத்தை வலியுறுத்திக் கொடுத்த தீர்ப்புகளின் முன்னோடி. அங்கன்வாடி மற்றும் சத்துணவுக் கூடங்களில் சமையலர்களாகத் தலித் பெண்களை அமர்த்துவதன் மூலம் தலித் மக்களைப் பற்றி மற்ற பிரிவினர்களுக்குள்ள சாதிப்பாகுபாடு குழந்தைப் பருவத்திலிருந்தே மாறுவதற்கான வாய்ப்புண்டென்று அவரளித்த தீர்ப்பை அன்றைய தமிழக அரசு நிறைவேற்றி, அப்பதவிகளில் பட்டியலின மக்களுக்கு இடஒதுக்கீட்டை அறிமுகப்படுத்தியது. அவரது தீர்ப்புகளை வாசகர்களுடன் பகிர்ந்துகொண்டதனால் தடைகளற்ற பாதைகள் அமைக்க இந்தியாவிற்கு நம்மில் ஒருவர் வழிகாட்டியாக இருக்கிறாரென்பது நம்மைப் பெருமிதம் கொள்ளச் செய்கிறது.

அவர் தவறான தர்க்கங்களை நொடிப்பொழுதில் தகர்த்து, புதிய சிந்தனைகளைத் தோற்றுவிப்பார். ஒரே வளாகத்தில் சட்டக்கல்லூரி, கீழமை நீதிமன்றங்கள் மற்றும் உயர் நீதிமன்றம் அமைந்திருப்பதைப் பார்த்து மகிழ்ந்து மற்ற மாநிலங்களும் அதைக் கடைபிடிக்க வேண்டுமென்று நாம் நினைத்துக்கொண்டிருக்கையில், அவர் நீதிமன்றங்களை ஓரிடத்தில் குவிமையப்படுத்துவதைத் தடுத்து, அவற்றைப் பரவலாக்கவும், இருக்கக்கூடிய நீதிமன்றங்களைப் பசுமை வளாகங்களாக மாற்றவும் ஆலோசனை கூறுவார். அழுத்தமான காரணங்களுடன் அவர் வெளியிட்ட சில கருத்துகள் புதிய கொள்கை முடிவுகளை வகுப்பதற்கான நிர்ப்பந்தங்களை உருவாக்கும். உதாரணத்திற்கு, கட்டாய மதுவிலக்கு பற்றிய அவரது கோரிக்கை. மதுவால் அழியும் குடும்பங்களைப் பற்றி மட்டும் அவர் எழுதமாட்டார். அவருக்குள் ஒளிந்திருக்கும் வழக்கறிஞர் சட்டப்படி நடவடிக்கை எடுத்து நீதிமன்றங்கள் மூலம் எப்படி மதுபானக் கடைகளை மூடமுடியுமென்று ஆலோசனைகளையும் தருவார்.

அவரது கட்டுரைகளில் உரைநடை செழிப்பு மட்டுமின்றி கவிதை நயமும் மிளிரும். மோனைகளுடன் சொல்லும் திறனுக்கு உதாரணமாகக் கட்டுரையொன்றை அவர் இவ்வாறு முடித்திருப்பார்: "நீதிபதிகளுக்கு ஓய்வு தேவை. ஆனால் நீதிமன்றங்களுக்கு ஓய்வில்லை. நீதிக்கு விடுமுறை என்பதில் நீதியில்லை." சுருக்கமான வெளிப்பாடாகவும் அதே சமயத்தில் ஆழ்ந்த கருத்துகளையும் தக்க தருணத்தில் வெளிப்படுத்தும் விதமாக அவருடைய கட்டுரைகளில் முத்தாய்ப்பாகக் கண்ணதாசனும் பட்டுக்கோட்டையாரும் திருவள்ளுவரும் வள்ளலாரும் வந்து செல்வர்.

ஏழு ஆண்டிற்கும் குறைவாகப் பதவியிலிருந்தபோதே ஒரு லட்சம் வழக்குகளைத் தீர்த்த இந்த நீதிபதிக்கு ஓய்வென்பதே கிடையாது. மக்களையும் பிரச்சினைகளையும் பற்றி முன்பைவிட அதிகமாக எழுதியும் கணித்தும் வரும் அவரிடம் கருத்துகளைப் பெறப் பெயர்பெற்ற தமிழ் இதழ்கள் அனைத்தும் தங்களது வாசகர்களிடம் நம்பகத்தன்மையை அதிகரிக்க ஆர்வம் காட்டுகின்றன.

ஒரே மூச்சிலும் அவரது கட்டுரைகளைப் படித்துவிடலாம் அல்லது கட்டுரை கட்டுரையாகத் தினசரியும் படிக்கலாம். அவரது கருத்துகளைப் பற்றி உங்களது நண்பர்கள் கூட்டத்தில் விவாதியுங்கள். விருந்து வைபவங்களில் விவாதியுங்கள். உங்களது விவாதங்களில் நீதிபதி சந்துரு கூட்டாளியாக இருக்கும் வரை சலிப்பேதும் தட்டாது. தமிழர்களின் வீடுகள் அனைத்திலும் அவரது கருத்துகள் வியாபித்துக் கிடக்கின்றன. தமிழ்நாட்டின் எல்லைகளைக் கடந்து பஞ்சாபிலுள்ள நான் மட்டுமின்றி எண்ணற்ற பலரும் அதிலடக்கம்.

சண்டீகர் **நீதிபதி கே. கண்ணன்**
மே 2014 பஞ்சாப் – அரியானா உயர்நீதிமன்றம்

என்னுரை

நூலைப் பற்றி

முன்னாள் தலைமை நீதிபதி கபாடியா சக நீதிபதிகளுக்கு ஆலோசனை ஒன்றை வழங்கினார். 'துறவிபோல வாழ் குதிரையென உழை'. சாதாரண குதிரையாக அல்ல. பந்தயக் குதிரையைப் போல் ஓடியதில் எனது ஏழாண்டுப் பதவிக் காலம் திடீரென்று ஒரு நாள் முடிவுக்கு வந்துவிட்டது. அரசு செலவில் விடையாற்று வைபவங்கள் தேவையில்லை என்று சொல்லிவிட்டு மின்சார ரயிலில் ஏறி வீடு வந்த பிறகு தோன்றியது, அடுத்தது என்ன?

ஓய்வு பெற்ற நீதிபதிகளுக்கென்றே சில பதவிகள் காத்திருக்கும். அது போன்ற தீர்ப்பாயங்களின் தலைவர் பதவியைத் தவிர்த்து விட்டுப் பார்த்தால் மிஞ்சியிருந்தது வழக்கறிஞர் தொழில்தான். அதுவும் தமிழ்நாட்டிலல்ல. தில்லியில் உச்ச நீதிமன்றத்தில்தான். மீண்டும் ஆரம்பத்திலிருந்தா என்பதில் எனக்கு உடன்பாடில்லை. இவ்விரு வாய்ப்புகளையும் தவிர்த்துவிட்ட பின் மிஞ்சி யிருந்தது எழுத்தும் பேச்சும் மட்டுமே.

வழக்கறிஞராகத் தொழிலாற்றியபோதே கருத்துச் சுதந்திரத்திற்காகவும், பேச்சு சுதந்திரத்திற் காகவும் பல வழக்குகளை நடத்தியிருந்ததோடு மட்டுமல்லாமல் தொடர்ந்து ஆங்கிலத்திலும் தமிழிலும் கட்டுரைகளை எழுதியிருக்கிறேன். சட்ட உலகத்தைப் பற்றியும் நீதிமன்ற நடைமுறைகளைப் பற்றியும் விமர்சிக்கத் தயங்கியதில்லை. உயர் நீதிமன்ற நீதிபதிப் பதவிக்கு எனது பெயரைப் பரிந்துரைத்த கொலிஜியத்திலிருந்த நீதிபதி ஒருவர்

என்னுடைய ஊடக விமர்சனங்களுக்காகத் தனது பரிந்துரையை வாபஸ் பெற்ற சம்பவமும் நடந்தது. மீண்டுமொருமுறை எனது பெயர் பரிந்துரைக்கப்பட்டபோது வேறொரு கொலிஜியத்திலிருந்த மூத்த நீதிபதியொருவர் அதே காரணங்களுக்காக எனது பெயருக்குக் கடும் ஆட்சேபணையைத் தெரிவித்திருந்தார்.

அதையெல்லாம் மீறி நீதிபதி பதவி வகித்த ஏழாண்டுக் காலத்தில் கருத்துச் சுதந்திரத்தை எப்போதும் பாதுகாக்க முயன்றேன். பெரியார், *குற்றப்பத்திரிகை*, டாவின்சிகோட் போன்ற திரைப்படங்களுக்குத் தடைகோரிய வழக்குகளைத் தள்ளுபடி செய்திருக்கிறேன். எதிர்க் கட்சிகள் நடத்த முற்பட்ட சட்டப்பூர்வமான பேரணிகள், பொதுக்கூட்டங்களுக்குக் காவல் துறை விதித்த தடையுத்தரவுகளை ரத்துசெய்திருக்கிறேன். விகடன் குழுமம் தன்னைப் பற்றிச் செய்திகளை வெளியிட முன்தடை விதிக்கக் கோரி '2 ஜி ஸ்பெக்ட்ரம் புகழ்' ராசா தொடுத்த உரிமையியல் வழக்கைத் தள்ளுபடி செய்தேன். அதேபோன்று கோரிய சுவாமி நித்யானந்தா தொடுத்த வழக்கும் என்னால் தள்ளுபடி செய்யப்பட்டது. பெரியார் எழுத்துகளுக்குக் காப்புரிமை கோரிய வழக்கைத் தள்ளுபடிசெய்து அவரது எழுத்துகளைப் பொதுப் பயன்பாட்டில் வைக்க உத்தரவிட்டேன். முத்துகுமார், பெரியார் சிலைகளை வைக்க அரசு ஏற்படுத்திய தடைகளை ரத்துசெய்தேன். தனியார் நிலங்களில் கெயில் நிறுவனம் குழாய்களைப் பதிப்பதை எதிர்த்த விவசாயிகளின் போராட்டத்திற்குத் தடைவிதிக்க மறுத்தேன். போபால் விஷவாயு நிறுவனத்தின் வாரிசாக வந்த டோ கெமிக்கல்ஸ் நிறுவனம் அவர்களுக்கு எதிரான மக்கள் போராட்டத்தைத் தடைசெய்யக் கோரிய வழக்கைத் தள்ளுபடி செய்தேன். பொதுத்துறை ஊழியர்கள் வேலை நிறுத்தத்திற்குத் தடைகோரிய வழக்குகளை ரத்துசெய்தேன். நூலகங்களை நசுக்கி வரும் அரசின் முயற்சிக்கு கண்டனம் தெரிவித்தேன். உச்சகட்டமாக, நாடகங்களை மேடையேற்றக் காவல் துறை தணிக்கை அவசியம் என்ற 1956ஆம் ஆண்டின் தமிழ்நாடு நாடக வெளியிடும் சட்டம் அரசமைப்புச் சட்டத்திற்கெதிரானது என்று அறிவித்து அச்சட்டத்தை ரத்துசெய்தேன். இத்தீர்ப்புகளெல்லாம் பொதுமக்கள் மத்தியிலும் சட்டவல்லுநர்கள் மத்தியிலும் பெரும் வரவேற்பைப் பெற்றன. எனவே ஓய்வுபெற்ற பின்னரும் கருத்துச் சுதந்திரத்திற்காகவும் தனிமனித சுதந்திரத்திற்காகவும் சேவையாற்ற முடிவுசெய்தேன்.

திறப்பு விழாக்கள், கல்லூரி, பள்ளி ஆண்டு விழாக்கள் தவிர அறக்கட்டளை சொற்பொழிவுகள். சில வார இதழ்களில் எனது நீதிமன்ற அனுபவங்களை எழுதிக்கொண்டிருந்தேன். அப்போதுதான் *இந்து பத்திரிகை தமிழ் பதிப்பு* கொண்டுவர

முயன்றது. அதன் ஆசிரியர் கே. அசோகன் என்னை அவர்களது நாளிதழில் தினசரிக் கட்டுரை எழுத முடியுமா என்று கேட்டார். அனைத்துப் பிரச்சினைகளைப் பற்றியும் எழுதலாமென்று அவர் கூறியிருப்பினும், நான் எனது கட்டுரைகளைச் சட்டம் சார்ந்த பொருள்களில் மட்டும் எழுத முற்பட்டேன். தினசரிக் கட்டுரைகளுக்கு இடவசதி குறைவு. பின்னர் விரிவாக வாரந்தோறும் கட்டுரைகள் எழுதி வந்தேன்.

நீதித்துறை என்றைக்குமே மக்களின் தீவிரப் பரிசீலனைக்கு உட்படாத நிறுவனம். அதற்குக் காரணம் அதைப் பற்றிய திகைப்பும் அச்சவுணர்வுமே. விமர்சனத்திற்கு அப்பாற்பட்ட எந்த நிறுவனத்தின் செயல்பாடும் திருப்தி அளிப்பதில்லை. அதுபோல் வழக்கறிஞர் தொழிலும் இன்று பிரம்மாண்டமாக வளர்ந்திருந்தாலும், அவர்களும் ஆரோக்கியமான விமர்சனங் களையோ புண்படாத நகைச்சுவை உணர்வுகளையோ வரவேற்பதில்லை. எனவே என் கட்டுரைகள் பரவலாக வாசகர்களின் பாராட்டுகளைப் பெறத் தொடங்கின. பொது இடங்களில் சந்தித்த வாசகர்கள் அனைவரும் (பெண் வாசகர்கள் உட்பட) என்னுடைய முயற்சியைப் பாராட்டியதுடன் என்னைத் தொடர்ந்து எழுதுமாறு கேட்டுக்கொண்டனர். அதேசமயத்தில் தொடர்ந்து வாசிக்க முடியாதவர்கள் அக்கட்டுரைகளைத் தொகுத்துப் புத்தகமாகக் கொண்டுவந்தால் நன்றாக இருக்குமென்று கோரிக்கை வைத்தனர். அதை நிறைவேற்றும் வகையில் காலச்சுவடு பதிப்பகம் விரிவுபடுத்தப்பட்ட அக்கட்டுரைகளின் தொகுப்பைப் புத்தகமாக வெளியிட முன்வந்ததற்கு நன்றி. மேலும் இக்கட்டுரைகளை முதலில் வெளியிட்ட *தி இந்து* தமிழ் நாளிதழுக்கும் *தினமலர்* நாளிதழுக்கும் நன்றி.

இக்கட்டுரைகள் செப்டம்பர் 2013 முதல் மார்ச் 2014 வரை *தி இந்து* நாளிதழிலும், கடைசி இரு கட்டுரைகள் *தினமலர்* நாளிதழில் ஏப்ரல் மாதத்திலும் வெளிவந்தன. அக்கட்டுரைகள் சமகாலப் பிரச்சினைகள் பற்றி எழுதப்பட்டதால் அதைக் காலங்கடந்து படிக்கும்போது பல புதிய முன்னேற்றங்கள் ஏற்பட்டிருக்கலாம். எனவே வாசகர்கள் கட்டுரைகள் எழுதப்பட்ட காலத்தையும் மனத்தில் இருத்திக்கொள்ள வேண்டும்.

சென்னை **கே. சந்துரு**
19.5.2014

பகுதி 1

சத்தியம் இது சத்தியம்

'எல்லாம் வல்ல இறைவனின் ஆணை, சொல்லப் போவது யாவதும் உண்மை!' என்பவை *இது சத்தியம்* என்ற தமிழ்ப் படத்தின் பாடல் வரிகள். நீதிமன்றத்தில் கடவுளின் பெயராலோ உளமாரவோ சாட்சியிடம் உறுதிமொழி பெற்றுக்கொண்ட பின்னரே அவரது சாட்சியம் பதியப்படும் சாட்சி கூறியது பொய் என்று பின்னாளில் தெரியவந்தால் பொய்ச்சாட்சியம் கூறியவருக்குத் தண்டனை அளிப்பதற்கான முன்னேற்பாடே உறுதிமொழி பெறப்படுவதற்கான காரணம்.

நீதிபதிகள், அமைச்சர்கள், சட்டமன்ற, நாடாளுமன்ற உறுப்பினர்கள் பதவியேற்குமுன் அரசியலமைப்புச் சட்டத்தின் 3ஆம் அட்டவணையின் கீழ் உறுதிமொழி (சத்தியப் பிரமாணம்) எடுத்துக்கொள்ள கடமைப்பட்டுள்ளனர். நம்பிக்கையுள்ளோர் இறைவனின் பெயரிலும் நம்பாதவர்கள் உளமாற எனக் கூறி உறுதிமொழி எடுத்துக் கொள்ளலாம். ஆனால் உறுதிமொழி எடுத்துக்கொள்ளாதவர் எவரும் பதவியேற்க முடியாது. குடியரசுத் தலைவர் (அ) ஆளுநர் (அ) அவர்களால் அத்தாட்சி பெற்றவர்கள் முன்னால் உறுதிமொழி எடுத்துக்கொள்ள வேண்டும்.

உறுதிமொழி குறித்த பிரச்சினைகள் பல விதத்தில் எழுந்துள்ளன.

கிறித்துவ மதத்தைப் பின்பற்றிய பிரிட்டிஷ் அரசின் தேசிய கீதம் 'இறைவனே ராணியைக் காப்பாற்றும்' என்றுதான் தொடங்கும். அந்நாட்டில் நாடாளுமன்றத்திற்குத் தேர்ந்தெடுக்கப்படுபவர் கடவுளின் பெயரால்தான் உறுதிமொழி எடுத்துக்கொள்ள முடியும் என்றிருந்தது. சார்லஸ் ப்ராட்லா என்ற பகுத்தறிவாதி 19ஆம் நூற்றாண்டின் இறுதியில் நார்த்தாம்டன் தொகுதியில் போட்டியிட்டு வெற்றிபெற்றார். பின்னர் இறைவன் பெயரில் உறுதிமொழி எடுத்துக்கொள்ள மறுத்துவிட்டதால் அவையை விட்டு விரட்டப்பட்டார். அடுத்து வந்த தேர்தலிலும் வெற்றிபெற்றுப் இறைவன் பெயரில் உறுதிமொழியெடுக்க முன்வந்த போதும், இறை நம்பிக்கையற்ற அவர் உறுதிமொழி எடுத்துக்கொண்டாலும் அதன் நம்பகத்தன்மை கேள்விக்குரியதென்று மீண்டும் அவையிலிருந்து வெளியேற்றப்பட்டார். மூன்றாவது முறையாகத் தேர்தலில் வெற்றிபெற்று பெரும் படையுடன் அவையில் பலவந்தமாக நுழைய முற்பட்டபோது அங்குக் கலவரமேற்பட்டது. அதன் பின்னரே பிரிட்டிஷ் நாடாளுமன்றம் விதிகளை மாற்றி இருவிதமான உறுதிமொழியை உருவாக்கியதால் நம்பிக்கையற்றவர்களும் அவையில் பங்கேற்க முடிந்தது.

இரண்டாம் உலகப் போரின்போது அமெரிக்காவின் உள்துறைச் செயலாளரான மெக்கார்த்தி கம்யூனிசத்தை அமெரிக்காவிலிருந்து விரட்டக் கங்கணம் பூண்டார். தொழிலகங்களின் ஊழியர்களும் பணிபுரிய நுழைவோரும் நிர்வாகத்திடம் உறுதிமொழிப் பத்திரம் தரவேண்டுமென்றும், மனுவில் கம்யூனிசத் தொடர்புகளைக் கூறவேண்டுமென்றும் உத்தரவிட்டார். கம்யூனிசத் தொடர்புடையவர்களும் இல்லையென்று பொய்த் தகவல் கூறியோரும் விரட்டப்பட்டனர். எவ்விதத் தகவலும் அளிக்காதோரும் கம்யூனிச ஆதரவாளர்களே என்ற ஊகத்தில் வேலையிலிருந்து நீக்கப்பட்டனர். ஊழியர்கள் பல்லாயிரக்கணக்கானோர் வேலையிலிருந்து நீக்கப்பட்ட இக்கம்யூனிச வேட்டை 'மெக்கார்த்தியிசம்' என்றழைக்கப்பட்டது. இதுபற்றிய பல வழக்குகளை அமெரிக்க உச்ச நீதிமன்றம் விசாரித்து தீர்ப்பளித்துள்ளது.

அப்படிப்பட்ட மெக்கார்த்தியிசத்திற்கு இந்திய அரசியலமைப்புச் சட்டத்தில் இடமில்லையென்று நீதிபதி ஓ.சின்னப்ப ரெட்டி, தனது உச்ச நீதிமன்றத் தீர்ப்பொன்றில் தீர்மானமாகக் கூறினார். கொள்கைப் பிடிப்பின் காரணமாக எவருக்கும் அரசுப் பணி மறுக்கப்படக் கூடாதென்றும், அரசு ஊழியரான பின் அனைவரும் அரசின் பணிவிதிகளைப் பின்பற்ற வேண்டுமென்றும் கூறிய அத்தீர்ப்பு இன்று வரை நடைமுறையிலுள்ளது.

பாகிஸ்தானில் அடிக்கடித் தேர்ந்தெடுக்கப்பட்ட அரசுகள் டிஸ்மிஸ் செய்யப்பட்டு, ராணுவ ஆட்சி வருவதைப் படித்திருக்கிறோம். ஒவ்வொரு முறையும் ராணுவ ஆட்சிக்கு அதிகாரம் வழங்கப்படும் வகையில் அரசியலமைப்புச் சட்டம் அங்குத் திருத்தப்படும். சட்டம் திருத்தப்படும்போதெல்லாம் அங்குள்ள நீதிபதிகள் பழிவாங்கப்படுவார்கள். புதிய அரசியலமைப்புத் திருத்தத்தை ஏற்றுக்கொள்வதாக அவர்கள் உறுதிமொழியெடுத்துக்கொண்டாலொழிய பதவியில் நீடிக்க முடியாது. அதிலும் விசித்திரமென்னவென்றால் புதிய உறுதி மொழியை எடுத்துக்கொள்ளக் கோரப்படும் நீதிபதிகள் தவிர, பட்டியலில் இடம் பெறாத நீதிபதிகளும் உறுதிமொழியை எடுத்துக்கொள்ள மறுக்கும் நீதிபதிகளும் வீட்டுக்கனுப்பப்பட்டனர். மக்களால் தேர்ந்தெடுக்கப்பட்ட பெனாசிர் புட்டோ, நவாஸ் ஷெரீப் ஆகியோர் பிரதமர்களாகவிருந்த காலத்தில்தான் இவை நடந்தன.

உறுதிமொழி அரசியல் நம் நாட்டிலும் பல விதங்களில் தலைகாட்டியுள்ளது. 1957, 1962 ஆகிய இரு பொதுத்தேர்தல்களில் திராவிட முன்னேற்றக் கழகம் 'தனித்திராவிட நாடு' கோரிக்கையை விடாமலேயே போட்டியிட்டது. 5.10.1963இல் இந்திய அரசியலமைப்புச் சட்டத்தின் கொண்டுவரப்பட்ட 16 ஆவது திருத்தத்தின்படி சட்டமன்ற, நாடாளுமன்ற உறுப்பினர்களும் அமைச்சர்களும் எடுத்துக்கொள்ள வேண்டிய உறுதிமொழிகளடங்கிய மூன்றாவது அட்டவணை திருத்தப்பட்டு உறுதிமொழி எடுத்துக்கொள்ளும் ஒவ்வொருவரும் இந்திய இறையாண்மையையும் ஒருமைப்பாட்டையும் காப்பேன் என்று கூறவேண்டியிருந்தது. தேர்தலில் தொடர்ந்து போட்டியிட விரும்பி 'தனித்திராவிட நாடு' கொள்கையை திமுக விட்டுவிட நேர்ந்தது.

உறுதிமொழி எடுத்துக்கொள்ளும் சட்டமன்ற, நாடாளு மன்ற உறுப்பினர்கள் இந்திய அரசியலமைப்புச் சட்டத்தைப் பாதுகாப்பேன் என்று கூறவேண்டும். இந்தி மொழி ஆதிக்கத்தை எதிர்த்து 1986இல் நடத்திய போராட்டத்தின்போது அரசிய லமைப்புச் சட்டத்தில், இந்திய ஆட்சி மொழி பற்றிக் கூறப்பட்டுள்ள 17 ஆவது பகுதியை நகலெடுத்து, பொதுவிடங்களில் எரித்ததைக் காரணம் காட்டி திமுகவின் பொதுச்செயலாளர் அன்பழகனும் சட்டமன்ற உறுப்பினர்கள் பத்து பேரும் பேரவைத் தலைவரால் நிரந்தரமாக அவையிலிருந்து நீக்கப்பட்டனர். அரசியல் சட்டத்தின் ஒரு பகுதியை எரித்ததால் எடுத்துக்கொண்ட உறுதிமொழியை மீறிவிட்டனர். அதனால்தான் அவர்கள் அவையிலிருந்து நீக்கப்பட்டதாகக் காரணம் கூறப்பட்டது. நீக்கத்தை எதிர்த்துப்

தொடுக்கப்பட்ட வழக்குகளும் நீதிமன்றங்களால் தள்ளுபடி செய்யப்பட்டன.

இறைவனின் பெயரால் உறுதிமொழி எடுத்துக்கொள்வோர் களில் சிலர் தற்போது இறைவன் என்று வரும் இடத்தில் தங்களது விருப்பக் கடவுளரின் பெயரைக் கூற முற்பட்டனர். இறைவன் என்பதற்குப் பதிலாக அல்லாவின் பெயரைக் கூறியது உறுதிமொழிக்குட்பட்டதா என்ற கேள்விக்கு 'அது தவறல்ல' என்று நீதிமன்றம் கூறியது. கட்சித் தலைவர்களிடம் விசுவாசம் காட்ட முயன்று தலைவர்களது பெயரைத் தங்களது உறுதிமொழியின்போது கடவுளுக்கிணையாகக் கூறியபோது பயந்துபோன கட்சிக் கொறடாக்கள் அவர்களிடம் அரசியலமைப்புச் சட்டத்தின்படி உறுதிமொழி எடுத்துக்கொள்ளாவிட்டால் அவர்கள் பதவியேற்பு செல்லாதென்று பயமுறுத்திய பிறகு, சரியான உறுதிமொழியை எடுத்துக்கொண்டனர். 21ஆம் நூற்றாண்டிலும் முறையான கல்வி பயிலாதோர் சிலர் அவைக்கு வந்த பின்னர் உறுதிமொழியைப் படிக்க முடியாத தர்மசங்கடங்களும் ஏற்பட்டன.

நெருக்கடி நிலையின்போது பரோடா வெடிகுண்டு வழக்கில் கைதுசெய்யப்பட்டு சிறையிலிருந்த ஜார்ஜ் பெர்னான்டஸ், முசாபர்பூர் தொகுதியிலிருந்து ஜனதா கட்சி சார்பில் போட்டியிட்டு வெற்றிபெற்றார். ஜனநாயகத்திற்கு விரோதமாக இந்திரா காந்தி அரசியலமைப்புச் சட்டத்தை 42ஆவது சட்டத்திருத்தம் (11.10.1976) மூலம் அப்போது திருத்தினார். (42ஆவது அரசமைப்பு திருத்தச் சட்டம் நெருக்கடி நிலையை பயன்படுத்தி கொண்டுவரப்பட்டது பல ஜனநாயக உரிமைகளைப் பறிக்கும் கூறுகள் அதில் இருந்தன. எனவே அச்சட்டத்தை முழுமையாகத் திரும்பப் பெற வேண்டுமென்ற கோரிக்கைகள் அக்காலத்தில் எழுந்தன.) சிறையிலிருந்து விடுவிக்கப்பட்டு நாடாளுமன்ற உறுப்பினராக பதவியேற்ற ஜார்ஜ் பெர்னான்டஸ், உறுதிமொழி எடுக்கும்போது 'அரசியலமைப்புச் சட்டத்தைக் காப்பேன்' என்ற வரிகளுக்கிடையே '42ஆவது அரசியலமைப்புத் திருத்த சட்டம் தவிர' என்று உறுதிமொழி எடுத்துக்கொண்டதாகக் கூறி, அவர் பதவியேற்பதைத் தடுக்க வழக்கு தொடுக்கப்பட்டது. அதற்குள் அவர் மொரார்ஜி தேசாய் தலைமையிலான அமைச்சரவையில் தொழிற்துறை அமைச்சராகியிருந்தார். அகில இந்திய வானொலியின் பதவியேற்பு நிகழ்வைப் பதிவுசெய்த ஒலிநாடாவை வழக்கிற்காதாரமாகக் கொண்டுவர உத்தரவிடப்பட்டது. உறுதிமொழி ஏற்றுக்கொண்ட பகுதியடங்கிய ஒலிநாடாவில், தேய்மானம் ஏற்பட்டிருந்ததால் அவர் தலை தப்பியது.

ஆளுநரோ அவரது அத்தாட்சி பெற்றவரோ பதவிப் பிரமாணம் செய்துவைக்க அரசியலமைப்புச் சட்டத்தில் கூறப்பட்டுள்ளது. சட்ட மேலவையில் தேர்ந்தெடுக்கப்பட்டவர்கள் முதல் நாள் கூட்டத்தில் தங்களில் வயதிலும் அனுபவத்திலும் மூத்தவரைத் தற்காலிகத் தலைவராகத் தேர்ந்தெடுத்து, அத்தாட்சி அளிக்கப்பட்ட அவரே மற்ற உறுப்பினர்களுக்குப் பதவிப் பிரமாணம் செய்துவைப்பார். வசந்த் பாய் என்ற மூத்த வழக்கறிஞர் பட்டதாரித் தொகுதியில் நின்று வெற்றிபெற்று மேலவைக்குச் சென்றபோது தற்காலிகத் தலைவராகத் தேர்ந்தெடுக்கப்பட்டவர் இஸ்லாமியரென்பதால் அவர் முன் உறுதிமொழி எடுத்துக்கொள்ள மாட்டேன் என்றும் தனக்கு ஆளுநரே பிரமாணம் செய்து வைக்கவேண்டுமென்றும் தபால் மூலம் கேட்டுக்கொண்டார். ஆளுநர் பதிலளிக்காததால் உறுதிமொழியை ஒரு கடிதத்தில் கையாலெழுதி அதை ஆளுநருக்கு அனுப்பி வைத்தார். அரசியலமைப்புச் சட்டப்படி தான் உறுதிமொழி எடுத்துக்கொண்டதாக ஒரு பிரகடனத் தீர்ப்பளிக்கும்படி சென்னை உயர் நீதிமன்றத்தில் வழக்குத் தொடர்ந்தார். உறுதிமொழியை அவர் சட்டப்படி எடுத்துக்கொண்டதாக நீதிமன்றம் அறிவித்தது. பேரவை நடவடிக்கைகளில் பங்குகொள்ளவும் அவருக்கு அனுமதி அளித்து நீதிமன்றம் தீர்ப்புக் கூறியது.

சாட்சியாகட்டும், சட்டமன்ற உறுப்பினராகட்டும், கடவுள் பெயராலோ சத்தியத்தின் பெயராலோ அவர்கள் உறுதிமொழி எடுத்துக்கொள்ளட்டும். ஆனால் அதன்படி அவர்கள் நடப்பார்களா என்பதுதான் கேள்வி. 1994 – 1998 வரை பாகிஸ்தான் உச்ச நீதிமன்ற நீதிபதியாகவிருந்த சஜ்ஜத் அலி ஷா தனது சுயசரிதையில் ஒரு சம்பவத்தைக் குறிப்பிடுகிறார். அவர் மாவட்ட நீதிபதியாக இருந்தபோது வயதான வழக்காடிகளிருவரின் பணம் கொடுக்கல் வாங்கல் வழக்கு அவரிடம் வந்தது. ஒருவர் பணம் கொடுத்ததாகவும் மற்றவர் வாங்கவேயில்லையென்றும் வாதிட்டனர். அவ்வழக்கில் உடனடி முடிவு காணும் வகையில் இருவரையும் அறைக்கு அழைத்து அவர்களது புனித நூலான குரானின் மேல் சத்தியம்செய்து சாட்சியம் கூறுவார்களா என்று கேட்டதற்கு இரு வழக்காடிகளும் ஒப்புக்கொண்டனர். புனித நூலின் மேல் ஆணையெனச் சத்தியம் செய்த பின்னும் தங்களது கட்சியையே அவர்கள் தொடர்ந்து வலியுறுத்தினர். அச்சம்பவத்திற்குப் பின்னர் எவ்வழக்கிலும் புனித நூலின் மீது சத்தியம்செய்து உண்மை கூறும்படி தான் வழக்காடிகளைக் கேட்டதில்லை என்று எழுதியுள்ளார்.

ஒரு நூற்றாண்டுக்கு முன் நீதிமன்ற முன்சீப்பாக பணியாற்றிய வேதநாயகம் பிள்ளை பொய்சாட்சிகளைத் தினமும் கண்டு மனம் வெம்பிப் பாடியதுதான் நினைவுக்கு வருகிறது:–

அண்டப் புரட்டன் அந்தவாதி – அகிலாண்டப்
புரட்டன் அப்பா அவன் பிரதிவாதி – சண்டப்
பிரசண்டன் நியாயவாதி – நாளும்
சகஸ்திரப் புளுகன் சாஷிக்காரனெனும் கியாதி

நினைவுகள் அழிவதில்லை

நீத்தார் நினைவுகளுக்கும் நிற்க வைத்த சிலைகளுக்கும் இது போதாத காலம். முள்ளிவாய்க்கால் நினைவு முற்றத்திற்கு முட்டுக்கட்டைகள், காமராசர் சாலையின் நடுவிலுள்ள சிவாஜி கணேசன் சிலையை இடம்பெயர்க்க வழக்கு, குருபூஜைகளுக்கு அரசு ஆதரவளிக்கக் கூடாதென்ற சம்பத் கமிஷன் அறிக்கை. இப்படித் தினசரி கிளம்பும் சச்சரவுகளால் நினைவுச்சின்னங்களின் எதிர்காலம் கேள்விக்குறியாகிவிட்டது.

கடந்த நூற்றாண்டில் சென்னையிலுள்ள இரு பிரதான சாலைகளில் நடந்த சிலைகளின் அரசியலைப் பார்க்கலாமா?

முதலில் மௌன்ட் ரோடு. 'அண்ணா சாலை' என்ற பெயர் மாற்றத்திற்குப் பிறகும் அது 'மௌன்ட் ரோடு' என்றே அழைக்கப்படுகிறது. கோட்டைக்குப் பின்புறம் தொடங்கும் இச்சாலையிலிருந்துதான் தமிழகத்திலுள்ள மற்ற ஊர்களின் தூரம் கணக்கிடப்படுகிறது. சாலையின் ஆரம்பத்தில் தீவுத்திடலின் மையத்தில் உள்ள குதிரைமீது சவாரிசெய்வது மன்றோவின் சிலை. காலனியாதிக்கத்தில் ஆளுநராக இருந்த தாமஸ் மன்றோவைக் கௌரவிக்க 1839இல் நிறுவப்பட்ட இச்சிலை இங்கிலாந்தில் பகுதி பகுதியாகச் செதுக்கப்பட்டு சென்னைக்குக் கொண்டுவரப்பட்டு ஒருங்கிணைக்கப்பட்டது. சிலை நிறுவப்பட்ட பிறகுதான் சேணம் பூட்டிய குதிரையில் கால்

வைக்கும் 'தூண்டிவிடும் வளையத்தை' சிற்பி வைக்க மறந்தது தெரிந்தது. இதைக் கேள்விப்பட்ட சிற்பி தற்கொலை செய்துகொண்டதாகக்கூட ஒரு புனை கதையுண்டு.

அடுத்ததாக உள்ளது காமராசர் சிலை. ஜிம்கானா கிளப் வாசலில் சாலையோரத்தில் அமைக்கப்பட்டது. சாலைக்கு நடுவில் சிலை வைத்துக்கொள்ளும் உரிமை திராவிடக் கட்சிகளின் தலைவர்களுக்கு மட்டுமேயுண்டு.

ஓமந்தூரார் அரசினர் தோட்ட வாயிலில் வீற்றிருந்த ஐந்தாம் ஜார்ஜ் மன்னரின் சிலையும் ஏழாவது எட்வர்ட் மன்னரின் சிலையும் நெடுஞ்சாலை விரிவாக்கத்தால் அரசினர் அருங்காட்சியகத்திற்கு மாற்றப்பட்டன. ஆனால் சாலையின் நடுவே கம்பீரமாக தந்தை பெரியாரின் சிலை நிறுவப்பட்டது.

சிம்சன் நிறுவன வாசலில் 1910இல் வைக்கப்பட்ட நீதிபதி டியூடர் போத்தாம் சிலை, முதலில் மே தினப் பூங்காவிற்கு மாற்றப்பட்டது. அதன் தற்போதைய விலாசம் தெரியவில்லை. நீதிபதி ஒருவருக்கு அவரது சமூக சேவையைப் பாராட்டிப் பொதுவிடத்தில் சிலை வைக்கப்பட்டது அதுவே முதல்முறை. நீதிமன்றப் பரிபாலனத்தில் கண்டிப்பைக் கடைபிடித்த அவரை வழக்கறிஞர்களுக்குப் பிடிக்காமல் போனது வேறு கதை.

அண்ணாவின் சிலை, ரவுண்டானா அகற்றப்பட்ட இடத்தில் வைக்கப்பட்டது. புகாரி உணவு விடுதிக்கு எதிரே வைக்கப்பட்ட கலைஞரின் சிலை, எம்ஜிஆர் மறைந்த தினமன்று சேதப்படுத்தப்பட்டதால் முழுவதுமாக அகற்றப்பட்டுவிட்டது. தி.க. தலைவர் வீரமணி அச்சிலையை மீண்டும் நிறுவ எடுத்துக்கொண்ட முயற்சி, கலைஞரின் மறுப்பால் நின்றுவிட்டது.

ஸ்பென்சர் பல்பொருள் அங்காடி (தற்போதைய ஸ்பென்சர் பிளாசா) முன்னால், இந்திய மக்களை வேட்டையாடிய ஜேம்ஸ் ஜார்ஜ் ஸ்மித் நீல் என்ற ராணுவத் தளபதிக்கு அவரைக் கௌரவிக்கும் வகையில் சிலை வைக்கப்பட்டது. 'நீலன் என்ற காலன்' என்றழைக்கப்பட்ட அவரது சிலை இந்திய மக்களை அவமதிக்கும் சின்னமென்று அதை அகற்ற சுதந்திரப் போராட்ட வீரர்கள் போராடினர். 1937இல் நடைபெற்ற தேர்தலில் சென்னை ராஜதானிக்கு ராஜாஜி பிரதம மந்திரியான அதே ஆண்டு நவம்பர் மாதம் இரவோடு இரவாக அச்சிலை அகற்றப்பட்டு அருங்காட்சியகத்தில் முடங்கியது.

இப்போது எம்ஜிஆரின் சிலை அந்த இடத்தில்தான் நிறுவப்பட்டுள்ளது. கன்னிமாரா உணவு விடுதியை ஒட்டி

செல்லும் சாலையின் துவக்கத்தில் இந்திரா காந்திக்குச் சிலை வைக்க ஏசய்யா என்ற வழக்கறிஞர் அனுமதிபெற்றிருந்தும், காங்கிரஸ் கட்சியின் கோஷ்டிச் சண்டையில் சிலை நிறுவும் திட்டம் நிறைவேறாமல் போனது.

ஜெமினி மேம்பாலத்திற்குக் கீழே, முரட்டுக் குதிரையை வீரனொருவன் அடக்குவது போலொரு சிலையுள்ளது. அதன் கீழே '7/6/73 அன்று குதிரைப் பந்தயம் ஒழிக்கப்பட்ட தீர்மானத்தின் நினைவாக' என்று எழுதப்பட்டுள்ளது. குதிரைப் பந்தயம் சூதாட்டமல்லவென்றும், அச்சட்டம் செல்லாது என்றும் உச்ச நீதிமன்றம் 1995இல் தீர்ப்பளித்த பின்னரும் குதிரை வீரன் யாருக்காக அங்கே காத்திருக்கிறானென்று தெரியவில்லை.

ஜெமினி மேம்பால இறக்கத்தில் ஒதுக்குப் புறமாக பெரியார் சிலையொன்று உண்டு. ஒரே சாலையில் ஒருவருக்கு இரண்டு சிலைகள் உண்டென்றால் அது பெரியாருக்கு மட்டுமே. அவரது பிறந்த தினமான செப்டம்பர் 17ஆம் தேதி திமுகவினர் சிம்சன் அருகிலுள்ள சிலைக்கு மாலையிட்டால் அதிமுகவினர் ஜெமினி மேம்பாலத்திற்குக் கீழுள்ள சிலைக்கு மாலையிடுவர். இதிலும் பங்காளிக் காய்ச்சல்தான்.

நந்தனம் நுழைவாயிலில் பசும்பொன் முத்துராமலிங்கத்தின் சிலை சாலையோரமாக அமைக்கப்பட்டது மற்ற இடங்களில் சாதிப் பெயர்கள் அழிக்கப்பட்டிருந்தாலும் அவரது சிலைக்கும் அவரது பெயரிடப்பட்டுள்ள சாலைக்கு மட்டுமே விதிவிலக்கு அளிக்கப்பட்டுள்ளது.

சைதாப்பேட்டையில் சின்னமலைக்கருகில் வைக்கப்பட்ட ராஜீவ் காந்தி சிலை, மெட்ரோ ரயில் பாதையமைக்கவும் கத்திபாரா அருகே வைக்கப்பட்ட ஜவஹர்லால் நேருவின் சிலை மேம்பாலம் அமைக்கவும் இடம்பெயர்க்கப்பட்டன. இது மன்றோ சிலை முதல் மர்மலாங் பாலம் (தற்போது மறைமலையடிகள் பாலம்) வரை நடந்த கதை.

தெற்குக் கடற்கரைச் சாலையில் (காமராசர் சாலை) நடந்த வரலாற்று விபத்துகள் தனியானவை.

எம்ஜிஆர் சமாதியில் அமைக்கப்பட்ட குடை போன்ற நினைவுச் சின்னம் சுற்றுலாத் துறையின் லச்சினைபோல் இருக்கிறதென்று இடிக்கப்பட்டு பெரும் செலவில் புதிதாக வடிவமைக்கப்பட்டது. அதற்குப் புதிய வரவேற்பு வளைவும் அமைக்கப்பட்டது. பின்னர் இரட்டை இலைகளில் தொங்கும் குதிரையை, பறக்கும் குதிரை சிலை என்று கூறி களேபரமற்ற திறப்பு

விழாவும் அவசரகதியில் நடத்தப்பட்டது. அச்சிலையிலுள்ளது இறக்கைகளா, இலைகளா என்ற பட்டிமன்றம் நீதிமன்றத்தில் நடைபெற்றுவருகிறது.

அண்ணா சமாதிக்கு எதிரே சிவானந்தா சாலை (முன்னாள் ஆடம்ஸ் சாலை) நுழைவில் வைக்கப்பட்ட புத்தகம் தாங்கிய சிவானந்தரின் சிலையிலிருந்த புத்தகம் ஒருநாள் காணாமல் போய்விட்டதால் அவர் பல்கலைக்கழக வளாகத்தின் சுற்றுச் சுவர்களுக்குள் சிறைப்படுத்தப்பட்டார் அவருக்குப் புதிய புத்தகமொன்றும் வழங்கப்பட்டுள்ளது.

உலகத் தமிழர் மாநாட்டையொட்டித் தலைவிரிக் கோலத்துடன் கையில் சிலம்பேந்தி கோபக் கனலுடன் 'சான்றோரும் உண்டுகொல்' எனக் கேட்ட கற்புக்கரசி கண்ணகி யின் சிலை 2001இல் காணாமல் போய்விட்டதன் காரணம் இன்று வரை யாருக்கும் தெரியாது. அருங்காட்சியகத்தில் துயிலுற்றிருந்த அச்சிலையை மீட்கப் போராட்டங்கள் வலுத்தன. வழக்குகள் தொடுக்கப்பட்டன. மீட்க முடியாத வருத்தத்தில், கண்ணகியின் மற்றொரு சிலை அண்ணா சாலையிலுள்ள 'அன்பகம்' முன்னால் தோன்றியது. 2006ல் மறுபடியும் கண்ணகி மெரினா கடற்கரைக்கு வந்து சேர்ந்தாள்.

கண்ணகி சிலையின் பின்னாலுள்ள கடற்கரை, சுதந்திரப் போராட்ட காலத்தில் 'திலகர் திடல்' *(Thilak Ghat)* என்றழைக்கப்பட்டது. அங்கு இந்தியத் தலைவர்கள் பலர் பேருரைகளாற்றி மக்களுக்குச் சுதந்திர வேட்கையை ஊட்டினர். உட்கார வசதியாக சிமெண்ட் பெஞ்சுகளும் வானொலிச் செய்திகளை ஒலிபரப்பும் சாதனங்களுள்ள அறையும் இருந்தன. உலகத் தமிழர் மாநாட்டையொட்டி அவையெல்லாம் அகற்றப் பட்டன. திலகரின் நினைவாக 'திலகர் திடல்' என்ற பெயர்ப் பலகையாவது வைக்கவேண்டுமென்ற கோரிக்கை மறுக்கப்படவே சுதந்திரப் போராட்ட தியாகியொருவர் உயர் நீதிமன்றத்தை நாடினார். 2010இல் உயர் நீதிமன்றம் கொடுத்த உத்தரவின் பேரில் 'திலகர் திடல்' என்ற பெயர்ப் பலகை பொருத்தப்பட்டது.

மெரினா கடற்கரையில் தலைவர்களின் பேருரைகளைப் பொதுமக்கள் கேட்கும் வண்ணம் சீரணி அரங்கம் அமைக்கப் பட்டு கட்சிகளுக்கும் கலை, மதசார்பான விழாக்களுக்கும் வாடகைக்குத் தரப்பட்டது. பொதுப்பணித் துறையினரால் திடீரென்று இடிக்கப்பட்ட சீரணி அரங்கம் அதிகார ஆணவத்தால் தரைமட்டமாகியது. கடற்கரைக் காற்றை அனுபவித்துக்கொண்டே சீரிய கருத்துரைகளை மக்கள் கேட்கும் ஒரே வாய்ப்பும் பறிக்கப்பட்டது.

ராணி மேரிக் கல்லூரியை அகற்றிவிட்டு அவ்வளாகத்தில் தலைமைச் செயலகப் பகுதியொன்றை அமைக்க முற்பட்ட முயற்சிகள் பொதுமக்கள் எதிர்ப்பாலும் அதையொட்டித் தொடர்ந்த பொதுநல வழக்கின் மூலமாகவும் முறியடிக்கப்பட்டது. பாரம்பரியமிக்கக் கட்டிடங்களை இடிக்கக் கூடாதென்ற அடிப்படையில் உயர் நீதிமன்றம் தடை வழங்கியதில் ஏழைப் பெண்களுக்கான உயர்கல்வி நிறுவனம் காப்பாற்றப்பட்டது. பாரம்பரிய கட்டிடமென்று சொல்லிப் போராட முன்வந்தவர்களே அதை இடித்து புதிய கட்டிடத்தையெழுப்பி, 'கலைஞர் மாளிகை' என்று பெயரிட்டு மகிழ்ந்தது வரலாற்றுக் குற்றமே. அடுத்து வந்த ஆட்சியோ பெயரிலிருந்த முதல் வார்த்தையின் சில எழுத்துகளை முழுங்கியதில் 'கலை மாளிகை' என்ற பெயருடன் அக்கட்டிடம் நிற்பது வன்மத்திலும் வன்மம்.

நடிகர் திலகம் சிவாஜி கணேசன் மறைவுக்கு அஞ்சலி செலுத்தும் வகையில் வெங்கலச் சிலையை சாலையின் (காந்தி சிலையருகே) நடுவில் வைக்க அவரது ரசிகர் மன்றத்திற்கு அனுமதி வழங்கப்பட்டதையெதிர்த்து பொதுநல வழக்கொன்று தொடரப்பட்டது. உயர் நீதிமன்றம் இடைக்காலத்தடை விதிக்க மறுத்துவிட்ட நிலையில் சிலை திறப்பு விழாவும் ஜூலை 2006இல் நடந்தேறியது. ஏழாண்டுகளுக்குப் பின் இறுதிக்கட்ட விசாரணைக்கு அவ்வழக்கு வந்துள்ளது. சிலை போக்குவரத்திற்குக் குந்தகம் விளைவிக்கிறதா என்று அரசை உயர் நீதிமன்றம் கேட்டுள்ள நிலையில் சிலையை அகற்றக் கூடாதென்ற போர்க்குரலும் எழும்பியுள்ளது. கடற்கரைச் சாலையின் கிழக்கு ஓரப் பகுதிகளில் மட்டுமே பலரது சிலைகள் வைக்கப்பட்டிருப்பினும் சிவாஜியின் சிலையைச் சாலையின் நடுவிலமைக்க அனுமதித்ததின் காரணம் புரியவில்லை. சாலை நடுவில் சிவாஜியின் சிலை தொடர்ந்திருக்குமா என்பது நீதிமன்றத் தீர்ப்பைப் பொறுத்தது.

கடற்கரைச் சாலையின் தென்கோடியில் புதிய கலங்கரை விளக்கம் கட்டப்பட்டபின் உயர் நீதிமன்ற வளாகத்திலிருந்த கலங்கரை விளக்கம் வெறும் காட்சிப்பொருளாகிவிட்டது. அதன் பயன்பாடு நிறுத்தப்பட்ட பின்னர் சுற்றுலாப் பயணிகளிடம் நுழைவுக் கட்டணம் வசூலித்து பார்க்க அனுமதி அளிக்கப்பட்டு வந்தது. பின்னர் அதுவும் நிறுத்தப்பட்டு கலங்கரை விளக்கம் மேற்பார்வையின்றிப் பரிதாப நிலையிலுள்ளது. தனது சுழலும் விளக்கொளியில் கடலில் பயணிக்கும் கலங்களுக்கு வெளிச்சம் போட்டுக் கரையைக் காட்டுவதுபோல் உயர் நீதிமன்றமும் தன்னிடம் முறையிடும் வழக்காடிகளுக்கு தீர்ப்பளிப்பதால்

கலங்கரை விளக்கம் என்றே அழைக்கப்படுகிறது. கலங்கரை விளக்கமும் நீதிமன்றமும் ஒரே கட்டிடத்தில் இயங்கியது சென்னையில் மட்டுமே. இரவு நேரத்தில் கலங்கரை விளக்கக் கோபுரத்தை வடசென்னை மக்கள் காணும் வகையில் ஒளியூட்டும் விளக்குகளின் வெளிச்சம் அதன் மீது படரும்படி 60 லட்ச ரூபாய் செலவில் வண்ண விளக்குகள் பொருத்தப்பட்டன. கலங்கரை விளக்கத்திற்கே வெளிச்சமா என்று பலரும் கேட்டனர்.

அரசின் அடுத்த தாக்குதலுக்கு உள்ளானது காவல் துறைத் தலைவரின் அலுவலகக் கட்டிடம். *Perfect Unity* என்று அந்நாளில் *free Mason* குழுவினரின் ஓய்விடமாக விளங்கிய வெள்ளைக் கட்டிடத்தை இடித்துவிட்டுப் புதிய காவல் தலைமையகம் கட்ட அரசு முயன்றதைச் சுற்றுச்சூழல் ஆர்வலர்கள் தடுத்து நிறுத்தினர். பாரம்பரிய வரலாறுள்ள கட்டிடங்களைச் சட்டப்படி இடிக்க முடியாது என்று உயர் நீதிமன்றத்தில் தடையுத்தரவு பெற்றனர். அரசின் முயற்சி கைவிடப்பட்டு அக்கட்டிடம் பாரம்பரியத்தன்மை மாறாமல் புதுப்பிக்கப்பட்டு விரிவாக்கக் கட்டிடம் அவ்வளாகத்தின் பின்னால் கட்டப்பட்டதால் பாரம்பரிய சின்னமொன்று காப்பாற்றப்பட்டது.

சென்னைக் கடற்கரையையொட்டியுள்ள பகுதிகளில் முதலில் குடியேறிவர்கள் அங்குள்ள மீனவர்களே. அயோத்தியா குப்பம், நடுக்குப்பம், நொச்சிக்குப்பம் என்றழைக்கப்பட்ட மீனவ கிராமங்கள் அகற்றப்பட்டு குடிசை மாற்று வாரியத்தால் கட்டப்பட்ட அடுக்குமாடிக் குடியிருப்புகளில் அவர்கள் குடிவைக்கப்பட்டனர். மீன்பிடிக்கச் செல்லும் கட்டுமரங்களும் மீன்பிடி வலைகளும் கடற்கரையில் தொடர்ந்து வைக்கப்படுவது, சிங்காரச் சென்னையின் அழகைக் குலைக்கிறதென்று சென்னை மாநகராட்சியால் காவல் துறை உதவியுடன் அவை அகற்றப்படுவதையெதிர்த்த மீனவர்கள் சிலர் துப்பாக்கிக் குண்டுகளுக்கு இரையாயினர். அவர்கள் சார்பாக தொடுத்த வழக்கில் உச்ச நீதிமன்றம் அரசின் நடவடிக்கையைக் கண்டித்து கட்டுமரங்களையும் மீன்பிடி வலைகளையும் திருப்பித்தர உத்தரவிட்டது. உச்ச நீதிமன்ற அமர்விலிருந்த நீதிபதிகள் மூவரும் (ஓ. சின்னப்ப ரெட்டி (ஆந்திரா), ஈ.எஸ். வெங்கட்ராமய்யா (கர்நாடகா), பாலகிருஷ்ண எராடி (கேரளா)) தமிழர்கள் அல்ல. சென்னையில் மாநிலக் கல்லூரியிலும், சட்டக்கல்லூரியிலும் படித்தவர்கள் என்பதால் கடற்கரையைப் பற்றி அறிந்தவர்கள். வழக்கு விசாரணைக்கு வந்தபோது அரசின் தலைமை வழக்கறிஞரைப் பார்த்து நீதிபதிகள் கேட்ட கேள்வி இன்னும் நினைவிலிருக்கிறது:

"சென்னைப் பட்டினத்திற்கு அவர்கள் (மீனவர்கள்) முதலில் வந்தார்களா, அவர்களது தொழில் உபகரணங்களை அசிங்கமென்று கூறும் நீங்கள் (புதிய குடியேறிகள்) முதலில் வந்தீர்களா?"

அக்கேள்விக்குப் பதிலளிக்கத் தயங்கிய அரசு வழக்கறிஞரின் அறியாமையைச் சுட்டிக்காட்டிய நீதிபதிகள் வந்தேறிகளின் ஆதிக்க மனப்பான்மையால் விளைந்த அத்துமீறலை ரத்துசெய்து வரலாற்றுண்மையை நிலைநிறுத்தினர்.

ஆக்கிரமிப்புகள், சில அனுபவங்கள்

கடந்த வாரம் செய்தித் தாள்களில் வந்த இரு செய்திகள் பலரது கவனத்தையும் ஈர்த்திருக்கலாம். முதல் செய்தி கடந்த வெள்ளிக்கிழமையன்று உயர் நீதிமன்றத்தின் அனைத்து வாயில்களும் அடைக்கப்பட்டுப் பொதுமக்கள் எவரும் நுழைய முடியாதபடி பார்த்துக்கொண்டனர். மற்றொரு செய்தி தமிழக காங்கிரஸ் தலைவர் ஞானதேசிகன் முள்ளிவாய்க்கால் முற்றத்தின் சுற்றுச்சுவர்களை அகற்றியது சட்டப்படி தவறில்லை என்று கூறியிருந்தார்.

இவ்விரு செய்திகளுக்குமிடையே அடிநாதமாக ஓர் ஒற்றுமை இருக்கிறது. உயர் நீதிமன்றத்தின் வாயிற் கதவுகள் ஆண்டுக்கொருமுறை பூட்டப்படுவதின் பின்னணி பலருக்குத் தெரியாதிருக்கலாம். உயர் நீதிமன்ற வளாகமும் அதிலுள்ள கட்டிடங்களும் அரசுக்குச் சொந்தமானவை. அவை பொதுப்பணித் துறையின் பராமரிப்பிலிருக்கின்றன. அரசின் சொத்துகள் எவற்றையும் யாரும் ஆக்கிரமித்து விடாதபடி தடுக்கவே இம்முன்னேற்பாடு. அன்றைய தினத்தில் பொதுப்பணித் துறை அதிகாரிகள் அவ்வளாகத்தைச் சோதித்து அவ்வளாகத்திலும், அதிலுள்ள கட்டிடங்களிலும் எவ்வித ஆக்கிரமிப்பு களும் காணப்படவில்லையென்று, அதற்கான பதிவேட்டில் பதிவுசெய்து கையெழுத்திட்டு

வைத்துக்கொள்வார்கள். யாரேனும் அச்சொத்திற்குச் சொந்தம் கொண்டாடி நீதிமன்றத்தை நாடினால் அவர்கள் கூற்றைப் பொய்ப்பிப்பதற்கே இத்தகைய ஏற்பாடு.

ஒருவருடைய சொத்தை யாரேனுமொருவர், சொந்தக் காரரான அவரது விருப்பத்திற்கெதிராக பன்னிரெண்டு ஆண்டிற்கு மேல் அனுபவித்து வந்தால் அச்சொத்து தனக்கே உரியதென்று நீதிமன்றத்தில் வாதாடமுடியும். இப்படி சொத்துரிமையாளரின் விருப்பத்திற்கெதிராக வேறொருவர் உரிமை கோருவதைப் பல நாடுகள் அங்கீகரித்துள்ளன. ஆக்கிரமிப்பாளரே சொத்துரிமை கொண்டாடுவதற்கான கால நிர்ணயம் அநேகமாகப் பன்னிரெண்டு ஆண்டு முதல் பதினான்கு ஆண்டு வரை என்று பல நாடுகளின் சட்டம் (Law of Prescription) கூறுகிறது. 'Perfecting Title by Adverse Possession' என்று இதைச் சொல்வார்கள். பரதனின் தாய் கைகேயி, இராமனிடம் "ஆழி சூழ் உலகமெல்லாம் பரதனே ஆள, நீ போய் ஏழ் இரண்டு ஆண்டின் வா என்று இயம்பினன் அரசன்" என்று கூறியதாக கம்பன் சொல்கிறார். இராமன் காட்டிற்குப் போய்த் திரும்பி வந்தாலும் அவன் அயோத்தியை ஆளும் உரிமை பறிபோய்விடும் என்ற அடிப்படையில்தான் பதினான்கு ஆண்டுகளுக்குப் பிறகு வருமாறு அவனது சிற்றன்னை கேட்டுக்கொண்டாள்.

சட்டத்தில் தனிப்பட்டவர்களின் சொத்துக்கு பன்னிரெண்டு ஆண்டுகள் காலவரையறை இருப்பதுபோல் அரசின் சொத்துகளுக்கு முப்பது ஆண்டுகள் காலவரையறை விதிக்கப்பட்டுள்ளது. அரசின் சொத்துகளை யாரேனும் தன்னுடையது என்று கோரி உரிமையியல் நீதிமன்றங்களை அணுகினால் அதற்கு எதிர்வினையாக அரசு வாதாடுவதற்கேற்ப ஆண்டுக்கொருமுறை அரசு சொத்துகளை ஆய்வுசெய்து, சட்டப்பாதுகாப்புக்கான பதிவேடுகள் வைத்துக்கொள்ளப்படுகின்றன. உயர் நீதிமன்றத்திற்கு மட்டுமல்லாமல் பொதுமக்கள் பயன்பாட்டிலுள்ள அனைத்துப் பொதுச்சொத்துகளுக்கும் இவ்வித ஏற்பாடுகள் உண்டு. ரயில் நிலையங்களிலும் ரயில்வே பாலங்களிலும் இப்படிப்பட்ட ஆய்வுக்குறிப்புகள் ஆண்டுதோறும் பதியப்பட்டிருப்பதைப் பார்க்கலாம்.

நிலத்தையோ வீட்டையோ ஒருவரது அனுபவத்திற்கு வாடகை (அ) குத்தகைக்கு விட்டிருந்தால் அச்சொத்து பறிபோய்விடுமா என்ற அச்சம் சொத்து வைத்திருப்பவர் பலருக்கு எழுவதுண்டு. சொத்துரிமையாளரின் அனுமதியின் பேரில் அனுபவப் பாத்யதைக் கொண்டாடுபவர்கள் எவ்வளவு ஆண்டுகளாயினும் அச்சொத்து தமதென்று

உரிமை கோரமுடியாது. சொந்தக்காரரின் இசைவின் பேரில் அனுபவிப்பது வேறு, இசைவின்றி ஆக்கிரமித்து அனுபவிக்கும் உரிமை வேறு. அதனால்தான் குடிமையியல் (அ) உரிமையியல் சட்டங்களில் சொத்தைத் தக்க வைத்திருப்போருக்கு 90 விழுக்காடு சொத்துரிமையுண்டு *(Possesion is Nine Point in Law)* என்று கூறுவர். சொத்துரிமையை நிலைநாட்டி தம் பாதுகாப்பில் வைத்திராதோர் அச்சொத்தைச் சட்டப்படி இழப்பதற்கும் வாய்ப்புண்டு. சமீபத்தில் உச்ச நீதிமன்றம் ஒரு வழக்கில் பன்னிரெண்டு ஆண்டு காலவரையறையை மறுபரிசீலித்துச் சட்டத்தைத் திருத்தும்படி அரசுக்கு ஆலோசனை கூறியுள்ளது.

○ ○ ○

முன்னாட்களில் அரசர்கள் படையெடுத்துப் பக்கத்து நாடுகளைப் பலவந்தமாக இணைத்துக்கொண்டதுதான் வரலாறு. அமெரிக்கா, ஐரோப்பிய வந்தேறிகளின் பதின்மூன்று காலனிகளால் உருவானது. பின்னர் 'வல்லான் வகுத்த வழி' என்றடிப்படையில் மேற்குப் பிரதேசங்கள் முழுவதையும் துப்பாக்கி முனைகளில் ஆக்கிரமித்து விரிவுபடுத்திக்கொண்ட நாடாகியது. அங்குள்ள பூர்வகுடிகளான செவ்விந்தியர்கள் ஈவிரக்கமின்றிக் கொல்லப்பட்டு அவர்களின் இரத்தத்தில் எழுப்பப்பட்டதுதான் இன்றுள்ள அமெரிக்க ஐக்கிய நாடுகள்.

இந்தியாவில் வணிகம்செய்ய வந்த பிரிட்டிஷ் கிழக்கிந்திய கம்பெனியினர் வியாபாரம் செய்யவும், குடியிருக்கவும் இந்திய மன்னர்களிடம் அனுமதிபெற்று பின்னர் தங்களுடைய ஆளுமையைச் சிறிது சிறிதாக விரிவுபடுத்தி காலனியாட்சியை ஏற்படுத்தினர். 'கும்பெனி' ஆதிக்கத்தை ரத்துசெய்து பின்னர் விக்டோரியா மகாராணி இந்தியாவின் பேரரசியாக முடிசூடிக் கொண்டதும் அவளது வாரிசுகள் படிப்படியாக பிரிட்டிஷ் இந்தியாவை அவர்களது ஆதிக்கத்திற்குட்படுத்தியதுதான் காலனிய வரலாறு. அவர்களடித்த கொள்ளையின் ஒரு பகுதி இந்திய விவசாயிகளிடமிருந்து வசூலித்த நிலவரி. நிலச்சீர்திருத்தம் என்ற பெயரில் நிலங்களை சர்வேசெய்து அதற்குண்டான நிலவரியைக் கட்டாயமாக வசூலிக்க மாவட்டங்களில் நியமிக்கப்பட்டவரே மாவட்ட கலெக்டர்கள். தமிழில் மாவட்ட ஆட்சியர் என்றழைக்கப்பட்டாலும் அதன் ஆங்கில மூலம் (வரி) 'வசூலிப்பவர்' என்பதுதான். வட மாநிலங்களில் அப்பெயர் மாற்றப்பட்டு மாவட்ட நடுவர் (அ) மாவட்ட ஆணையர் என்றழைக்கப்பட்டாலும் தென் மாநிலங்களில் 'கலெக்டர்' என்றே அப்பதவி அழைக்கப்பட்டு வருகிறது.

நிலவரி 'கிஸ்த்' என்றழைக்கப்படும். அதனால்தான் வீரபாண்டிய கட்டபொம்மன் ஜாக்சன் துரையிடம் 'உனக்கேன் கொடுப்பது கிஸ்தி?' என்று கேட்பதாக ஒரு வசனம் திரைப்படத்திலுண்டு. உண்மை வரலாற்றில் கட்டபொம்மன் கிஸ்த் கொடுக்கத் தயாராகவே இருந்தார். மீறி விதிக்கப்பட்ட அநியாய அபராதத் தொகையைப் பற்றிக் கேட்க ஜாக்சன் துரையைச் சந்திக்க வந்தபோது, துரை பார்க்க மறுத்து அலைக்கழித்து கட்டபொம்மனின் பொறுமையைச் சோதித்தான்.

சொந்தம் கொண்டாடிய நிலத்தில் சாகுபடி செய்தவர்களிடம் மட்டுமே நிலவரி வசூலிக்கப்படும். அவர்கள் பெயர் கிராம நிலப்பதிவேட்டில் பதிவுசெய்யப்பட்டு கலெக்டர்கள் நடத்தும் ஜமாபந்தியின்போது விண்ணப்பத்தின் பேரில் பட்டா வழங்கப்படும். 1905ஆம் ஆண்டு வரை இங்குள்ள நிலங்களில் வெள்ளையர்களுக்கு எவ்வித உரிமையுமில்லை. பிரிட்டிஷ் இந்தியாவை, ராணுவ பலத்துடன் தங்களுடைய முழு நிர்வாக கட்டுப்பாட்டிற்குள் கொண்டுவந்த பிறகு இந்தியாவின் பேரரசராக ஏழாவது எட்வர்டு மன்னர் முடிசூட்டிக்கொண்டார். இந்தியாவே சட்டப்படி தங்களுக்குச் சொந்தம் என்னும் வகையில் '1905ஆம் ஆண்டின் நில ஆக்கிரமிப்புச் சட்டம்' இயற்றப்பட்டது. கோயில் நிலங்களும் வீட்டு மனைகளும் தவிர அனைத்து நிலங்களும் அரசின் பொறுப்புக்கு வந்தது. அரசின் பொறுப்பிலுள்ள நிலங்களை ஆக்கிரமித்தவர்களிடம் தண்டத் தீர்வை வசூலிக்கப்பட்டது. தண்டத் தீர்வை வசூலிக்கும் அறிவிப்பு 'B-Memo' என்றழைக்கப்பட்டது. ஆக்கிரமிப்பாளர்களை அகற்ற எப்போதாவது அரசு விழைந்தால் உரிய அறிவிப்புடன் அவர்களை நிலங்களிலிருந்து, வருவாய் அதிகாரிகள் அகற்றவும் அவ்வுத்தரவையெதிர்த்துப் பாதிக்கப்பட்டவர்கள் நீதிமன்றம் செல்லவும் சட்டத்தில் இடமுண்டு.

ஆக்கிரமிப்பாளர்களே நாட்டின் சொந்தக்காரர்களாகவும், குடிமக்களனைவரையும் ஆக்கிரமிப்பவர்களாகவும் மாற்றிய 1905ஆம் ஆண்டின் சட்டத்தை இந்திய மக்கள் கடுமையாக எதிர்த்தும் பயனில்லை. வங்க மாநிலப் பிரிவினையையும் நிலஅபகரிப்புச் சட்டங்களையும் கடுமையாக எதிர்த்த தேச பக்தர்களின் குரலை ஒலிக்கும் வண்ணம் பாரதியார் 1906இலேயே கீழ்க்கண்டவாறு பாடியதில் வியப்பில்லை –

ஆயிரம் உண்டிங்கு ஜாதி – எனில்
அன்னியர் வந்து புகல்என்ன நீதி?

நிலத்தில் தண்டத் தீர்வைச் செலுத்தி அனுபவிப்பவர்கள் 'B-Memo' ரசீதுகளின் அடிப்படையில் நிலம் தங்களுடையதென்று

விற்பதும் பத்திரப் பதிவுத் துறை கட்டணம் வாங்கிக் கொண்டு அதைப் பதிவுசெய்வதும் அன்றாட நிகழ்வுகளாகிவிட்ட ஒரு கேலிக்கூத்து.

நாடு சுதந்திரம் பெற்ற பிறகும் சென்னை போன்ற நகரங்களில் புதிதாக மக்கள் குடியேறும் சூழ்நிலைகள் இல்லாததைக் கருதி அரசு சென்னை நகர வளர்ச்சிக் கட்டளை *(City Improvement Trust)* சட்டத்தை உருவாக்கியது. அதன்படி வீட்டு மனைக்கான நிலங்களைப் பெருமளவில் வைத்திருப்போர்களிடமிருந்து கையகப்படுத்திப் புதிய குடியிருப்புகள் உருவாக்கப்பட்டன. குடியேறும் உழைக்கும் மக்களுக்குக் குறைந்த வாடகையில் இருப்பிடம் அளிக்க விழைந்தது அச்சட்டம். அதன்படி உருவான குடியிருப்புகளே தியாகராய நகரில் உள்ள சி.ஐ.டி. நகரும், மயிலாப்பூரில் உள்ள சி.ஐ.டி. காலனியும். கிராமப்புறப் பாட்டாளிகளை நகருக்கு வரவழைத்து புதிய நகர்ப்புறப் பாட்டாளிகளை உருவாக்கச் சொற்ப வாடகையில் உருவாக்கப்பட்ட அக்குடியிருப்புகள் இன்று கைமாறிச் செல்வந்தர்கள் பலர் வாழுமிடமாகிவிட்டது சோகக்கதை.

வீட்டு வாடகை அதிகரித்து வருவதும், அதைக் கொடுக்க முடியாமல் திண்டாடும் குடித்தனக்காரர்களை வீட்டுச் சொந்தக்காரர்கள் விரட்டுவதையும் ஒழுங்குபடுத்த 1960ஆம் ஆண்டின் கட்டிடம் (குத்தகை மற்றும் வீட்டு வாடகை) ஒழுங்குபடுத்தும் சட்டம் உருவாக்கப்பட்டது. இருப்பிடங்களை விட்டுக் குடித்தனக்காரர்களைக் காரணமின்றி வெளியேற்றுவதை அச்சட்டம் தடுக்க முயன்றது. ராட்சத வேகத்தில் வளர்ச்சி பெற்ற தொழிற்சாலைகளில் வேலை பார்க்கும் உழைக்கும் மக்களின் எண்ணிக்கையோ லட்சக்கணக்கில் பெருகியது. அதேபோல் மத்தியதர வர்க்கத்தினருக்கு வீட்டு வேலைகள் செய்ய ஆள்களும் தேவைப்பட்டனர்.

பல்லாயிரக்கணக்கில் நகரை நோக்கி வந்த மக்கள் கூட்டம் அடையாறு, கூவம் நதிக்கரையோரங்களிலும் பக்கிங்காம் கால்வாயோரத்திலும் ஓலைக்குடிசையமைத்து வாழத் தொடங்கியது. இன்றும் பலர் சாலையோரங்களிலும் நடைபாதைகளிலும் வாழ்ந்து வருகின்றனர். 1970ஆம் ஆண்டு சென்னை மாவட்ட ஆட்சியராக இருந்த பத்ரிநாத்தின் அறிக்கை 43 விழுக்காடு மக்கள் குடிசைப் பகுதிகளிலும் நடைபாதைகளிலும் வசிப்பதாகக் குறிப்பிட்டது. எனவே குடிசைவாழ் மக்கள் நலம் கருதி 1971ஆம் ஆண்டு தமிழ்நாடு குடிசை மாற்று வாரியம் உருவாக்கப்பட்டது. அதனால் குடிசைகள் செங்குத்தான

சிமெண்ட் குடிசைகளாக மாறிவிட்டன. குடிசைப் பகுதிகளை மேம்படுத்தி வாழத் தகுதியுள்ளதாக மாற்ற முனைந்த அவ்வாரியம் அடுக்குமாடிக் குடியிருப்புகளைக் கட்டியது. குடிசைப் பகுதிகள் மாற்று வாரியமா (அ) அகற்றும் வாரியமா என்ற கேள்விக்கு அரசிடமே விடையுண்டு. அவ்வாரியத்தின் குறிக்கோளாக அதனுடைய சின்னத்தில் 'ஏழையின் சிரிப்பில் இறைவனைக் காண்போம்' என்று எழுதியுள்ளது கேலிக்குரியது.

1983ஆம் ஆண்டு நடைபாதையில் வசிப்பவர்களை அரசாங்கம் பலவந்தமாக அகற்ற முன்வந்தபோது அவர்கள் சார்பில் பொதுநலன் கருதிய வழக்கு உச்ச நீதிமன்றத்தில் தொடுக்கப்பட்டது. அவ்வழக்கில் நடைபாதைவாசிகளுக்கும் வாழ்வுரிமையுண்டு என்று வாதாடியதில் உச்ச நீதிமன்றம் 1984இல் முக்கிய தீர்ப்பை வழங்கியது. நகர்ப்புறங்களில் குடிசைப் பகுதிகளிலும், நடைபாதைகளிலும் வசிப்பவர்களை அகற்ற அரசு முயலும்போது மாற்று இருப்பிடங்களை அம்மக்களுக்கு அளிக்க வேண்டுமென்று அத்தீர்ப்பில் கூறப்பட்டது. ஏழையின் சிரிப்பில் இறைவனைக் காண விரும்பிய குடிசை மாற்று வாரியத்தின் குறிக்கோளை நீதிமன்றம் அரசுக்கு நினைவூட்டியது.

அத்தீர்ப்புக்குப் பின் விளைந்ததெல்லாம் ஒரு துன்பவியல் சரித்திரமே. சென்னையில் வாழ்ந்த ஏழை மக்கள் பலவந்தமாக அப்புறப்படுத்தப்பட்டு கண்ணகி நகரிலும் செம்மஞ் சேரியிலும் சிறைப்படுத்தப்பட்டுள்ளனர். சுய வேலைகளிலும், வீட்டு வேலைகளிலும் ஈடுபட்ட ஆயிரக்கணக்கானோரின் வாழ்வுரிமையைப் பறித்ததோடு, அவர்களின் குழந்தைகளின் கல்வியுரிமையும் பறிக்கப்பட்டுள்ளது. சென்னை மாநகராட்சியின் 43 பள்ளிகள் மூடப்பட்டுள்ளதே இம்மாபெரும் மனித இடப்பெயர்ச்சியின் விளைவு. மாற்றிட ஏற்பாடு என்ற பெயரில் மனிதர்களின் வாழ்வுரிமையை பறித்ததை ஆதரிக்க முடியாது. புலம்பெயர்க்கப்பட்ட அம்மக்கள் இன்று வாழுமிடங்கள் முள்வேலி முகாம்களே.

சாலையோரக் குடியிருப்புகளும் சில்லறை வணிகங்களும் போக்குவரத்தைத் தடைசெய்கின்றன, சிங்காரச் சென்னையின் சௌந்தர்யத்தைச் சீர்குலைக்கின்றன எனக் கூறி அவற்றை எவ்வித முன்னறிவிப்புமின்றி அகற்றுமாறு சென்னை உயர் நீதிமன்றத்தின் டிவிஷன் பெஞ்ச் பிப்ரவரி 2005இல் உத்தரவிட்டது. நடவடிக்கையெடுத்த விவரங்களை தொடர் அறிக்கைகளாக உயர் நீதிமன்றத்தில் சமர்ப்பிக்கவும் உத்தரவிடப்பட்டது. அதையொட்டி போக்லைன்களும் புல்டோசர்களும் ஏழை மக்களின் குடியிருப்புகளை எவ்வித முன்னறிவிப்புமின்றித்

தகர்த்தெறிந்தன. டிவிஷன் பெஞ்ச்சின் உத்தரவு தவறென்றும், ஆக்கிரமிப்புகளானாலும் அவற்றைச் சட்ட முறைப்படியே அகற்ற வேண்டுமென்றும் நில ஆக்கிரமிப்புச் சட்டமானாலும் பொது இடங்களில் அதிகாரமின்றி குடியிருப்போரை அகற்றும் சட்டமானாலும் முன்னறிவித்து, காரணம் கேட்டு உரிய உத்தரவின்படியே அகற்றப்பட வேண்டுமென்று நீதிபதி பி.கே. மிஸ்ரா தலைமையிலான மூன்று நீதிபதிகள் அமர்வு உத்தரவிட்ட பின்னரே 'இடிக்கும் படைகள்' பாசறைக்குத் திரும்பின. நெடுஞ் சாலைத் துறைக்கும் இவ்வுத்தரவு பொருந்துமென்று அத்தீர்ப்பில் கூறப்பட்டுள்ளது.

முள்ளிவாய்க்கால் நினைவு முற்றத்தின் சுற்றுச்சுவரை அகற்றியது சட்டப்படி தவறல்ல என்று ஞானதேசிகன் அரசியல் காரணங்களுக்காகக் கூறியிருக்கலாம். சிறந்த மூத்த வழக்கறிஞரான அவர் பல வழக்குகளில் முன்னறிவிப்பின்றி ஆக்கிரமிப்புகள் அகற்றப்பட்டதைத் தவறென்று நீதிமன்றத்தில் வாதாடி வெற்றியும் பெற்றிருக்கிறார்.

'சான்றோரும் உண்டுகொல்' என நினைவு முற்றத்திலுள்ள தமிழன்னை கேட்பதற்கு ஞானதேசிகன் பதில் சொல்வாரா?

என்று தணியும் இந்த விளம்பர மோகம்?

அவதூறு வழக்கொன்றில் ஆஜராகத் திண்டுக்கல் நீதிமன்றத்திற்கு வரவிருந்த திமுக பொருளாளர் ஸ்டாலினை வரவேற்க அவரது கட்சி வழக்கறிஞர்கள் 'ப்ளெக்ஸ் போர்டு'களை வைத்தனர். அவற்றை அதிமுக வழக்கறிஞர்கள் அகற்றினர். அதை யொட்டி நடந்த கலவரங்களை காவல் துறையினர் தடியடி நடத்திக் கட்டுக்குள் கொண்டுவந்தனர். இந்தச் சம்பவத்திற்கு எதிர்வினையாக மாவட்ட திமுகவினர் வாய்தா தேதியன்று நீதிமன்றம் முன் பெருந்திரளாக குழுமியதும், அதிமுகவினர் வைத்த 'ப்ளெக்ஸ் போர்டு'களை அகற்ற முனைந்ததும் செய்தித்தாள்களில் வந்தது.

குற்றவாளி என்ற அடிப்படையில் சம்மன் பெற்று நீதிமன்றத்திற்கு ஆஜராகும் அரசியல் வாதிகள் வெற்றிச் சின்னமாக இரு விரல்களை உயர்த்திக் காட்சி தருவதும், குற்றவாளியான அரசியல்வாதியை அவர்களது கட்சி வழக்கறிஞர்கள் சீருடையுடன் பார்கவுன்சில் விதிகளுக்குப் புறம்பாக பொதுவெளியில் நிற்பதும் கேலிக்கூத்தான செயல்களே. 'ப்ளெக்ஸ் போர்டு'களும் 'கட்அவுட்'டுகளும் வைத்து குற்றவாளிகளை வரவேற்பது அவலங்களின் உச்சகட்டம். குற்றம் சாட்டப்பட்ட அரசியல் தலைவர்கள் நீதிமன்ற வழக்குகளில் தாங்கள் ஆஜராகுவதைத் திருவிழாக்கள்போல் நடத்த முற்படுவதும், அதையொட்டி நீதிமன்றங்களில் ஏற்படும் தள்ளுமுள்ளுகளும் இரு கழகங்களின்

ஆட்சியிலும் பெருகிவிட்டன. தேமுதிக தலைவர் நாகர்கோவில் நீதிமன்றத்தில் ஆஜராகியபோது ஏற்பட்ட சம்பவங்களில் அவர்மீது ஆளுங்கட்சி நியமித்த அரசு வழக்கறிஞர் கொடுத்த புகாரின் மீது கொலைசெய்ய முயன்றதாக வழக்குத் தொடுக்கப்பட்டதை மறந்துவிட முடியாது.

விளம்பரத் தட்டிகள் வைக்கும் கலாச்சாரம் தமிழகத்தில் உச்சகட்டத்தை எட்டியுள்ளது. காது குத்தல், பூப்பெய்தல், புதுமனை புகுதல், இருமுடி கட்டுதல், திருமணங்கள், நீத்தார் நினைவு என்று அனைத்து வைபவங்களுக்கும் பட்டிதொட்டிகளிலெல்லாம் வைக்கப்படும் விளம்பரப் பதாகைகள் கணக்கிலடங்கா. அரசியல் கட்சிகளின் விளம்பர விபரீதங்களால் பாதிக்கப்பட்டுத்தான் குடும்ப விழாக்களிலும் விளம்பரங்கள் பெருகிவிட்டன. 2001 தேர்தலுக்குப் பின் எதிர்கட்சித் தலைவராயிருந்த கருணாநிதி, மெரினா கடற்கரையில் காற்று வாங்கச் சென்ற மக்களிடம் எச்சரிக்கையொன்றை விடுத்தார். "கொஞ்சம் ஏமாந்தால் உங்கள் முதுகிலும் அம்மையார் போஸ்டர் ஒட்டப்படும், ஜாக்கிரதை!"

இந்த 'கட்அவுட்', 'ப்ளெக்ஸ் போர்டு' கலாச்சாரம் எப்படி உருவானது? ஐம்பதுகளிலும் அறுபதுகளிலும் அடுப்புக்கரியாலும் சாலை போடும் தாரிலும் பொதுவிட சுவர்களில் எழுதிக் கட்சிப் பிரச்சாரத்திற்கு அரசியல் கட்சிகள் களம் அமைத்தன. சிறிய அளவில் (20" x 30") மர அச்சுக்களைக் கொண்டு தயாரித்த சுவரொட்டிகளுடன் பிரச்சாரப் பணி முடிவுற்றன. மிஞ்சிப் போனால் வர்ணப் பொடிகளில் வஜ்ரத்தைச் சேர்த்து சுவர் விளம்பரங்கள் செய்யப்பட்டன.

இதையொட்டி 1959ஆம் ஆண்டு தமிழ்நாடு திறந்த வெளிகள் (உருக்குலைப்பு தடுக்கும்) சட்டம் காங்கிரஸ் அரசால் இயற்றப்பட்டது. பொதுவிடங்களிலும் மோட்டார் வாகனங்களிலும் சுவரொட்டிகள் ஒட்டப்படுவதைத் தடுக்கவும், காவல் துறையினர் பிடியாணையின்றி குற்றமிழைப்போரை கைதுசெய்யவும், மீறுபவர்களுக்கு ஓராண்டு வரை சிறை தண்டனை அளிக்கவும் சட்டம் வழிவகுத்தது. ஆளும் காங்கிரசையெதிர்த்துப் பொதுவிடங்களில் சுவர் விளம்பரங்கள் செய்த திமுகவினரையும் கம்யூனிஸ்டு கட்சியினரையும் தடுக்கவே இச்சட்டம் கொண்டுவரப்பட்டது.

1971இல் கலைஞர் முதலமைச்சரான பின் போட்டோ லித்தோ அச்சகத்தில் வர்ணக் கலவைகளில் அச்சடிக்கப்பட்டு அவரது உருவம் தாங்கிய மாபெரும் சுவரொட்டிகள் தமிழகத்தின் சுவர்களைத் தவறாது ஆக்கிரமித்தன. எதிர்கட்சிகளின் சுவரொட்டிகளும், சினிமா விளம்பரங்களும் நகரத்தின்

சுவர்களை மறைக்க முயன்றபோது, சுவரொட்டிகளுக்கான வழிமுறைகளைச் சென்னை மாநகராட்சி உருவாக்கியது. கட்டணம் செலுத்திவிட்டு மாநகராட்சி முத்திரையுடன் மட்டுமே சுவரொட்டிகளை ஒட்டலாமென்ற விதி உருவானது. ஒப்புதலற்ற சுவரொட்டிகள் கிழித்தெறியப்பட்டன. மிஞ்சியவை பசித்த கால்நடைகளுக்கு உணவாயின.

இதற்கிடையில் அரசியல்வாதிகளின் சொந்தங்களும் பினாமிகளும் விளம்பர ஏஜென்சிகளை உருவாக்கினர். அதன் மூலம் ராட்சத வடிவுள்ள இரும்பினாலான விளம்பரப் பலகைகளை (hoardings) பொதுவிடங்களில் அமைத்து மிகப் பெரும் வருவாயை ஈட்டினர். நாளடைவில் நெடுஞ் சாலைகளின் இரு புறங்களையும் ஆக்கிரமித்த பலகைகளும், கட்அவுட்டுகளும் சென்னை நகரத்தின் வான்வெளிகளை மறைத்தன. விளம்பரப் பலகைகளுக்கு உரிமம் வழங்குவது வருவாய்த் துறையா மாநகராட்சியா என்ற சட்டச் சிக்கல்களுக்கிடையே விளம்பர ஏஜென்சிகள் குளிர் காய்ந்தன. பொதுவிடங்களில் பலகை வைத்தால்தானே பிரச்சினை வருகிறதென்று சாலைகளையொட்டிய தனியார் மனைகளிலும் கட்டிடங்களின் மீதும் விளம்பரப் பலகைகள் வைக்கப்பட்டன. விளம்பரப் பலகைகளில் பொருத்தப்பட்ட நியான் விளக்குகளின் வெளிச்சம் வாகன ஓட்டிகளின் கவனத்தைச் சிதறடித்தது. போக்குவரத்துக் காவல் துறையினர் அத்தகைய விளம்பரப் பலகைகளுக்கு விதித்த தடை நீதிமன்றத்தின் உத்தரவுகளால் முடக்கப்பட்டன.

அண்ணாசாலையிலுள்ள தர்கா அருகேயிருந்த சிக்னல் விளக்குகள்கூட நடைபாதையில் நட்டு வைத்த விளம்பரப் பலகைகளால் மறைக்கப்பட்டது. பிறகு பெரிய மனதுடன் விளம்பரமுகவர் விளம்பரப் பலகையிடையில் துவாரம் அமைத்து அதன் வழியாக சிக்னல் விளக்குகளைப் பார்க்க அனுமதித்த செயலிலிருந்தே அவர்களது ராஜ்ஜியம் எவ்வளவு கொடிகட்டி பறந்தது என்று தெரிந்துகொள்ளலாம்.

உயர் நீதிமன்றத்தின் உத்தரவுப்படியே விளம்பரப் பலகைகள் நிறுவப்பட்டுள்ளதாக அப்பலகைகளில் அடியில் எழுதப்பட்டிருந்ததைப் படித்த மக்களின் கோபம் நீதிமன்றத்தின் மீது திரும்பியது. ஆபாச விளம்பரங்களையெதிர்த்து மகளிர் அமைப்புகள் நடத்திய போராட்டங்கள், சட்டம், ஒழுங்கு என்ற போர்வையில் தடுக்கப்பட்டன. விளம்பர முகவர்களும் அரசியல்வாதிகளின் தொடர் ஆசீர்வாதம் பெற விழைந்து தலைவர்களின் கட்அவுட்டுகளைப் பொதுவிடங்களில் நிறுவித்

தங்களது வருமானத்தைப் பன் மடங்கு பெருக்கிக்கொண்டனர். முதல் நாள் சினிமா ரிலீஸ் அன்று ரசிகர்கள் தங்களது இதய தெய்வங்களுக்கு கட்அவுட்டுகள் வைத்துப் பாலபிஷேகமும் பீரபிஷேகமும் செய்து நேர்த்திக் கடன்களை முடித்துக் கொண்டதைக் கண்ணுற்ற வெளி மாநிலத்தினர் அதன் பிறகு தமிழர்களை ஒரு மாதிரியாகப் பார்க்கத் தொடங்கினர்.

1998ஆம் ஆண்டு ஒரு அவசரச் சட்டம் மூலம் சென்னை மாநகராட்சி சட்டம் திருத்தப்பட்டு விளம்பரப் பலகைகள் வைப்பதை ஒழுங்குபடுத்தவும், அதற்குரிய கட்டணங்களை வசூலிக்கவும் விதிகள் உருவாக்கப்பட்டன. புதிய விதிகள் பொதுவிடங்களிலும் தனியாரிடங்களிலுமுள்ள விளம்பரப் பலகைகளைக் கட்டுப்படுத்துவதாக அமைந்தது. அச்சட்டத் திருத்தத்தையெதிர்த்துப் பல விளம்பர முகவர்கள் உயர் நீதிமன்றத்தில் வழக்குகள் தொடுத்துத் தடையுத்தரவுகளைப் பெற்றனர். தனியாருக்குச் சொந்தமான மனைகளில் விளம்பரப் படுத்துவதை அரசு தடுக்கமுடியாதென்று வாதாடப்பட்டது. ஆனால் தலைமை நீதிபதி ஏ.பி. ஷா அடங்கிய டிவிஷன் பெஞ்ச் அம்மனுக்களை 2007இல் தள்ளுபடி செய்து, அச்சட்டத்தைக் காப்பாற்றியது. விளம்பரப் பலகைகளின் சதுரளவு, செலுத்தப்பட வேண்டிய கட்டணம், விளம்பரப் பலகை வைக்கக்கூடிய இடங்கள் பற்றி விதிகள் வரையறுத்தன.

சென்னை நகருக்கு வெளியே அமைந்த விமான நிலையத்தை யொட்டி செல்லும் நெடுஞ்சாலை எண் 45இன் இருபுறங்களிலும் மாபெரும் விளம்பரப் பலகைகள் கண்ணைக் கூசவைக்கும் ஒளிவிளக்குகளுடன் நிறுவப்பட்டன. பல்லாவரம் மற்றும் புனித தோமையர் மலை கன்டோன்மென்டுகளிடம் அனுமதிபெற்று வைத்துள்ளதாக விளம்பர முகமை நிறுவனங்கள் கூறிவந்தன. விமானமிறங்கும் பாதையும், நெடுஞ்சாலையும் அருகருகில் இருப்பதால் விமான ஓட்டிகள் பலர் இரவு நேரத்தில் விமானங்களைத் தரையிறக்கும்போது குழப்பமேற்படுவதாகக் கூறிய பின்னர் தேசிய விமான நிலையங்களின் ஆணையம் உயர் நீதிமன்றத்தில் விளம்பரப் பலகைகளை அகற்றக் கோரி வழக்கொன்றைத் தொடுத்தது. அதை விசாரித்த உயர் நீதிமன்ற டிவிஷன் பெஞ்ச் விமானப் பயணிகளின் பாதுகாப்பு கருதி விளம்பரப் பலகைகளை உடனடியாக அகற்றவும், விளம்பரப் பலகைகளுக்கு அளித்துவந்த மின் இணைப்புகளைத் துண்டிக்கவும் உத்தரவிட்டது. இவ்விரு தீர்ப்புகளுக்கெதிராக விளம்பர முகவர்கள் தொடுத்த மேல்முறையீடுகளை உச்ச நீதிமன்றம் 2008இல் தள்ளுபடிசெய்தது. விளம்பரப் பலகைகள் அகற்றப்பட்ட பின்னரே சென்னை நகர சாலைகள் விரிவாகத்

தோற்றமளித்ததுடன் இருபுறங்களிலுமிருந்த கட்டிடங்களும் கண்ணுக்குப் புலப்பட்டன.

சாலையையும் நடைபாதைகளையும் மறைத்த விளம்பரப் பலகைகள் அகற்றப்பட்டது மக்களின் பேராதரவைப் பெற்றது. ஒரு வருத்தம் என்னவென்றால் அதில் குடியிருந்த காகங்கள் தங்களது கூடுகளையிழந்தன. அதனடியில் கோணிப்பை குடிசைகளமைத்து வாழ்ந்த ஏழைகளுக்கு வானமே கூரையாகிவிட்டது.

இவ்விரு தீர்ப்புகளும் விளம்பர முகமை நிறுவனங்களை மட்டுமல்லாமல் அரசியல் கட்சிகளையும் அதிர்ச்சிக்குள்ளாக்கின. தங்களது படங்களை வீதிகள் தோறும் தினசரி கண்டு மகிழ்ந்த சுயமோகத்திற்கு வந்த முடிவு அவர்களை யோசிக்க வைத்தது. பின்னர் விளைந்தது ஒரு புதிய அரசாணை. மாவட்ட ஆட்சித் தலைவர்களுக்கும் காவல் துறை ஆணையர்களுக்கும் அரசியல் கட்சிகள் விழா நடத்தும்போது மூன்று நாட்களுக்கு டிஜிட்டல் பேனர்கள் வைத்துக்கொள்ளவும், பின்னர் இரண்டு நாட்களுக்குள் அவற்றை அகற்றவும் உத்தரவிடப்பட்டது. இவ்வுத்தரவு எந்தச் சட்டத்தின் அடிப்படையில் போடப்பட்டதென்பதை அரசு விளக்கவில்லை. உயர் நீதிமன்றமும் உச்ச நீதிமன்றமும் அளித்த உத்தரவுகளை நீர்த்துப் போகச் செய்வதே இவ்வுத்தரவின் உண்மை நோக்கம். புதிய ப்ளெக்ஸ் போர்டுகளை அரசியல் கட்சிகள் ஐந்து நாட்களுக்குப் பொதுவிடங்களில் வைத்துக்கொள்ள அனுமதியளிக்கும் உத்தரவையெதிர்த்துத் தொடுக்கப்பட்ட பொதுநல வழக்கிற்குப் பின்னரும் நீதிபதிகள் தினசரி இரு வேளைகளில் செல்லும் கடற்கரைச் சாலையில் பல மடங்கு பெருக்கெடுத்த 'சட்டத்தின் மாட்சியை' பார்த்து பல்லிளித்துக் கேலிசெய்கின்றன. தமிழகமெங்கும் ப்ளெக்ஸ் போர்டுகள் வைக்கும் கலாச்சாரம் மீண்டும் தழைக்கவும் அரசு அதிகாரிகள் தங்களது விருப்பத்திற்கேற்ப அனுமதி வழங்குவதும் ஆளுங்கட்சிக்கு விரோதமான குழுக்கள், கட்சிகளின் ப்ளெக்ஸ் போர்டுகளை வெட்டிச் சாய்ப்பதும் தினசரி நடவடிக்கையாகிவிட்டது.

கட்சியின் பொதுச்செயலாளர் ஒருவர் தனது கட்சி அலுவலகத்திற்கு வருவதை வரவேற்று நூற்றுக்கணக்கில் ப்ளெக்ஸ் போர்டுகள் வைக்கப்படும் கூத்து இங்கு மட்டுமே நடைபெறும். முதலமைச்சர் வீட்டிலிருந்து புறப்பட்டு கோட்டையிலுள்ள தனது அலுவலகத்திற்குச் செல்லும் பாதைகளின் இரு பக்கங்களிலும் தொடர்ந்து வெளிப்படும் ப்ளெக்ஸ் போர்டுகள் வாகன ஓட்டிகளுக்குக் கவனச் சிதைவை ஏற்படுத்துவதோடு அவை நடைபாதையிலேயே ஊன்றப்படுவதால் பாதசாரிகள் சாலையில் நடந்து செல்ல வேண்டிய அவலமும் தினசரி நிகழ்வுகளாகிவிட்டன.

அப்பலகைகளை வைப்பதற்கு யார் அனுமதி தருகிறார்கள் என்றோ அவற்றின் பயன்பாட்டிற்குப் பிறகு அக்குப்பைகளை எங்கு கொண்டு எங்கு சேர்க்கிறார்களென்றோ யாருக்கும் தெரியாது. பல கோடி ரூபாய் செலவுகளில் வைக்கப்படும் ப்ளெக்ஸ் போர்டுகள் யாரைத் திருப்திபடுத்துகின்றன என்பதும் புரியவில்லை.

1959ஆம் ஆண்டின் தமிழ்நாடு திறந்தவெளிகள் (உருக்குலைப்பு தடுக்கும்) சட்டத்தின்கீழ் ஏன் இதுவரை காவல் துறையினர் நடவடிக்கையெடுக்கவில்லை என்ற கேள்விக்கு இதுவரை பதிலில்லை. கூண்டுக்கிளியாகிவிட்ட காவல் துறையை விடுவித்து, அவர்கள் சுதந்திரமாகச் செயல்பட ஏற்பாடுசெய்ய முற்படுவதே இன்றைய தேவை.

நீதிபதிகள் தினசரி பயணிக்கும் பாதையிலேயே இச்சட்ட விரோதக் குற்றங்கள் இழைக்கப்படுவதைக் கண்டும் அவர்கள் காணாதிருப்பதுபோலில்லாமல் சென்னை உயர் நீதிமன்றம், பாதசாரிகள் மற்றும் வாகன ஓட்டுனர்கள் நலன்கள் கருதி இப்பிரச்சினையில் உடனடியாகத் தலையிட்டு 1959ஆம் ஆண்டின் சட்டத்தின் கீழ் காவல் துறையினரைத் துரித நடவடிக்கையெடுக்க உத்தரவிட முன்வர வேண்டும்.

நீதிமன்றங்கள் குறுக்கிடுவதைத் தவிர்த்துச் சட்டத்தை நிர்வகிப்பவர்களே தங்களது சுயமோகங்களைக் களைந்து இந்த 'கட்அவுட்' கலாச்சாரத்திற்கு முடிவு கட்டுவார்களா?

பெருமை பெருமிதம் இன்மை சிறுமை
பெருமிதம் ஊர்ந்துவிடல்

(குறள் – 979)

என்ற வள்ளுவன் வாக்குப்படி வாழ முற்படுவார்களா?

சுதேசிகளும் விதேசிகளும்

கடந்த வாரம் கோவா மாநிலத்தில் பெனாலிம் தொகுதிச் சட்டமன்ற உறுப்பினர் கேலியன் செல்வாவின் உறுப்பினர் பதவியைத் தகுதியிழப்பு செய்ய நடவடிக்கையெடுக்கப்பட்டது. அவர் போர்ச்சுகல் நாட்டின் குடிமகன் என்று மத்திய உள்துறை அமைச்சகம் அறிவித்ததுதான் அதன் பின்னணி. சட்டமன்ற, நாடாளுமன்ற உறுப்பினர் இந்தியக் குடியுரிமை பெற்றவராக இருக்க வேண்டும். மற்ற நாட்டின் குடியுரிமையைப் பெற்றவர் பதவி வகிக்கத் தகுதியற்றவரென்று அரசியலமைப்புச் சட்டத்தில் 102(d), 191(d) ஆகிய பிரிவுகளில் கூறப்பட்டுள்ளது. இதேபோல பாஜகவைச் சேர்ந்த அல்தோனா தொகுதி உறுப்பினர் க்ளென் டிக்ளோவை போர்ச்சுகல் நாட்டு குடிமகன் என்று கூறி தகுதியிழப்பு செய்ய முயன்றும் உள்துறை அமைச்சகம் அவரது குடியுரிமை பற்றி எவ்வித அறிவிப்பும் செய்யவில்லையாதலால் அது தோல்வியுற்றது.

கோவா போர்ச்சுகலின் காலனியாக இருந்த போது அங்குப் பிறப்பவர்களுக்குப் போர்ச்சுகல் நாட்டின் குடிமகனாக இருப்பதற்கு உரிமையிருந்தது. இந்திய ராணுவ நடவடிக்கையால் 1961இல் கோவா விடுதலை பெற்று இந்தியாவுடன் இணைக்கப்பட்டது. 1987இல் கோவா மாநில அந்தஸ்து பெற்றது. இந்தியாவின் 25ஆவது மாநிலமான பிறகும் கணிசமானவர்கள் போர்ச்சுகல் குடியுரிமையைப் பெற்று வசிக்கின்றனர். புதுச்சேரி விடுதலை பெற்ற பின்னரும் அங்குப் பிரெஞ்சுக் குடியுரிமையுடன்

பலர் வாழ்வதைப் போல கோவாவிலும் போர்ச்சுகல் குடியுரிமையுடன் வாழ்கின்றனர். இந்தியாவின் இணைப்புக்கு முன் அங்குப் பிறந்தவர்கள் தங்களை போர்ச்சுகீசிய குடிமகன் என்று பிறப்பு, இறப்பு சான்றிதழ் பெற்றால் அவர்களுக்கு இந்திய சட்டமன்ற / நாடாளுமன்றத் தேர்தல்களில் போட்டியிடத் தகுதியற்றவராகிவிடுவர்.

இந்தியர்களில் பலர் மற்ற நாடுகளில் குடியேறி அந்நாடுகளில் குடியுரிமை பெற்றுள்ளனர். இந்தியரொருவர் குடியுரிமையை தாமாகவே துறந்துவிட்டால் இந்தியத் தேர்தல்களில் அவர்கள் வாக்களிக்கவோ போட்டியிடவோ முடியாது. பாகிஸ்தான் பிரிவினைக்குப் பின் பல லட்சம் மக்கள் இந்தியாவிற்கு அகதிகளாக வந்தனர். அச்சமயம் அரசியலமைப்புச் சட்டத்தை உருவாக்கும் முயற்சி நடைபெற்றுக்கொண்டிருந்தது. இந்தியாவின் குடியுரிமை வழங்குவதைப் பற்றி விவாதித்து, குடியுரிமை பற்றி அரசியலமைப்புச் சட்டப் பிரிவுகள் 5 முதல் 9 வரையில் குறிப்பிடப்பட்டது. இந்திய எல்லைக்குள் பிறந்தவர்கள் (அ) இந்தியாவில் பிறந்த பெற்றோர்களுக்குப் பிறந்த குழந்தைகள் (அ) இந்திய அரசியலமைப்புச் சட்டம் வருவதற்கு முன்னால் 5 ஆண்டுகள் இந்தியாவில் வசித்தவர்களுக்குக் குடியுரிமை வழங்கப்பட்டது. பாகிஸ்தானிலிருந்து இந்தியாவில் குடியேறியவர்களுக்கான விசேஷ பிரிவுகளுமுண்டு. மேலும் இந்தியக்குடியொருவர் வேறொரு நாட்டின் குடியுரிமையைத் தன்னிச்சையாக பெற்றால் அவரது இந்தியக் குடியுரிமை தானாகவே ரத்தாகிவிடும். நாடாளுமன்றம் குடியுரிமைச் சட்டத்தை 1955இல் இயற்றியது. அதற்கு முன்னரே 1946இலிருந்து வெளிநாட்டவர் சட்டம் நடைமுறையிலிருந்தது.

இந்தியாவில் இயற்கைக் குடியுரிமை பெற்றவர்கள் மற்ற நாடுகளில் குடியேறி அந்நாட்டின் குடியுரிமை பெற்றிருந்தால் அவர்களுக்கு இந்தியாவில், தேர்தல் தவிர பல சட்ட உரிமைகள் முடக்கப்படுவதால் இரட்டைக் குடியுரிமை கொண்டு வரலாம் என்ற வாஜ்பாய் அரசின் முயற்சி (2003) பலத்த எதிர்ப்புகளுக்கிடையே கைவிடப்பட்டது.

அசாம் மாநிலத்தில் தேஜ்பூர் தொகுதியிலிருந்து 1998இலிருந்து தொடர்ந்து மூன்று முறை நாடாளுமன்றத்திற்கு காங்கிரஸ் வேட்பாளராக தேர்ந்தெடுக்கப்பட்டவர் கோடிக்கணக்கில் சொத்துள்ள தொழிலதிபர் மோனி குமார் சுப்பா. அவர் 2009இல் மூன்றாவது முறையாக நாடாளுமன்ற உறுப்பினரான போது, அவர்மீது புகாரொன்று கூறப்பட்டது. அவர் நேபாளத்தைச் சேர்ந்தவரென்றும், கொலை வழக்கில்

சம்பந்தப்படுத்தப்பட்டதிலிருந்து தப்பிக்கவே அசாமில் தஞ்சம் புகுந்தாரென்றும் கூறப்பட்டது. தான் 1958இல் அசாமில் பிறந்தவரென்றும், 1972வரை காந்தி வித்யாலயாவில் பள்ளிப்படிப்பு படித்ததாகவும் தேர்தல் கமிஷன் முன்னால் பிரமாணப் பத்திரம் தாக்கல் செய்திருந்தார். 1972இல் அப்படியொரு பள்ளிக்கூடம் அவர் கூறிய கிராமத்தில் இல்லையென்றும் அவர் நேபாளி என்றும் உச்ச நீதிமன்றத்தில் தொடரப்பட்ட வழக்கில் உண்மைகளைக் கண்டறியும்படி தேசியப் புலனாய்வு அமைப்பான சிபிஐக்கு உத்தரவிடப்பட்டது. சிபிஐ, சாட்சியப் பற்றாக்குறை காரணமாக அவரது பின்னணி பற்றிச் சரியான தகவல் கிட்டவில்லையென்று கூறிவிட்டது. சுப்பா நேபாள கொலைக் குற்றவாளியா அசாம் தொழிலதிபரா என்று தெரிய வருவதற்கு முன் அவரது மூன்றாவது நாடாளுமன்ற பதவிக் காலமும் 2014இல் முடிந்துவிட்டது. அவர் மீண்டும் போட்டியிடப்போவதாகச் செய்திகள் வந்துள்ளன.

இந்தியக் குடியுரிமை பெற்றவராயிருப்பினும் வேறொரு நாட்டுடன் பற்றோ விசுவாசமோ கொண்டிருந்தால் அந்நபரும் இந்தியச் சட்டமன்றங்களில் (அ) நாடாளுமன்றத்தில் உறுப்பினராகப் பதவி வகிக்க முடியாதென்று அரசியலமைப்புச் சட்டத்தில் கூறப்பட்டுள்ளது. 1984ஆம் ஆண்டு சட்டமன்ற தேர்தலில் காங்கிரஸ் கட்சியைச் சேர்ந்த ஹாஜா ஷெரீப் திருவல்லிக்கேணி தொகுதியிலிருந்து தேர்ந்தெடுக்கப்பட்டார். அவர் துருக்கி நாட்டின் வர்த்தகத் தூதரானதால் அந்நாட்டு தேசியக் கொடியுடன் காரில் பவனி வந்துகொண்டிருந்தார். சட்டமன்ற உறுப்பினர் பதவியிலிருந்து அவரை தகுதியிழப்புச் செய்ய மார்க்சிஸ்ட் சட்டமன்ற உறுப்பினர் ஆர். உமாநாத் உள்ளிட்ட உறுப்பினர்கள் சிலரிடமிருந்தும் மனுக்களைப் பெற்ற அன்றைய ஆளுநர், அதைத் தேர்தல் கமிஷனின் முடிவிற்கு அனுப்பினார். மனுக்களை விசாரித்த தேர்தல் கமிஷன், வேறொரு நாட்டின் வர்த்தகத் தூதராக இருப்பதால் அவர் சட்டமன்ற உறுப்பினர் பதவி வகிக்க முடியாதென்று கருத்துத் தெரிவித்ததின் பேரில் அவரது உறுப்பினர் பதவி பறிக்கப்பட்டது. அதையெதிர்த்து ஹாஜா ஷெரீப் தொடர்ந்த வழக்கை 1985இல் விசாரித்த சென்னை உயர் நீதிமன்றத்தின் மூன்று நீதிபதிகள் கொண்ட பெஞ்ச் தேர்தல் கமிஷனின் முடிவை ஏற்று அவரது மனுவை தள்ளுபடி செய்தது.

துருக்கியும் இந்தியாவும் நேச நாடுகளென்றும் அவற்றிற்கிடையே போர் ஏதும் நடக்காதபோது துருக்கி நாட்டுடன் பற்று (அ) விசுவாசம் என்ற பேச்சுக்கே இடமில்லையென்றும் அவரது வழக்கறிஞர் வாதாடினார். போரென்பது நேரடியாக

இரு நாடுகளின் ராணுவம் மோதிக்கொள்வது மட்டுமல்ல. போரென்பது அரசியலின் வேற்று உபாயங்களின் தொடர்ச்சியே என்று உமாநாத் தரப்பில் வாதாடியதை ஏற்றுக்கொண்ட நீதிபதிகள், வேறு நாட்டின் வர்த்தகத் தூதரொருவர் மன்ற உறுப்பினராக இருக்கும்பட்சத்தில் சட்டமன்றத்தில் எடுக்கக்கூடிய வர்த்தக சம்பந்தமான தகவல்களை அந்நாட்டிற்கு முன்னதாகவே கசியவிடும் அபாயமுள்ளதென்றும் கருத்துத் தெரிவித்தனர்.

O O O

இந்திய விடுதலைக்குப் பிறகு இத்துணைக்கண்டத்தின் அண்டைய நாடுகளிலிருந்து அகதிகளாகவும் சட்ட விரோதக் குடியேறிகளாகவும் பல லட்சம் பேர் குடிபுகுந்துள்ளனர். பர்மா, பாகிஸ்தான், பங்களாதேஷ், நேபாளம், இலங்கை ஆகிய நாடுகளிலிருந்து வந்தவர்கள் குடிபுகுந்த மாநிலங்களிலெல்லாம் பல்வேறு பிரச்சினைகள் ஏற்பட்டன. அன்றைய கிழக்குப் பாகிஸ்தானிலிருந்து வந்த (தற்போது பங்களாதேஷ்) லட்சக்கணக்கான மக்களின் குடியேற்றத்தால் மிகவும் பாதிக்கப்பட்டது அசாம் மாநிலமே. வந்தேறிகளை அவரவர் நாட்டிற்கே திருப்பியனுப்பக் கோரி அசாமில் போராட்டங்களும் இனக்கலவரங்களும் இன்றும் நடந்தவண்ணமாயுள்ளன.

அசாமியர்களது கோபத்தைத் தணிக்க மத்திய அரசு சட்ட விரோதக் குடியேற்றத்தைத் தடுக்கும் முயற்சிகளில் ஈடுபட்டது. குடியேறியவர்கள் லட்சக்கணக்கில் இருந்ததாலும், பல ஆண்டுகள் அசாமிலேயே தங்கிவிட்டதனாலும் அவர்களைக் கண்டுபிடித்து, முன்னறிவிப்பு வழங்கி அதன் பின்னர் நாடுகடத்தும் முயற்சியாக 1983இல் 'சட்டவிரோதக் குடியேறிகள் (தீர்ப்பாயங்கள் மூலம் முடிவுசெய்தல்) சட்டம்' இயற்றப்பட்டது. மாவட்ட நீதிபதிகள் அந்தஸ்திலுள்ள நீதிபதிகளின் தலைமையில் பல தீர்ப்பாயங்கள் அசாமில் உருவாக்கப்பட்டன. பிரச்சினைகளைக் கிடப்பில் போடுவதற்கும், நீதிமன்றங்களில் வழக்கு தொடுப்பதற்கும் வேறுபாடு ஏதுமில்லாததாலும் இப்பிரச்சினையை மத்திய அரசு தாமதப்படுத்தும் சூழ்ச்சியே சட்டம் எனக் கூறி, அதற்கெதிராக சர்பானந்த சோனோவால் என்பவர் வழக்குத் தொடுத்தார். வெளிநாட்டினரைக் கட்டுப்படுத்தும் சட்டம் 1946இலிருந்து நடைமுறையிலிருக்கும்போது அசாம் மாநிலத்திற்கு மட்டும் பொருந்தும்படியான ஒரு தனிச்சட்டத்தை மத்திய அரசு உருவாக்கியது அரசியலமைப்பு சட்டத்திற்கே விரோதமெனக் கூறி 2005இல் உச்ச நீதிமன்றம் அச்சட்டத்தை ரத்துசெய்தது.

தீர்ப்பின் சாராம்சத்தை தோற்கடிக்கும் வகையில் மத்திய அரசு 1946ஆம் ஆண்டின் வெளிநாட்டினர் சட்டத்தின்கீழ்,

உருவாக்கப்பட்ட 1964ஆம் ஆண்டின் வெளிநாட்டினர் (தீர்ப்பாயங்கள்) ஆணையைத் திருத்தி, 2006ஆம் ஆண்டு வெளிநாட்டினர் (அசாமிற்கான தீர்ப்பாயங்கள்) ஆணையை உருவாக்கியது. மறுபடியும் சர்பானந்த சோனோவால் உச்ச நீதிமன்றத்தின் கதவுகளைத் தட்டினார். இரண்டாம் முறை வழக்கை விசாரித்த உச்ச நீதிமன்றம் மத்திய அரசைக் கடுமையாகக் கண்டித்தது. 1946ஆம் ஆண்டின் வெளிநாட்டினர் சட்டத்தின் கீழ் மத்திய அரசுக்கு வெளிநாட்டினரை வெளியேற்றுவதற்கான கடுமையான அதிகாரங்கள் வழங்கப்பட்டிருக்கும்போது, குடியேறிகளுக்கு வாய்ப்பு தரும் வண்ணம் தீர்ப்பாயங்களை உருவாக்கியிருப்பது பிரச்சினைகளை நீர்த்துப்போகச் செய்யுமென்று கூறி 2007இல் புதிய ஆணையையும் ரத்துசெய்தது. அதே சமயத்தில் அப்பாவி மக்களுக்கு அநீதி இழைக்காவண்ணம் முடிவெடுக்கக் குறைந்தபட்ச இயற்கை விதிகளை அதிகாரிகள் மேற்கொள்ள வேண்டுமென்றும் கூறியது.

உண்மையான இந்தியக் குடிமகனை வெளியேற்ற இவ்விதிகளின் கீழ் உத்தரவிடப்பட்டால் பாதிக்கப்பட்டவர்கள் அதையெதிர்த்து உயர் நீதிமன்றங்களில் வழக்குத் தொடர இன்றைக்கும் வாய்ப்புகளுண்டு. 90களில் தமிழக சோதனைச் சாவடியொன்றில் அத்து மீறிச் சென்ற லாரியை மடக்கிய காவலர்களின் மீது துப்பாக்கிச் சூடு நடத்தியதாகச் சிலர் கைதுச் செய்யப்பட்டனர். அவர்கள் இலங்கையிலிருந்து வந்தவர்களென்று கூறி குற்றவியல் குற்றங்கள் தவிர, அவர்கள்மீது வெளிநாட்டவர் சட்டத்தின் கீழும் நடவடிக்கையெடுக்கப்பட்டது. அதிலொருவர் ஈரோட்டிலேயே பிறந்து, பள்ளி மற்றும் பாலிடெக்னிக்கில் பயின்றவர். யாழ்ப்பாணத்தில் குருசடி வீதியைச் சேர்ந்தவரென்று குற்றப்பத்திரிகையில் கூறப்பட்டதால் வெளிநாட்டவர் சட்டத்தின் கீழ் தன்மீது நடவடிக்கையெடுத்ததை எதிர்த்து அவர் தொடர்ந்த வழக்கில் தீர்ப்பளித்த சென்னை உயர் நீதிமன்றம், அவருடைய ஆவணங்களைப் பரிசோதித்து மாவட்ட செஷன்ஸ் நீதிபதியை இறுதி முடிவெடுக்கும்படி உத்தரவிட்டது. அதனால் வழக்கு முடிந்தவுடன் இலங்கைக்கு அவர் நாடு கடத்தப்பட முற்பட்டது தடுக்கப்பட்டது.

சட்ட விரோதக் குடியேற்றத்திற்கும் அகதிகளாக தஞ்சம் புகுவதற்கும் வேறுபாடுகளுண்டு. அகதிகளாக தஞ்சமடைந்தோருக்கான பாதுகாப்புகள் குறித்து ஐக்கிய நாடுகள் சபை, தீர்மானங்கள் பலவற்றை உருவாக்கியுள்ளது. தஞ்சமடைந்த அகதிகளை அவர்களது விருப்பத்திற்கு விரோதமாகவும் பலவந்தமாகவும் அவர்களது தாய்நாட்டுக்குக் திருப்பியனுப்ப முடியாதென்று அகதிகள் பற்றிய சர்வதேச விதிகள் கூறுகின்றன.

90களில் விருப்பமற்ற இலங்கை அகதிகளை தாய்நாட்டுக்குத் திருப்பியனுப்ப முயன்ற மத்திய அரசின் செயல்களுக்குச் சென்னை உயர் நீதிமன்றம் அவ்விதிகளைக் சுட்டிக்காட்டித் தடைவிதித்தது.

ராஜீவ் காந்தி கொலை வழக்கில் குற்றவாளிகளான நளினி, முருகன் இருவருக்கும் சிறையிலேயே 1992இல் ஒரு மகள் பிறந்தாள். அப்படிப் பிறந்த மேகரா இந்தியக் குடிமகளாவாள். ஆனால் அவள் சிறையில் வளர முடியாததால் தனது பாட்டியின் கண்காணிப்பில் இலங்கையில் வளர்ந்து வந்தாள். 2005ஆம் ஆண்டு அவளுக்கு இந்தியாவிற்கு வர மூன்று மாதம் விசா வழங்கிய மத்திய அரசு 2006இல் விசா வழங்க மறுத்துவிட்டது. சிறுமி மேகராவிற்காக இலங்கை அரசிடமிருந்து அவளது பாட்டி கடவுச் சீட்டு பெற்றதால் அவள் இந்தியக் குடியுரிமையை இழந்துவிட்டாளென்று வாதாடப்பட்டது. அதையெதிர்த்து நளினி தொடர்ந்த வழக்கில் சென்னை உயர் நீதிமன்ற டிவிஷன் பெஞ்ச் மத்திய அரசின் உத்தரவை ரத்துசெய்ததுடன் மீண்டும் அப்பெண்ணின் குடியுரிமைத் தகுதி பற்றிப் பரிசீலிக்க உத்தரவிட்டது. 6 வயது குழந்தைக்குத் தனது இந்திய குடியுரிமையை விட்டுவிடப்போகிறோம் என்று தெரிய வாய்ப்பில்லையென்றும் தீர்ப்பில் கூறப்பட்டது. அச்சிறுமியால் இன்னமும் தனது பெற்றோர்களை இந்தியா வந்து பார்க்க முடியவில்லை. அவள் வளர்ந்து பெரியவளாகி இன்று இங்கிலாந்தில் மருத்துவப் படிப்பு படித்து வருகிறாள் என்பது மகிழ்ச்சியைத் தருகிறது.

குடியுரிமைகள், குடிமகன்கள், குடியேறிகள் இவர்கள் குறித்த சட்ட விவாதங்கள் இன்னும் தொடர்ந்துகொண்டுதான் இருக்கின்றன.

பாலினச்சேர்க்கை விருப்புரிமைக்கு ஆயுள் தண்டனையா?

தேர்தல் சட்டங்களைப் பற்றிய வழக்குகளில் திருப்புமுனைத் தீர்ப்புகளை வழங்கி மக்களின் பரவலாகப் பாராட்டைப் பெற்ற உச்ச நீதிமன்றம், இந்தியத் தண்டனைச் சட்டத்தின் 377ஆவது பிரிவு அரசியலமைப்புச் சட்டத்திற்கு விரோதமானதல்ல என்று கூறிய தீர்ப்பால் அனைத்து தரப்பினரது கண்டனக் கணைகளுக்கும் ஆளானது. நீதிமன்றத் தீர்ப்புகள் பரவலாகப் பொது மேடைகளில் விவாதிக்கப்படுவது ஆரோக்கியமான மாற்றமே.

சிப்பாய்க் கலவரத்திற்குப் பிறகு விக்டோரியா மகாராணி பிரிட்டிஷ் – இந்தியாவின் பேரரசி என்று முடிசூட்டிக் கொண்டதுடன், அதை நிர்வகிக்கும் பொறுப்பை இங்கிலாந்து எடுத்துக்கொண்டது. காலனி இந்தியாவில் திருமணம், சொத்து, வாரிசுரிமைப் பற்றிய விதிமுறைகள் சில இருந்தபோதும் குற்றவியல் குற்றவிதிகள் நடைமுறையிலில்லை. குறுநில மன்னர்களும் நிலப் பிரபுக்களும் தங்களுக்குத் தோன்றிய வகையில் குற்றவியல் குற்றங்களுக்குத் தண்டனை வழங்கினர். இசுலாமியர்கள் ஆண்ட பகுதிகளில் அவர்களது மதப்படி தண்டனைகள் வழங்கப்பட்டன. அப்படிப்பட்ட மாறுகால், மாறுகை வாங்கும் தண்டனைகளை ஆங்கிலேய அரசு பின்பற்றத் தயங்கியது. அத்தண்டனை முறைகள் மக்களது

எதிர்ப்பை உருவாக்குமென்றெண்ணிய காலனியரசு புதிய தண்டனைச் சட்டமொன்றை உருவாக்க விழைந்தது.

மெக்காலே பிரபுவிடம் இப்பொறுப்பு ஒப்படைக்கப்பட்டது. பின்னர் அவர் உதகமண்டலத்தில் தங்கிச் சில வாரங்களில் எழுதிக் கொடுத்த இந்தியத் தண்டனைச் சட்டம். 1860 முதல் அமுலுக்கு வந்தது. மெக்காலே பிரபு அன்றைக்கு இங்கிலாந்து நாட்டிலிருந்த பல குற்றங்கள், அதற்கான வியாக்கியானங்களை உள்ளடக்கி அச்சட்டத்தை உருவாக்கினார். காஷ்மீர் மாநிலத்திலும் இச்சட்டமே 'ரன்பீர் பீனல் கோட்' என்றழைக்கப்பட்டு நடைமுறையிலுள்ளது.

இச்சட்டம் 'காலத்தைக் கடந்து நிற்கும் சட்டமென்று' புகழ்ந்துரைப்பார்கள். ஆனால் இந்தியச் சுதந்திரத்திற்குப் பின் பல திருத்தங்கள் இச்சட்டத்தில் கொண்டுவரப்பட்டது. புதிய குற்றவியல் குற்றங்களுக்கான தனிச் சட்டங்கள் பலவற்றை மத்திய, மாநில அரசுகள் இயற்றியுள்ளன. சில பிரிவுகளைத் தவிர, இந்தியத் தண்டனைச் சட்டம் காலம் கடந்து நிற்கிறதென்று கூறுவது தவறு. 1950ஆம் ஆண்டின் இந்திய அரசியலமைப்புச் சட்டம் இந்தியக் குடிகளுக்குச் சுதந்திரமாக வாழும் உரிமையையும் குற்றம் சாட்டப்பட்டவர்களுக்கு அடிப்படை உரிமைகள் சிலவற்றையும் வழங்கியுள்ளது. சுதந்திரமடைவதற்கு முன்னால் இயற்றப்பட்ட சட்டங்களனைத்தும் அடிப்படை உரிமைகளை மீறாத வகையில் இருக்கவும், மீறும் சட்டங்கள் செல்லத்தக்கதல்ல என்றும் அரசியலமைப்புச் சட்டத்தின் 13ஆவது ஷரத்து கூறுகிறது.

இந்தியத் தண்டனைச் சட்டம் 377ஆவது பிரிவில் யாரேனுமொருவர் மற்றொரு ஆண், பெண் அல்லது விலங்கினத்துடன் இயற்கைக்கு விரோதமாகப் புணர்வது தவறென்றும் மீறுவோர்க்கு ஆயுள் சிறைத்தண்டனை வழங்கலாம் எனக் குறிப்பிடப்பட்டுள்ளது. இச்சட்டப்பிரிவை எதிர்த்து 'நாஸ் நிறுவனம்' தில்லி உயர் நீதிமன்றத்தில் தொடர்ந்த வழக்கை தலைமை நீதிபதி ஏ.பி. ஷா, நீதிபதி எஸ். முரளிதர் ஆகியோர் அடங்கிய டிவிஷன் பெஞ்ச் விசாரித்து அச்சட்டப்பிரிவு அரசியலமைப்புச் சட்டத்திற்கு விரோதமென்று 2009இல் தீர்ப்பளித்தது. ஒப்புதலற்ற ஓரின சேர்க்கைகளுக்கும் குழந்தைகளிடம் கொள்ளக்கூடிய வன்புணர்வுகளுக்கும் இத்தீர்ப்பு பொருந்தாதென்றும், மீறி குற்றமிழைப்போர் தண்டிக்கத்தகுந்தவர்களே என்றும் கூறப்பட்டது. அரசியலமைப்புச் சட்ட விழுமியங்களுக்கும், மனிதனின் தன்மானத்திற்கும் அச்சட்டப்பிரிவு முரண்பட்டது என்றும், பொது நன்னடத்தை என்பதை விட அரசியலமைப்புச்

சட்டம் வழங்கியுள்ள உரிமை பெரிதென்றும், வயது வந்த இருவர் பாலினச்சேர்க்கையில் ஈடுபடும் விருப்புரிமையை குற்றவியல் குற்றமாகக் கருதமுடியாதென்றும் அறிவித்த தீர்ப்பு உலகமெங்கிலும் வரவேற்கப்பட்டது. தீர்ப்பையெதிர்த்து மத்திய அரசு மேல்முறையீடு செய்ய மறுத்துவிட்டது.

தனி நபர்கள் சிலரும் மதம் சார்ந்த அமைப்புகளும் செய்த மேல்முறையீடுகளை ஒரு ஆண்டிற்கு முன் விசாரித்த உச்ச நீதிமன்றம் தீர்ப்பு வழங்க வழக்கை ஒத்தி வைத்தது. நீதிபதி ஜி. எஸ். சிங்வி ஓய்வுபெறும் நாளன்று வெளியான தீர்ப்பில் தில்லி உயர் நீதிமன்றத்தின் தீர்ப்பை ரத்துசெய்த நீதிபதிகள் இவ்வாறு தங்களது கருத்தைத் தெரிவித்தனர்:

> "மற்ற நாடுகளின் நீதிமன்றங்கள் வழங்கிய தீர்ப்புகளை வைத்து இந்தியச் சட்டத்தை எடைபோட முடியாது. சமுதாயத்தில் மிகச்சிறுபான்மையினரே ஓரின சேர்க்கையாளர்கள். சட்டப் பிரிவு பாரபட்சமற்றது. சட்டத்தை மாற்றும் அதிகாரம் நாடாளுமன்ற அதிகாரத்திற்குட்பட்டது."

முக்கியமான மக்கள் பிரச்சினையொன்றில் வழங்கப்பட்ட இத்தீர்ப்பு துரதிருஷ்டவசமானது, அரசியலமைப்புச் சட்டம் 1950இல் அமுலுக்கு வந்ததிலிருந்து, இந்தியத் தண்டனைச் சட்டத்தின் பிரிவுகள் 292 (ஆபாசப் புத்தக விற்பனை), 294 (ஆபாச நடத்தையும் பாடல்களும்), 295–A (மத நம்பிக்கைகளைப் புண்படுத்துதல்), 303 (சிறையில் மேலுமொரு கொலை செய்த ஆயுள் தண்டனை கைதிக்குக் கட்டாய மரண தண்டனை), 309 (தற்கொலைக்கு முயற்சி), 494 (இரு தார மணம்புரிதல்), 497 (பிறர் மனை நயத்தல்) உச்ச நீதிமன்றத்தின் சோதனைக்கு உள்ளாக்கப்பட்டன. மிது என்ற வழக்கில் இந்தியத் தண்டனைச் சட்டம் 303ஆவது பிரிவு அரசியல் சட்டத்திற்கு விரோதமென 1983ஆம் ஆண்டு தீர்ப்பளிக்கப்பட்டது. நீதிபதி சின்னப்ப ரெட்டி சட்டமன்றங்கள் விதிக்கும் நடைமுறைகளையும் தண்டனைகளையும் குருட்டுத்தனமாக நீதிமன்றங்கள் பின்பற்ற வேண்டுமென்பது தவறென்றும் சட்டங்கள் அரசியலமைப்புச் சட்டமளித்த அடிப்படை உரிமைகளுக்கு விரோதமென்றால் சட்டத்தை ரத்துசெய்ய நீதிமன்றங்களுக்கு அதிகாரமுண்டென்றும் குறிப்பிட்டார். இந்தியத் தண்டனைச் சட்டம் 292ஆம் பிரிவிற்கெதிரான வழக்கை விசாரித்த நீதிபதிகள் ஆபாசமென்பதற்கான விளக்கம் சமுதாயத்திற்குச் சமுதாயமும், கலாச்சாரத்திற்குக் கலாச்சாரமும் வேறுபடுமென்று கூறியதோடு, அச்சட்டப்பிரிவு இங்கிலாந்தில் அன்றைக்கிருந்த சமூகக் கண்ணோட்டத்தின் அடிப்படையில் இயற்றப்பட்டதென்றும்,

இந்திய நடைமுறைக்கு அதை அப்படியே எடுத்துக்கொள்ளத் தேவையில்லையென்றும் 1965இல் ரஞ்சித் உதேஷி என்ற வழக்கில் கூறினார்கள். பவன் குமார் என்ற வழக்கில் சமுதாயத்தின் நெறிமுறையும் கண்ணோட்டமும் காலம் காலமாக மாறிக்கொண்டிருப்பதென்றும், காலகட்டத்திற்கேற்ப குற்றங்களை நோக்க வேண்டுமென்றும் கூறினர். இந்தியத் தண்டனைச் சட்டம் 497ஆவது பிரிவில் மாற்றான் மனைவியுடன் உறவுகொள்ளும் ஆணை மட்டும் தண்டிப்பது தவறென்றும், அதில் சம்பந்தப்பட்ட பெண்ணைத் தண்டிக்காதது சட்டத்தையே செல்லாததாக்கிவிடுமென்ற வாதத்தை யூசுப் அப்துல் அசீஸ் என்ற வழக்கில் 1954இல் நிராகரித்தனர். அரசியலமைப்புச் சட்டம் 15இல் பெண்களுக்காக விசேஷப் பிரிவுகள் இருக்கின்றதென்றும், பலவீனமான பெண்ணைக் குற்றவாளியென்று கருதாதது தவறில்லையென்றும் தீர்ப்பளித்தனர். 20 ஆண்டுகளுக்குப் பின் மீண்டுமொருமுறை அப்பிரிவு செல்லாததென்று சௌமித்ரி விஷ்ணு என்ற பெண் தொடர்ந்த வழக்கில், இருபதாண்டு இடைவெளியில் பெண்கள் முன்னேறிவிட்டதனாலேயே குற்றத்தில் ஈடுபட்ட, பெண்களுக்குத் தண்டனையிலிருந்து விதிவிலக்கென்பது தவறென்ற வாதம் 1985இல் நிராகரிக்கப்பட்டது.

இவ்வரலாற்றைப் பார்க்கும்போது இந்தியத் தண்டனைச் சட்டம் 377ஆவது பிரிவை நீக்குமதிகாரம் நாடாளுமன்றத்திற்கு மட்டுமே என்று கூறுவது தவறென்பது புரியும். இந்தியத் தண்டனைச் சட்டம் பிரிவு 377 இந்திய நாடாளுமன்றத்தால் இயற்றப்பட்ட பிரிவல்ல. அச்சட்டத்தை எழுதும்போது மெக்காலே பிரபு 19ஆம் நூற்றாண்டில் இங்கிலாந்திலிருந்த சட்ட நடைமுறையை இந்தியாவிற்கும் பொருந்துமாறு செய்தாரென்பதுதான் வரலாறு. அதே இங்கிலாந்தில் இன்று ஓரினச்சேர்க்கை தண்டனைக்குரிய குற்றமாகக் கருதப்படுவதில்லை. ஆனால் நாம்தான் அவர்களை விட அச்சட்டத்திற்கு விசுவாசிகளாகிவிட்டோம். 150 ஆண்டுகளுக்கு முன்னால் இந்தியத் தண்டனைச் சட்டம் 377ஆவது பிரிவு வருவதற்கு முன் இந்தியாவில் அத்தகைய நடவடிக்கைகள் குற்றமாகக் கருதப்பட்டதில்லை என்பதும், அத்தகைய செயல் குற்றமாக்கப்பட்ட சிந்தனை இறக்குமதி சரக்கென்பதுமே உண்மை. பாலினச்சேர்க்கையில் விருப்புரிமை கோருவோர் சிறுபான்மையினரென்பதால் அவர்களது உரிமைகளைக் கருத்தில் கொள்ள வேண்டாமென்று உச்ச நீதிமன்றம் கூறுவது அடிப்படையில் தவறு.

சட்டப்படி தவறுகளைச் சமுதாயம் தவறென்று சில சமயங்களில் கருதாததும், சமுதாயம் தவறென்று கருதுபவற்றையெல்லாம்

சட்டம் குற்றங்களாக்கி விடுவதில்லையென்பதும்தான் யதார்த்த வரலாறு. அரசியலமைப்புச் சட்டத்தில் பூரண மதுவிலக்கு அரசின் கொள்கை என்றாலும் மது அருந்துவது தமிழ்நாட்டில் குற்றமாகாது. ஆனால் குஜராத்தில் அது குற்றம். 1860ஆம் ஆண்டின் தண்டனைச் சட்டப்படி இரு தார மணம் குற்றமென்றாலும், 1955இல் இந்துத் திருமணச் சட்டம் வரும்வரை இந்துக்களும், இன்று வரை இசுலாமியர்களும் மதவுரிமை என்ற பேரில் பல தார மணம் புரிந்து கொண்டுதான் இருக்கின்றனர். சட்ட நெறிகளும் சமுதாய நெறிகளும் என்றைக்கும் ஒரே நேர்கோட்டில் நின்றதில்லை.

நாஸ் நிறுவனம் தொடுத்த வழக்கின் தீர்ப்பின் மீது அளிக்கப்பட்ட 'சீராய்வு மனு' தள்ளுபடி செய்யப்பட்டுவிட்டதால், மத்திய அரசு, நாடாளுமன்றச் சட்டத்திருத்தத்தின் மூலம் இந்தியத் தண்டனைச் சட்டம் பிரிவு 377ஐ உடனே ரத்துசெய்ய முன்வருவதே நீதி கிடைக்க ஒரே வழி.

ஏனிந்தத் தடுமாற்றம்?

சென்னை பல்கலைக்கழக பட்டமளிப்பு விழாவையொட்டி நேர்காணல் ஒன்றில் தலைமை நீதிபதி சதாசிவம், நீதிபதி "ஏ.கே.கங்குலி ஓய்வு பெற்று விட்டதால் அவர் சாதாரண குடிமகனாகிவிட்டார். அவர் மீது நடவடிக்கையெடுக்கச் சட்ட ரீதியிலான தடையேதுமில்லை" என்று கூறியுனார்.

இரு தினங்களுக்கு முன் தி.க. தலைவர் வீரமணி, மேற்கு வங்க மாநில மனித உரிமை ஆணையத் தலைவர் பதவியிலிருந்து நீதிபதி கங்குலி பதவி விலகக் கோரி 24ஆம் தேதியன்று ஆர்ப்பாட்டமொன்றை அறிவித்துள்ளார். சென்னை உயர் நீதிமன்றத்தின் உத்தரவிற்குப் பின்னும் தமிழ்நாடு மனித உரிமை ஆணையத்திற்குத் தலைவரை நியமிக்காமல், இரு ஆண்டுகளாகப் பதவியை நிரப்பாமல் உள்ள தமிழக அரசை ஏன் அவர் கண்டிக்கவில்லையென்று தெரியவில்லை. இதைக் கேட்டதற்கே விடுதலை நாளிதழ் கண்டனக் கணைகளை ஏவியதைத் தவிர அவர்களும் இப்பிரச்சினையில் தீவிரம் காட்டவில்லை.

இதற்கிடையில் தேசியப் பெண்கள் ஆணையம் விளக்கம் கேட்டு அனுப்பிய நோட்டீசுக்குப் பதிலளிக்க நான்கு வாரம் அவகாசம் கோரியுள்ளார் கங்குலி. இவ்வளவு சர்ச்சைகளுக்கிடையே சிக்கியுள்ள கங்குலிமீது கூறப்பட்ட புகாரென்ன? கொல்கத்தாவிலுள்ள தேசியச் சட்டப் பல்கலைக் கழகத்தில் பயின்ற மாணவியொருவர் லீகலி இந்தியா என்ற வலை இதழில் 11.11.2013ஆம் தேதியன்று

தனக்கு, முன்னாள் உச்ச நீதிமன்ற நீதிபதியொருவர் இழைத்த பாலியல் கொடுமைகளைப் பட்டியலிட்டிருந்தார்.

அம்மாணவி தனது சட்டப் படிப்பை முடித்தவுடன் உச்ச நீதிமன்ற நீதிபதியொருவரிடம் பயிற்சி மாணவியாகச் சேர்ந்ததாகவும் தன்னிடம் பலவிதத்தில் பாலியல் சீண்டல்களில் அவர் ஈடுபட்டதாகவும் 24.12.2012 தேதியன்று தில்லி நட்சத்திர விடுதிக்குத் தன்னை அழைத்ததாகவும், அங்கு தன்னிடம் அத்துமீறியதாகவும் வலைத்தளத்தில் எழுதியிருந்தார்.

வலைத்தளத்தில் கூறப்பட்ட விவரங்களை ஊடகங்கள் வெளியிட்ட பின் கூடுதல் சொலிசிட்டர் ஜெனரல் இந்திரா ஜெய்சிங் தலைமை நீதிபதியிடம் நடவடிக்கையெடுக்கக் கோரினார். அட்டர்னி ஜெனரல் குலாம் வானாவதி வழக்கொன்றைத் தொடுத்தார். உண்மையறியும்படி மூன்று நீதிபதிகளடங்கிய குழுவொன்றை அமைத்தத் தலைமை நீதிபதியை ஊடகங்கள் பாராட்டின.

நீதிபதி குழு, பயிற்சி மாணவியின் வாக்குமூலத்தைப் பதிவுசெய்து, சம்பந்தப்பட்ட நீதிபதியின் விளக்கத்தையும் கேட்டறிந்து அறிக்கையைச் சமர்ப்பித்தது. சட்டதினத்தன்று உரையாற்றிய தலைமை நீதிபதி, பயிற்சி மாணவிக்குக் கட்டாயம் நீதி கிடைக்குமென்று உத்தரவாதமளித்தார். சம்பந்தப்பட்ட நீதிபதியின் பெயர் ஊடகங்களில் கசிந்ததோடு, அறிக்கையின் சாராம்சத்தையும் இந்திரா ஜெய்சிங் பகிரங்கமாக்கினார்.

புகாரில் முதல்தோற்றச் சான்றுள்ளதாக அறிவிக்கப்பட்ட பின் அடுத்த நடவடிக்கையேதுமின்றி, உச்ச நீதிமன்றம் அப்பிரச்னையிலிருந்து தன்னை விடுவித்துக்கொண்டது. பயிற்சி மாணவி உச்ச நீதிமன்ற ஊழியரல்லவென்றும், நீதிபதி கங்குலி ஓய்வு பெற்றுவிட்டதாலும் எந்தவித நடவடிக்கையும் எடுக்க முடியாதென்றும் கூறிய தலைமை நீதிபதி அனைத்து நீதிபதிகளடங்கிய கூட்டத்தைக் கூட்டி எதிர்காலத்தில் ஓய்வுபெற்ற நீதிபதிகள்மீது வரும் புகார்களை விசாரிக்க மாட்டோமென்றும் அறிவித்துவிட்டார். தில்லி காவல் துறை அறிவிப்பு கொடுத்தும் மீண்டுமொரு எழுத்து பூர்வமான புகாரையளிக்க பயிற்சி மாணவி மறுத்துவிட்டார்.

தலைமை நீதிபதியைக் கண்டித்து சட்ட அமைச்சர் கபில் சிபல் விடுத்த கடுமையான அறிக்கையொன்றில் நீதிமன்றம் இப்பிரச்சினையை கைகழுவியது தகாத செயல் என்று குறிப்பிட்டார். நடவடிக்கையெடுக்க உச்ச நீதிமன்றத்திற்கு அதிகாரமில்லையென்றால் நீதிபதிகள் குழு அமைக்கப்பட்டு,

கங்குலியிடம் விளக்கம் கோரப்பட்டது ஏன் என்றும் புரியவில்லை. மேல்நடவடிக்கையெடுக்க மறுத்த பின்னர் இப்போது பிரச்சினை முச்சந்திக்கு வந்துவிட்டது. திரிணாமுள் காங்கிரஸ், பாஜக, இடதுசாரிக் கட்சிகள் ஆகியவை கங்குலி வகித்து வரும் மனித உரிமை ஆணையத் தலைவர் பதவியை ராஜிநாமா செய்யக் கோரினர். மேனாள் நாடாளுமன்றத் தலைவர் சோமநாத் சாட்டர்ஜி புகார் நிரூபிக்கப்படும் முன்னரே பதவி விலகக் கோருவது நியாயமற்றது என்று கூறியுள்ளார். பார் கவுன்சில் உதவித் தலைவர் பிரபாகரன் தலைமையில் சென்னை வழக்கறிஞர்கள் சிலர் சட்டப் பயிற்சி மாணவியைக் கண்டித்து ஊர்வலம் நடத்தினர். கொல்கத்தாவின் மூத்த வழக்கறிஞர் மிலான் முகர்ஜி, எதிர்காலத்தில் எந்தப் பெண்ணும் தன் மீது பொய்ப் புகார் கூறுவதைத் தடுக்க அலுவலகத்தில் ரகசிய கேமிரக்களை நிறுவியுள்ளதாகக் கூறியுள்ளார். இப்புகாருக்குப் பின் ஆண் வழக்கறிஞர்களோ நீதிபதிகளோ பெண் பயிற்சியாளர்களை வைக்க முன்வரமாட்டார்கள் என்று சிலர் கூறிப் பிரச்னையைத் திசை திருப்ப முயன்றனர். நீதிபதி கங்குலி பதவியிலிருந்து ராஜிநாமா செய்துவிட்டார்.

2012இல் இயற்றப்பட்ட 'வேலையிடத்தில் பெண்களுக் கிழைக்கப்படும் பாலியல் தொல்லைகளை (தடுக்க, தடைசெய்யும், நிவாரணம் வழங்கும்) சட்டத்தின் கீழ் ஒழுங்குமுறை விதிகளை உருவாக்கி உறுப்பினர் பத்து பேர் கொண்ட விசாரணைக் குழுவொன்றை 2013ஆம் ஆண்டு நவம்பர் மாதத்தில்தான் உச்ச நீதிமன்றம் அமைத்தது. 1997இலேயே உச்ச நீதிமன்றம் விசாகா வழக்கில் பாலியல் தொல்லைகள் குறித்து விசாரிக்கும் விசேஷக் குழுக்களை அமைக்க உத்தரவிட்டது. ஆனால் இருபத்தைந்து ஆண்டுகளாக அவ்வுத்தரவை அமல்படுத்த நீதிமன்றங்களே தவறியது ஏன்?

விசாகா ராஜஸ்தான் மாநிலத்தைச் சேர்ந்த சமூக ஆர்வலர். அவரும், அரசுசாரா நிறுவனங்கள் சிலவும் சேர்ந்து உச்ச நீதிமன்றத்தில் வழக்குத் தொடர்ந்தனர். ராஜஸ்தானில் சமூக சேவகரொருவரைப் பாலியல் பலாத்காரத்திற்கு உட்படுத்திய குற்றவாளிகள்மீது நடவடிக்கையெடுக்கவும், வேலையிடங்களில் பெண்களுக்குப் பாதுகாப்பு வழங்கவும் தொடுத்த அப்பொதுநல வழக்கை அன்றைய தலைமை நீதிபதி ஜெ.எஸ். வர்மா விசாரித்தார். வேலைக்குச் செல்லுமிடத்தில் பெண்களுக்குப் போதுமான பாதுகாப்பு இல்லாதது மட்டுமின்றி அவர்கள்மீது குற்றவியல் குற்றங்கள் இழைக்கப்பட்டால் மட்டுமே காவல் துறை உதவியை நாட முடியும். பெண்கள் மேலதிகாரிகளால்/சக

ஊழியர்களால் பாலியல் தொல்லைகளுக்கு உட்படுத்தப்பட்டால் அவர்கள்மீது நடவடிக்கை எடுக்க சட்டத்தில் இடமில்லை. அப்படிப்பட்ட நிகழ்வுகளுக்கு ஒழுங்கு நடவடிக்கை எடுக்கவும் ஒழுங்கு விதிகள் இயற்றப்படவில்லை. பாலியல் தொந்தரவு என்பதற்குச் சரியான வியாக்கியானமும் சட்டத்திலில்லை என்று கூறினார்.

வேலை செய்யுமிடத்தில் பாலியல் சீண்டல்களைத் தவிர்க்கும் விதத்தில் சட்டமொன்றை நாடாளுமன்றம் இயற்றும்வரை அத்தீர்ப்பே சட்டமாக செயல்படுமென்றும், பொதுத்துறைகள் மட்டுமின்றி தனியார் நிறுவனங்களுக்கும் அது பொருந்துமென்றும் தீர்ப்பு கூறியது.

பெண்ணுக்கும் ஆணுக்கும் சமமான உரிமையை சட்டம் வழங்கியுள்ளது. சர்வதேசப் பிரகடனங்களும் பெண்களுக்கு எதிராக எவ்விதப் பாரபட்சமும் காட்டக் கூடாது என்றும் கூறிய நீதிபதிகள் அரசியலமைப்புச் சட்டத்திலுள்ள அடிப்படைக் கடமைகளின்படி பெண்களுக்கெதிரான கேவலமான நடை முறைகளை ஒவ்வொரு குடிமகனும் தவிர்க்க வேண்டுமெனக் குறிப்பிட்டனர்.

'பாலியல் தொல்லை' என்பது முறையற்ற பாலியல் அணுகுமுறை, பெண்களைத் தொட்டுப் பேசுவது, பாலியல் இச்சையை பூர்த்திசெய்ய மறைமுகமாகவோ நேரடியாகவோ கோருவது, பாலியல்சார் விமர்சனங்கள், உடல், மொழி, செய்கைகளால் வரவேற்கத்தகாத நிகழ்வுகளில் ஈடுபடுவது என்ற விரிவான விளக்கமளிக்கப்பட்டது.

வேலையிடத்தில் ஒரு பெண் தான் பாலியல் தொந்தரவுக்கு உட்படுத்தப்படுவதாகப் புகார் கூறினால் அதை விசாரிக்க 'புகார் அமைப்பை' நிர்வாகங்கள் உருவாக்க வேண்டுமென்றும், அக்குழுவில் பெரும்பான்மையானோர் பெண்களாகவிருக்க வேண்டுமென்றும், அரசு சாரா அமைப்பொன்றிலிருந்து பெண் பிரதிநிதியொருவரை அக்குழுவில் இடம்பெறவும் உத்தரவிடப்பட்டது. அக்குழுவின் அறிக்கையின்படி சம்பந்தப் பட்ட ஆண்கள்மீது நிர்வாகங்கள் ஒழுங்கு நடவடிக்கையெடுக்கவும் கூறப்பட்டது.

இச்சூழ்நிலையில் பயிற்சி மாணவி பிரச்சினையில் ஓர் ஆண்டுக்குப் பின் வலைத்தளத்தில் பதிவுசெய்தது ஏனென்று கேட்பது தவறு. பாலியல் தொல்லைகள் பற்றிப் புகாரளிக்க அப்போது குழுக்களுமில்லை. குற்றவியல் சட்டத்தில் நடவடிக்கை யெடுக்க விதிகளுமில்லை.

புகாரில் ஆதார உண்மை இருப்பதாக உச்ச நீதிமன்ற நீதிபதிகள் குழு கூறிய பின்னரும், மனித உரிமை ஆணையத் தலைவர் பதவியை கங்குலி ராஜிநாமா செய்துவிட்டதால், தேசிய மனித உரிமை ஆணையச் சட்டப் பிரிவு 23(1 A)இன் கீழ் மத்திய அரசு குடியரசுத் தலைவருக்கு ஆலோசனை நல்கி அவரது வேண்டுகோளின் பின்னர் உச்ச நீதிமன்றம், அவர்மீதுள்ள புகாரை விசாரித்துத் தவறான நடவடிக்கையில் ஈடுபட்டார் என்று அறிவிக்குமாறு மத்திய அரசின் வேண்டுகோள் தற்போது தேவையற்றதாகிவிட்டது.

இதற்கிடையில் மேலுமொரு நீதிபதி மீது வந்த குற்றச் சாட்டை உச்ச நீதிமன்றம் விசாரிக்கலாமா என்று முடிவுசெய்ய முற்பட்டபோது, சம்பந்தப்பட்ட நீதிபதி தில்லி உயர் நீதிமன்றத்தில் வழக்கொன்றைத் தொடர்ந்து தன் பெயரை ஊடகங்கள் வெளியிடக் கூடாதென்ற தடையாணையையும் பெற்றுவிட்டார்.

சாதியும் சமயமும் பொய்

கிறிஸ்துமஸ் கொண்டாட்டங்களுக்கு நடுவில் கிறிஸ்துவத் தலித்துகளுக்கு இழைக்கப்பட்டுவரும் அநீதிகளை நினைவு கூறாமல் இருக்க முடியாது. கடந்த மாதம் தமிழகத்தில் வெளிவந்த இரு செய்திகள் முக்கியமானவைமுதல் செய்தி. கிறிஸ்துவத்திலிருந்து இந்துவாக மாறிய தலித் ஒருவர், பட்டியலினத்தவரெனச் சாதிச்சான்றிதழ் கோரினார். தகவலறிய சென்றிருந்த வருவாய்த் துறையினர் ஸ்தல சோதனைக் குறிப்பில் சம்பந்தப்பட்டவரது வீட்டுப் பூஜையறையில் இந்துக் கடவுளரின் படங்களோ விக்ரகங்களோ இல்லையெனக் கூறி சாதிச்சான்றிதழ் மறுக்கப்பட்டது. அவர் தொடர்ந்த வழக்கில் சென்னை உயர் நீதிமன்றம் இந்துக் கடவுளரின் படங்கள் இல்லாததால் மட்டுமே ஒருவர் இந்து மதத்தவரல்ல என்று கருதமுடியாதென்றும், இந்து மதத்தைச் சேர்ந்தவர் யாரென்பதற்குச் சரியான வரையறையில்லையென்றும், நம்பிக்கை யடிப்படையிலேயே ஒருவரது மதத்தை நிர்ணயிக்க முடியுமென்றும் தீர்ப்பளித்தது.

இரண்டாவது செய்தி: ஒரு கிராமத்தில் கிறித்துவ மதத்தைத் தழுவிய பட்டியலினத்தவரொருவரின் இறப்புக்குப் பின் கிராமப் பொதுக் கல்லறையில் அவரது உடலைப் புதைக்க முற்பட்டபோது 'உயர் சாதியினர்' அம்முயற்சியைத் தடுத்தனர். மதம் மாறியிருப்பினும் பட்டியலினத்தைச் சேர்ந்தவரென்பதால் பட்டியலினத்தவருக்கான தனிக்கல்லறையில் மட்டுமே அவரது உடலைப்

கனம் கோர்ட்டாரே!

புதைக்க வேண்டுமென்று சண்டித்தனம் செய்தனர். பலத்த எதிர்ப்பிற்கிடையே வருவாய்த் துறையினர் தலையீட்டால் இறந்தவரின் உடல் பொதுக் கல்லறையில் புதைக்கப்பட்டது. அப்பகுதி தலித் கிறித்துவர்களுக்கு இதனால் ஏதேனும் அசம்பாவிதம் நடக்குமோ என்ற அச்சத்தில்தான் அவர்கள் இன்றும் வாழ்ந்துவருகிறார்கள்.

மக்கள் மட்டுமின்றி மன்னர்களும் மதம் மாறியதும், மன்னரை வசப்படுத்திய பின் மதவாதிகள் மாற்று மதத்தினரைக் கொடுமைப் படுத்திய வரலாறுகளும் இங்குண்டு. பொருளாசையாலோ அருளாசியாலோ மதமாற்றம் ஏற்பட்டிருப்பினும் அவற்றால் சாதிக்கட்டுமானத்தை உடைக்கமுடியவில்லை. மனுதர்மப்படி நான்கு வர்ண சாதிக்கட்டுமானத்திற்கு வெளியே அவர்ண சாதியினராக்கப்பட்டு பஞ்சமர் என்றே தலித்துகள் அழைக்கப்பட்டனர். கிராம சமூகத்தில் தீண்டத் தகாதவரென்று ஊருக்கு வெளியே வைக்கப்பட்டுச் சமூகக் கொடுமைகளுக்குள்ளாக்கப்பட்ட பட்டியலினத்தினரிடையே மதமாற்றம் அவர்களது கொடுமைகளுக்கு முடிவுகட்டுமென்ற எண்ணம் 17ஆம் நூற்றாண்டுக்குப்பின் வந்த கிறித்துவ மிஷினரிகளால் தோற்றுவிக்கப்பட்டது. கத்தோலிக்க குருமார்களின் சுவிசேஷ சேவையால் பட்டியலின மக்களுக்கு கிட்டியிராத கல்வியும் ஒருசிலருக்கு கல்வி மற்றும் மருத்துவச் சேவைகளில் வேலைவாய்ப்பும் கிட்டின. ஆனால் வலுவான சாதிக்கட்டுமானத்தில் மதம் மாறிய பின்னரும் தீண்டாமைக் கொடுமைகள் தொடர்ந்தன. தேவாலயங்களிலும் தனி இருக்கை, கல்லறைகளில் வேறுபாடு என்ற சமூகக் கொடுமைகள் தொடர்கதையாயின.

1950ஆம் ஆண்டின் இந்திய அரசியலமைப்புச் சட்டம் அமுலுக்கு வருமுன்னர் சென்னை மாகாணத்தில் கம்யூனல் ஜி.ஓ.வின்படி வேலை வாய்ப்பில் அனைத்துச் சாதியினருக்கும், மதத்தினருக்கும் விகிதாசார அடிப்படையில் இடஒதுக்கீடு செய்யப்பட்டிருந்தது. சாதி, மத இடஒதுக்கீடு அரசியலமைப்புச் சட்டத்திற்கெதிரானதென்று சம்பகம் துரைராஜன் தொடர்ந்த வழக்கில் உச்ச நீதிமன்றம் தீர்ப்பளித்த பின் அரசியலமைப்புச் சட்டம் முதன்முறையாகத் திருத்தப்பட்டு சமூக ரீதியில் பிற்படுத்தப்பட்டோர்களுக்கும் பட்டியலினத்தவருக்கும், ஆதிவாசிகளுக்கும் இடஒதுக்கீடுசெய்ய வழிவகை செய்யப்பட்டது. அரசியலமைப்புச் சட்ட 341ஆவது பிரிவின்படி குடியரசுத் தலைவர், மாநில ஆளுநரைக் கலந்தாலோசித்தபின் அம்மாநிலத்திற்கான பட்டியலினச் சாதிகளின் பட்டியலைப் பொது அறிவிக்கை மூலம்

வெளியிட அதிகாரம் வழங்கப்பட்டது. அப்பட்டியலில் புதிய சாதிகளைச் சேர்க்கவோ தவிர்க்கவோ நாடாளுமன்றத்திற்கு அதிகாரம் வழங்கப்பட்டது. அதிலிருந்து தொடங்கியதுதான் பட்டியலினச் சாதியினரின் வேதனை.

குடியரசுத் தலைவர் வெளியிட்ட பட்டியலினச் சாதிகளிலுள்ளோர் இந்து (அ) சீக்கிய மதங்களைத் துறந்தால் அவர்களுக்களிக்கப்படும் சலுகைகள் மறுக்கப்படும் என்று கூறப்பட்டிருந்தது. சாதிக்கட்டுமானத்திற்கு வெளியே வைக்கப்பட்ட தலித்துகளுக்கெதிரான கொடுமைகள் தொடர்ந்தாலும், அவர்கள் மதம் மாறுவதைத் தடுக்கவே இச்சட்டமென்பது சொல்லாமலே விளங்கும்.

இந்திய அரசியலமைப்புச் சட்ட சிற்பியும், தேர்தலுக்குப்பின் காங்கிரஸ் அமைச்சரவையில் அமைச்சராகவிருந்த டாக்டர் பாபா சாஹேப் அம்பேத்கார் 3.10.1954இல் அகில இந்திய வானொலியில் முக்கிய உரையொன்றையாற்றினார். 'சுதந்திரம், சமத்துவம், சகோதரத்துவம்' என்ற மூன்று வார்த்தைகளில் தனது சமூக தத்துவம் அடங்கியுள்ளது. அவ்வார்த்தைகளைப் பிரெஞ்சுப் புரட்சியிலிருந்து கடன்பெறவில்லையென்றும், தன்னுடைய தத்துவகுரு புத்தபிரானிடமிருந்து அவற்றை பெற்றதாகவும் தன்னுடைய தத்துவத்திற்கு ஒரு குறிக்கோளுண்டென்றும் அதன்படி மக்களைப் புத்தமதத்திற்கு மாற்ற விழையும் பணி தனக்குண்டென்றும் பகிரங்கமாக அறிவித்தார். இரு ஆண்டுகளுக்குப்பின் 14.10.1956 தேதி நாக்பூரில் இரண்டரை லட்சம் ஆதரவாளர்களுடன் புத்தமதத்தைத் தழுவினார். காங்கிரஸ் அமைச்சரவையில் பெரும் பொறுப்பு வகித்த ஒருவர் இந்நாட்டின் மிகப் பெரிய மதத்தின் அவலங்களைத் தோலுரித்துக் காட்டி வேற்று மதமொன்றிற்கு மாறியது அதுவே முதலும் கடைசியுமாகும். தீட்சை பூமியில் அவராற்றிய உரையில் இந்து மதம் தலித் மக்களுக்காற்றிய தொடர் கொடுமைகளைப் பட்டியலிட்டதோடு பொருளாதார லாபங்களைவிட சுயமரியாதையே தலித்துகளுக்கு முக்கியமென்றும் அவர்களது போராட்டம் சுயமரியாதை என்ற கௌரவத்தைப் பெற விழைவதே என்றறிவித்தார்.

பல லட்சம் தலித் மக்கள் புத்த மதத்தைத் தழுவிய பின்னரும் மத்தியில் பதவி வகித்த காங்கிரஸ் அரசு மதமாற்றத்தால் பட்டியலின மக்கள் இழக்கும் சலுகைகளைத் தடுக்க முன்வரவில்லை. 1990ஆம் ஆண்டு டாக்டர் அம்பேத்காரின் நூற்றாண்டின்போது அவருக்கு 'பாரத ரத்னா' பட்டம் வழங்கிய போதுதான் ஆட்சியாளர்களின் மனசாட்சி உறுத்தப்பட்டு நாடாளுமன்றச் சட்ட திருத்தத்தின் மூலம் புத்தமதம் தழுவிய தலித்

மக்களுக்கும் பட்டியலினத்தவருக்கான சலுகைகளுண்டென்று அறிவிக்கப்பட்டது.

கிறித்துவத்திற்கோ இசுலாமியத்திற்கோ மாறிய தலித்துகளுக்கு பட்டியலின மக்களுக்கான சலுகைகள் மறுக்கப்படும் அநீதியின் தொடர்ச்சிதான் இக்கட்டுரையின் முதலில் கூறப்பட்ட இரு செய்திகள் காட்டும் உண்மை. பட்டியலின மக்கள் இந்துக்களாயினும் பிற மதத்தைத் தழுவியோராயினும் அவர்களுக்கிழைக்கப்படும் சாதிக் கொடுமைகள் ஒன்றே. சாதிப் பெயரைச் சொல்லித் திட்டுவது வன்கொடுமை சட்டத்தின் கீழ் குற்றமாக்கப்பட்டிருப்பினும் பாதிக்கப்பட்டவர் கிறித்துவராயிருந்தால் அது குற்றமாகக் கருதப்படாதென்பது எவ்வளவு பெரிய கொடுமை.

1985ஆம் ஆண்டு சென்னையைச் சேர்ந்த சூசை என்ற செருப்பு தைக்கும் தொழிலாளி பட்டியலின மக்களுக்கான சலுகையை மதத்தினடிப்படையில் வழங்குவதையெதிர்த்து உச்ச நீதிமன்றத்தில் வழக்குத் தொடர்ந்தார். அவ்வழக்கை விசாரித்த தலைமை நீதிபதி பி.என். பகவதி மதமாற்றத்திற்குப் பிறகு சாதிக்கொடுமைகள் தொடர்கின்றன என்பதை ஏற்றுக்கொள்ள முடியாதென்றும் தென்னிந்தியாவில் மதமாற்றத்திற்குப் பின்னரும் அம்மக்கள் தீண்டத்தகாதவர்களாகவே கருதப்படுகிறார்களென்பதற்கான ஆதாரங்கள் மிகச்சொற்பமாகவே கூறப்பட்டுள்ளனவென்று கூறி வழக்கைத் தள்ளுபடிசெய்தார். 1996இல் மதம் மாறிய பட்டியலினத்தவரொருவரின் சாதிச்சான்றிதழ் பற்றி விசாரித்த உச்ச நீதிமன்ற நீதிபதி கே.ராமசாமி, வல்சம்மா பால் என்ற வழக்கில் தென்னிந்தியாவில் எவ்வாறு பட்டியலின மக்கள் மதம் மாறிய பின்னரும் கொடுமைக்குள்ளக்கப்பட்டிருக்கின்றனர் என்பதை மிகத் தெளிவாகத் தனது தீர்ப்பில் பதிவுசெய்துள்ளார்.

சூசை தொடுத்த வழக்கிற்குப்பின் கத்தோலிக்க குருமார்கள் சபை அன்றைய பிரதமரைச் சந்தித்து சட்டத் திருத்தத்தின் மூலம் மத அடிப்படையிலான வேறுபாட்டை நீக்கக் கோரினர். அதன்பின் 1996இல் காங்கிரஸ் அரசு சட்டத் திருத்தத்தை மக்களவையில் கொண்டுவந்தபோதும் முழுமனதுடன் அதை நிறைவேற்ற முன்வரவில்லை. பாஜகவினரின் ஆதரவை எதிர்பார்த்திருந்த காங்கிரஸ் கட்சியின் மசோதா மக்களவைக் கால முடிவிற்குப் பின் மரணித்துவிட்டது.

மறுபடியும் 2004இல் மத அடிப்படையில் தலித் மக்களுக்கான சலுகை வழங்கப்படுவதையெதிர்த்த வழக்கு உச்ச நீதிமன்றத்தில் போடப்பட்டு இன்றும் நிலுவையிலுள்ளது. 2011ஆம் ஆண்டு

அவ்வழக்கை விசாரித்த மூன்று நீதிபதிகளடங்கிய அமர்வு வழக்கு பற்றிய தகவல்களைப் பொதுமக்கள் கவனத்திற்காக வலைத்தளத்தில் வெளியிட உத்தரவிட்டதோடு மட்டுமின்றி, பட்டியலின மக்களுக்கான தேசிய ஆணையத்தின் கருத்தையும் கேட்க அறிவிப்பு கொடுத்தது.

தில்லி மாணவியொருவர் வன்புணர்ச்சி கொலைக்குள்ளாக்கப் பட்டதை எதிர்த்து நடந்த எழுச்சியைக் கண்ட அன்றைய தலைமை நீதிபதி அல்டாமீஸ் கபீர் அப்போராட்டத்தில் தானும் பங்குபெற ஆசைப்பட்டதாகக் கூறியதோடு, குற்றவாளிகள்மீதான வழக்கு துரித விசாரணைக்குட்படுத்தப்பட்டு நீதிமன்றத்தின் தீர்ப்பும் ஒரு ஆண்டிற்குள் தரப்பட்டது. ஆனால் தொடர்ந்து வன் கொடுமைகளுக்குள்ளாக்கப்படும் கிறித்துவத் தலித்துக்களுக்கான சமூக நீதி கோரிய வழக்கு பத்தாண்டுகளாக இன்னும் தொடர்வது வேதனையே!

இச்சூழ்நிலையில் வள்ளலார் நினைவுக்கு வருகிறார்:

‘சாதியும் மதமும் சமயமும் பொய்’ என ஆதியில் உணர்த்திய அருட்பெருஞ்சோதி *(211)*

காவல் துறை உங்கள் நண்பனா?

சென்னை நகரக் காவல் துறை கூடுதல் ஆணையரது மார்ச் 4ஆம் தேதியிட்ட சுற்றறிக்கை அதிர்ச்சியலைகளை எழுப்பியது. டிசம்பர் 6ஆம் தேதி உத்தரவின்படி 60 நாட்களுக்குள் வீட்டு உரிமையாளர்கள் தங்களது குடித்தனக்காரர்களைப் பற்றிய தகவல்களைச் சம்பந்தப்பட்ட காவல் நிலையங்களுக்கு அனுப்பாவிட்டால் இந்தியத் தண்டனைச் சட்டப்பிரிவு 188இன்படி அவர்கள் மீது நடவடிக்கையெடுக்கப்படுமென்று எச்சரிக்கப் பட்டுள்ளனர். அப்பிரிவின்படி ஒரு பொது ஊழியர் சட்டப்படி வெளியிட்ட உத்தரவை மீறுபவர்களுக்கு 6 மாதம் வரை சிறைத்தண்டனை வழங்க முடியும். ஆனால் கூடுதல் காவல் துறை ஆணையரொருவர் அத்தகைய உத்தரவைச் சட்டப்படி வெளியிட முடியுமா என்பதுதான் கேள்வி. இவ்வுத்தரவுகளையெதிர்த்துத் தொடுக்கப்பட்ட பொதுநல வழக்கில் சென்னை உயர் நீதிமன்றம் இடைக்கால உத்தரவு கொடுக்க மறுத்துவிட்டாலும் அவ்வழக்கின் இறுதித்தீர்ப்பில்தான் அதன் சட்டப்பூர்வ தன்மை வெளிப்படும். இருப்பினும் நகரிலுள்ள குடித்தனக்காரர்கள் பற்றிய விவரங்களைச் சேகரிக்க காவல் துறைக்கு உரிமையுள்ளதா என்ற கேள்வியே மேலோங்கி நிற்கிறது.

நரேந்திரமோடி தனது காவல் துறை மூலம் ஒரு பெண்ணின் நடவடிக்கையைத் தொடர்ந்து உளவு பார்க்க முற்பட்டதின் உண்மையறிய குஜராத் அரசு விசாரணைக் கமிஷனொன்றை

கே. சந்துரு

அமைத்துள்ளது. அதற்குப் போட்டியாக மத்திய அரசும் விசாரணைக் கமிஷனொன்றை அமைக்க முற்பட்டுள்ளது. தனி மனிதனின் சுதந்திரத்தைப் பாதிக்கும் எந்நடவடிக்கையையும் அரசியலமைப்புச் சட்டம் அனுமதிக்காது. அவற்றையும் மீறும்படி தொலைபேசிகளை ஒட்டுக் கேட்பது, தபால்களைத் தணிக்கை செய்வது, கடவுச்சீட்டுக்கு விண்ணப்பிப்பவர்களின் பூர்வோத்திரங்களை விசாரிப்பது, அரசுப் பணிக்கும் காவல் துறைப் பணிக்கும் சேர்பவர்களின் முந்தைய நடத்தை, குணநலன்கள் பற்றிய விவரங்கள், விடுதிகளில் தங்கிச் செல்வோர்கள் பற்றிய முழு விவரங்கள், வெளிநாட்டவர்கள் பற்றிய முழு தகவல்கள் என்று தகவல் சேகரிப்புக் கிடங்காகிவிட்டது காவல் துறை.

குடிமக்கள் பற்றிய பல தகவல்கள் அரசின் பல துறைகளால் பெறப்படுகிறது. ஆதார் அட்டை வழங்கும்போது புகைப்படம் தவிர கைரேகை முதல் இரத்த குரூப்புகள் வரை தகவல்கள் சேர்க்கப்படுகின்றது. காலனியாதிக்கத்தில் குற்றப் பரம்பரையினரது ஆண்களிடம் மட்டுமே கைரேகைகள் காவல்நிலையத்தில் பதியப்பட்டது வரலாறு. இத்தகவல்களனைத்தையும் காவல் துறையினர் பெற்றுக்கொள்ளலாமென மத்திய அரசு உத்தரவிட்டுள்ளது. குடும்பப் பங்கீடு அட்டைகள், தேர்தல் ஆணையத்தின் வாக்காளர் அடையாள அட்டை, ஓட்டுநர் உரிமம், கடவுச்சீட்டு ஆகியவற்றிலுள்ள தகவல்களனைத்தும் அரசிடமேயுள்ளன. தபால் பட்டுவாடா செய்யும் அஞ்சல் ஊழியர்களுக்கோ வீட்டிலிருக்கும் அனைவரது விவரங்களும் அத்துப்படி.

விற்பனைக் கூடங்கள் உணவு விடுதிகள், இரயில் நிலையங்கள், பேருந்து நிலையங்கள், ஏடிஎம் மையங்கள், மருத்துவமனைகள், சாலை சந்திப்புகள் மற்றும் பல தனியார் நிறுவனங்கள் ஆகிய இடங்களில் கண்காணிப்புக் கேமிராக்கள் அங்கு வருவோர், போவோர் அனைவரது புகைப்படங்களையும் தொடர்ந்து பதிவுசெய்துவருகின்றன. சில இடங்களில் “கேமிராக்களால் கண்காணிக்கப்படுகிறீர்கள்” என்ற எச்சரிக்கையேதுமின்றி அவை சட்டவிரோதமாகப் பொருத்தப்படுகின்றன. விமான நிலையங்களிலும் பொது இடங்களிலும் குடிமக்களும், அவர்களது உடைமைகளும் பாதுகாப்புச் சோதனைகளுக்கு உட்படுத்தப்படுகின்றன. அடிக்கடி நெடுஞ்சாலைகளில் வாகனச் சோதனைகள் மேற்கொள்ளப்படுகின்றன.

இரவு நேரங்களில் முகத்தை மறைத்துக்கொண்டு சந்தேகப்படும்படி செல்லுபவர்களை வாரண்ட் இல்லாமலே கைதுசெய்ய காவல் துறைக்கு 1888ஆம் ஆண்டின் தமிழ்நாடு நகரக் காவல் துறை சட்டத்தின் கீழ் அதிகாரம் வழங்கப்பட்டுள்ளது.

இதை முக்காடு சட்டமென்றும் குறிப்பிடுவதுண்டு. மூட்டை தூக்கும் தொழிலாளர்கள், நகரத்தில் வேலை தேடி வந்த இளைஞர்கள், உணவு விடுதி ஊழியர்கள், நடைபாதை வாசிகள் என்று இச்சட்டத்தின் மூலம் ஆயிரக்கணக்கானோர் கைதுசெய்யப்பட்டுச் சிறையிலடைக்கப்பட்ட கேவலங்கள் இந்நகரத்தில்தான் நடைபெற்றன. முதலமைச்சர் எம்ஜிஆர் தலையீட்டால் முக்காடு வழக்குகள் போடுவது ஒழிந்தது.

காவல் துறை நிலையாணைகளின்படி கேடிகளின் பட்டியல் *(History-Sheeters)* காவல்நிலையங்களில் பராமரிக்கப்படுகின்றது. அப்பட்டியலிலுள்ளவர்களின் வீடுகளில் நுழைந்து எந்நேரமும் சோதனைசெய்ய காவலர்களுக்கு அனுமதியுண்டு. இதையெல்லாம் பார்க்கும்போது நாம் ஒரு சுதந்திர குடியரசில்தான் இருக்கிறோமா என்ற சந்தேகம் எழுகிறது.

சட்டப்படி அதிகாரம் பெற்ற செயல்கள் தவிர சட்டத்திற்கு அப்பாற்பட்ட நபர்களும் தங்கள் பகுதிகளில் நடைபெறும் நிகழ்வுகளின் முழு தகவல்களும் பெற்றவர்களாயுள்ளனர். சமீபத்தில் பத்திரிகை நிருபரொருவர் பழைய வீட்டை இடித்து புது வீடு கட்டுவதற்காக அனுமதி பெற்றிருந்தார். கட்டிடச் சாமான்களை உள்ளே கொண்டுவர பழைய சுற்றுச்சுவரை அவர் இடிக்க முற்பட்டபோது, அங்கிருந்த எதிர்க்கட்சிகளின் பிரதிநிதிகள் அதற்கு ஆட்சேபணை தெரிவித்தனர். காரணம் கேட்டதற்கு தங்களது கட்சி பிரச்சார வாசகங்கள் அச்சுவரில் எழுதப்பட்டிருந்ததால் சுவரை இடிக்குமுன் அதற்கு நஷ்டஈடு கேட்டனர். ஆளுங்கட்சி பிரதிநிதி ஒருவரோ இடிப்பதற்கு முன் தன்னிடம் அனுமதி வாங்காததற்கு நஷ்டஈடு கேட்டார். வீட்டைப் பழுதுபார்ப்பதற்கு செங்கல், மணல், கருங்கல் ஜல்லிக்கல் வீட்டினருகில் வந்திறங்கினவுடனேயே நகராட்சி உறுப்பினர்களின் பிரதிநிதிகள், கப்பம் கேட்பதற்கு அங்கே தவறாமல் ஆஜராகிவிடுவர். ஆட்டோ ஓட்டுநர்கள் முதல் ஐயப்பன் மண்டலி நடத்துபவர்கள் வரை பகுதி மக்கள் பற்றிய விவரங்களை அறியாதவர்களே இல்லை. இத்தனை விவரங்களுக்கிடையே மற்றுமொரு தகவல் சேகரிப்பதின் உண்மை நோக்கமென்னவென்று தெரியவில்லை.

வீடுகளைப் பூட்டிக் கொண்டு வெளியூர் செல்லும் நபர்கள் காவல் துறையிடம் முன்தகவல் கொடுத்தால், இரவு ரோந்து செல்லும் காவலர்கள் அவ்வீடுகளின் மீது கண் வைத்திருப்பார்கள் என்று சில ஆண்டுகளுக்கு முன் அறிவிக்கப்பட்டதை நம்பி தகவல் கொடுத்ததிற்குப் பின்னும் வீடுகள் களவாடப்பட்டதால் யாரும் அவர்களை நம்புவதில்லை. பூட்டுடைத்து வீட்டுப்

பொருட்கள் களவாடப்பட்டது குறித்த ஆயிரக்கணக்கான புகார்கள் இன்னமும் புலனறியப்படவில்லை. இப்பட்டியலில் புதிதாகச் சேர்ந்திருப்பவர் இந்திரா நூயி. பன்னாட்டு குளிர்பானமான பெப்சி நிறுவனத்தின் தலைவருக்கே இந்த கதி. கடந்த வாரம் ஓய்வுபெற்ற உச்ச நீதிமன்ற நீதிபதி நடராஜன் அபிராமபுரத்திலுள்ள தனது வீட்டில் அத்துமீறி இருமுறை வெளியாள்கள் நுழைந்துள்ளனர் என்று புகார் கூறியுள்ளார். அவரது வீட்டில் யாரும் வாடகைக்குக் குடியிருக்கவில்லை. இதற்குக் காவல் துறை என்ன பதில் சொல்லும் என்று தெரியவில்லை. இங்கிலாந்து நாட்டின் குற்ற நுண்ணறிவுத்துறை 'ஸ்காட்லாந்து யார்டின்' திறமையை உலகமே பாராட்டும். தமிழகக் காவல் துறையினர் அடிக்கடி தங்களை அதற்கு இணையானவர்கள் என்று மார்தட்டிக்கொள்வதுமுண்டு.

துப்புத்துலக்காத குற்றங்கள் ஆயிரக்கணக்கிலுள்ளதால் காவல் துறையினரிடம் துணிந்து தகவலளிக்க குடிமக்கள் தயாரில்லை என்பதே உண்மை. இந்தியச் சான்றியல் சட்டத்தின் பிரிவு 24இன்படி காவலரிடம் கொடுக்கும் வாக்குமூலம் சட்டப்படி செல்லாதென்று கூறப்பட்டுள்ளதிலிருந்தே காவல் துறை பற்றிய சட்டத்தின் நம்பகத்தன்மை வெளிப்படும்.

அமெரிக்க நாட்டின் அரசியலமைப்புச் சட்டத்தின் நான்காவது திருத்தத்தின்படி மக்களின் சுதந்திரத்தையும், இருப்பிடம் மற்றும் சொத்துக்களையும் பாதுகாக்கும் வகையில் அவர்களது வீடுகளில் காவல் துறையினர் உரிய உத்தரவின்றி எவ்விதச் சோதனைகளையும் (அ) பறிமுதல்களையும் செய்ய முடியாதென்று கூறப்பட்டுள்ளது. எழுதப்பட்ட அரசியலமைப்புச் சட்டம் இல்லாவிட்டாலும், இங்கிலாந்து நீதிமன்றம் ஒவ்வொரு குடிமகனின் வீடும் அவர்களது கோட்டையும் பாதுகாப்பு அரணுமாகும் எனத் தீர்ப்பளித்துள்ளது. குடிமக்களின் வீடுகளுக்குள் அத்துமீறி நுழைவது அதன் புனிதத்தைக் கெடுக்கும் செயல் என்றும் கூறியுள்ளது. இந்திய அரசியலமைப்புச் சட்டப்பிரிவு 21இன்படி ஒவ்வொரு குடிமகனின் தனிமனித சுதந்திரமும் பாதுகாக்கப்பட்டுள்ளது. அச்சுதந்திரம் சட்டப்படியான நடவடிக்கைகளின் மூலமே பறிக்கப்படும் என்ற உத்தரவாதமும் உள்ளது. 1975இல் கோவிந்த் என்பவர் தொடுத்த வழக்கில் அளித்த உச்ச நீதிமன்றத் தீர்ப்பில் அரசியலமைப்புச் சட்டத்தை உருவாக்கிய சிற்பிகள் இந்தியாவை ஒரு போலீஸ் ராஜ்ஜியமாக்க விருப்பப்படவில்லையென்பது நமது சுதந்திரப் போராட்டத்தின் சரித்திரத்தை படித்தாலேயே விளங்குமென்று கூறியது. கேடிகள் பட்டியலில்கூட உரிய காரணமின்றிப் பெயர்கள் சேர்க்கப்பட்டால் அதில் நீதிமன்றங்கள் குறுக்கிடும் வாய்ப்புண்டு

என்று மலக்சிங் (1981) வழக்கில் தீர்ப்பளிக்கப்பட்டது. காவல் துறை அதிகாரி ஒருவர் தான் சந்தேகப்படுவதற்குத் தக்க காரணங்கள் இருக்கிறதென்று பதிவுசெய்தால் மட்டுமே ஒருவரைக் கேள்வி கேட்கவும், அவரது இருப்பிடத்தைச் சோதனை செய்யமுடியும். இப்புதிய உத்தரவின்படி நகரத்திலுள்ள குடித்தனக்காரர்கள் அனைவரையும் சந்தேகப்படும்படியான போக்கு உள்ளது. இதனடிப்படையில் பார்த்தால் காவல் துறை தேவையற்ற தகவல்களைத் தெரிந்துகொள்ள முற்படுவதற்குச் சட்ட அடிப்படை ஏதுமில்லை எனத் தெளிவாகும். ஆதார் அட்டையை வாங்க நிர்ப்பந்திக்கும் மத்திய அரசின் நடவடிக்கையையே சட்ட ஆதாரமில்லை என்று அறிவித்துவிட்ட உச்ச நீதிமன்ற தீர்ப்பிற்குப் பின், காவல் துறையின் கெடுபிடிக்கு அர்த்தமேயில்லை.

சென்னை நகரத்தில் வாடகை வீடுகளுக்காக அலைபவர்கள் ஆயிரக்கணக்கிலுண்டு என்பதை தின இதழ்களின் வரி விளம்பரங்களிலிருந்து தெரிந்துகொள்ளலாம். வீட்டை வாடகைக்கு விடுபவர்கள்கூடப் பலகட்ட சோதனைகளுக்குப் பிறகே குடித்தனக்காரர்களை வீட்டிலமர்த்துகின்றனர். இதுதவிர, சமீபத்தில் சென்னை உயர் நீதிமன்றம் ஓர் அதிரடித் தீர்ப்பை அளித்தது. அதன்படி நீதிமன்றத் தீர்ப்புக்குப் பின்னும் வீட்டைக் காலி செய்யவில்லையென்றால் அருகிலுள்ள காவல்நிலையத்தில் வீட்டுக்குச் சொந்தக்காரர் ரூ. 5000/– செலுத்திவிட்டு அங்குள்ள காவலர்கள் உதவியுடன் குடித்தனக்காரரை வலுக்கட்டாயமாக வெளியேற்ற காவலர்களுக்கு மேலுமொரு புதிய அதிகாரம் வழங்கப்பட்டுள்ளது அதிர்ச்சியளிக்கிறது. இன்னமும் சென்னை மாநகரத்தில் 41 விழுக்காடு மக்கள் குடிசைப்பகுதிகளிலும், நடைபாதைகளிலுமே வசிக்கின்றனர். இப்படி லட்சக்கணக்கான குடித்தனக்காரர்களைப் பற்றிய விவரங்களைப் பெற்றுக் கொண்டபின் அவற்றின் உண்மைத்தன்மையை அறிவதற்கென காவல் துறையினரிடம் எவ்வித உட்கட்டமைப்புமில்லை. எனவே இது ஒரு வெட்டிவேலை. காவல் துறையினர் தங்களது நுண்ணறிவிப்புத் திறமையை பெருக்கித் தினசரி ரோந்துகளை முடுக்கிவிட்டு ஏற்கனவேயுள்ள தகவல்திரட்டுகளை உபயோகப்படுத்திக் குற்றப் புலனாய்வுகள் செய்தாலே பல குற்றங்களுக்குத் தீர்வுகாண முடியும்.

50 ஆண்டுகளுக்கு முன் காவல் துறையினர் தங்களது துப்புத்துலக்கும் திறமைகளை விளக்கும் வண்ணம் ஒரு செய்திப் படமெடுத்து பொதுவிடங்களில் திரையிட்டனர். அப்படத்தின் பெயர் ‘உங்கள் நண்பன்’. காவல் துறை குடிமக்களின் நண்பனா என்பது இன்னும் நிருபணமாகவில்லை.

மாயமான் வேட்டை

150 ஆண்டுப் பாரம்பரியத்தைக் கொண்டாடிய சென்னை உயர் நீதிமன்றத்தில் நடந்து வரும் சம்பவங்கள் வருத்தத்தை அளிக்கின்றன. இந்தியத் தொலைக்காட்சிகளில் முதல்முறையாக என்று அறிவிக்கப்படுவதுபோல் இந்தியச் சட்ட உலகத்தில் பல நிகழ்வுகள் முதல்முறையாக சென்னை உயர் நீதிமன்றத்தில் அரங்கேறியுள்ளன. வேலை நிறுத்தங்கள், உண்ணாவிரதப் போராட்டங்கள், ஊர்வலங்கள், காவல் துறையினருடன் மோதல் என எண்ணற்ற நிகழ்வுகள்.

உயர் நீதிமன்றத்தில் புதிய நீதிபதிகள் நியமனங்களுக்காக அனுப்பப்பட்ட பட்டியல் பலத்த சர்ச்சைகளுக்குள்ளாகியுள்ளது. பட்டியலில் இரு பெண் வழக்கறிஞர்கள் பிராமண சமுதாயத்தைச் சேர்ந்தவர்களென்று திராவிட கழகத்தின் சார்பாக உயர் நீதிமன்ற வாயிலில் கண்டன முழக்கங்கள் எழுப்பப்பட்டன. தில்லி பெண் வழக்கறிஞர் ஒருவரின் பெயர் பரிந்துரைக்கப்பட்டிருப்பதாக வந்த செய்தியை வழக்கறிஞர்களுக்கான புத்தாக்கப் பயிற்சி முகாமில் பேசிய இந்தியத் தலைமை நீதிபதி மறுத்துள்ளார். மூத்த வழக்கறிஞர் காந்தியும் சிலரும் வழக்கறிஞர் சங்கத் தலைவர்கள் உயர் நீதிமன்றத் தலைமை நீதிபதியைச் சந்தித்து நீதிபதிகள் நியமனப் பட்டியல் பற்றிய தங்களது அதிருப்தியைத் தெரிவித்தனர். அதற்கு எதிர்வினை ஏதும் ஏற்படாததால் காந்தி பொதுநல வழக்குத் தொடர்ந்தார். தலைமை நீதிபதியுடன் மூத்த

நீதிபதிகள் இருவரும் உள்ளிட்ட கொலிஜியம் அனுப்பிய பட்டியலில் ஒளிவு மறைவற்ற தன்மையில்லையென்றும், இதுவரை பிரதிநிதித்துவமில்லாத சாதிகளைச் சேர்ந்த வழக்கறிஞர்கள் பட்டியலில் இடம்பெறவில்லையென்றும், குறிப்பிட்ட ஒரு சாதியினருக்கு வரம்பு மீறி அதிக பிரதிநிதித்துவம் வழங்கப்பட்டுள்ளதாகவும் குறை கூறினார்கள். அவ்வழக்கு நிலைக்கத்தக்கதுதானா என்பது இன்னும் நீதிமன்றத்தால் முடிவுசெய்யப்படவில்லை.

அவ்வழக்கை விசாரிக்க முதலில் நியமிக்கப்பட்ட இரு நீதிபதிகள் அமர்வு மறுத்துவிட்டதால் வேறு இரு நீதிபதிகள் கொண்ட அமர்வுக்கு வழக்கு மாற்றப்பட்டது. அவ்விரு நீதிபதிகளும் இவ்வழக்கை விசாரிக்கக் கூடாதென்று எதிர்ப்புத் தெரிவித்ததால் வேறிருவர் கொண்ட மூன்றாவது அமர்வுக்கு மாற்றப்பட்டது. வழக்கு விசாரணைக்கு வரும் தினமன்று சென்னை உயர் நீதிமன்ற வழக்கறிஞர்கள் சங்கம் நீதிமன்றப் புறக்கணிப்புக்கு முடிவுசெய்தது. நீதிபதி பதவிக்கு இதுவரை கருதப்படாத மற்ற சாதியினருக்கும் பங்களிக்கும் வகையில் நியமனப் பட்டியலிருக்கவேண்டுமென்றும், மூன்று பிராமண வழக்கறிஞர்கள் பட்டியலில் இடம்பெற்றிருப்பது சமூகநீதிக்கு விரோதமென்றும், எல்லாத் தரப்பினரையும் பிரதிநிதித்துவப்படுத்த, ஒவ்வொரு சமூகத்தைச் சேர்ந்த வழக்கறிஞர்களுக்கும் திறமையினடிப்படையில் வாய்ப்பளிக்க வேண்டுமென்று கூறிவருகின்றனர். உயர் நீதிமன்ற வளாகத்தில் கண்டன ஊர்வலமொன்றும் நடைபெற்றது.

நீதிபதிகள் நியமனம் குறித்து அதிருப்தி தெரிவித்து வழக்கறிஞர்கள் தெருவிலிறங்கிப் போராடத் தொடங்கியதும், நீதிபதிகளின் (கொலிஜியம்) முடிவுகளுக்கெதிராக வழக்கறிஞர்களே நேரடி நடவடிக்கைகளில் இறங்கியதும் வேதனையளிக்கிறது. போராடத் துணிந்துள்ள பிரச்சினை குறித்துப் பொதுநல வழக்குகள் போடப்பட்ட பின் நேரடிப் போராட்டத்தில் ஈடுபடுவது சட்ட உலகிற்குக் கௌரவம் அளிக்காது.

நீதிமன்ற அமர்வு வழக்கை விசாரிக்கும்போதே, கோஷங்களுடனும், வாசகங்களடங்கிய தட்டிகளுடனும் பெருந்திரளாக வழக்கறிஞர்கள் கூடியிருந்ததை நீதிபதியொருவர் வேதனையுடன் கடிந்துகொண்டிருக்கிறார். வழக்கிற்கு 'கிளைமாக்ஸ்' போல் பதவியிலிருக்கும் நீதிபதியொருவர் நேரில் ஆஜராகித் தனக்கும் பரிந்துரைக்கப்பட்டுள்ள பட்டியல் அதிருப்தி அளிப்பதால், தானும் வழக்குத் தொடரப்போவதாக கூறிச்சென்றது அதிர்ச்சி அலைகளையெழுப்பியுள்ளது.

தற்போதுள்ள நீதிபதிகள் நியமன நடைமுறை 1993இல் மத்திய அரசால் உருவாக்கப்பட்டது. உச்ச நீதிமன்றம் அட்வகேட்ஸ்-ஆன்-ரெகார்டு என்ற வழக்கின் தீர்ப்பு அதற்குப் பின்புலமாகவிருந்தது. உலகிலேயே எந்நாட்டிலும் இல்லாத வகையில் அத்தீர்ப்பின் மூலம் நீதிபதிகள் நியமனத்தை நீதித் துறையே தன் கையிலெடுத்துக்கொண்டது. நீதித் துறையின் சுதந்திரத் தன்மையைப் பாதுகாக்கவே அத்தீர்ப்பு என்ற நியாயமும் கூறப்பட்டது.

1993ஆம் ஆண்டின் நியமன நடைமுறைப்படி உயர் நீதிமன்றத் தலைமை நீதிபதி, நீதிபதி நியமனத்திற்குத் தகுந்த வழக்கறிஞர்கள் பெயர்களையும் மாவட்ட நீதிபதிகளின் பெயர்களையும் தேர்ந்தெடுத்து, இரு மூத்த நீதிபதிகளின் கருத்துகளைப் பதிவுசெய்து பட்டியலை மாநில ஆளுநருக்கு அனுப்ப வேண்டும். அப்பட்டியல் பற்றி முதலமைச்சரின் கருத்துகளையறிந்து மத்திய அரசுக்கு ஆளுநர் அனுப்ப வேண்டும். மத்தியரசின் சட்டத் துறை அப்பட்டியலை உச்ச நீதிமன்றத்திற்கு அனுப்பும்போது வேண்டுமெனில் கிடைக்கப்பட்ட உளவுத் துறையின் குறிப்புகளையும் உச்ச நீதிமன்றத்துடன் பகிர்ந்து கொள்ளலாம். உச்ச நீதிமன்றத் தலைமை நீதிபதி, பட்டியல் வரும் மாநிலத்திலிருந்து உச்ச நீதிமன்றத்தில் பதவி வகிக்கும் நீதிபதியின் கருத்தையும் தெரிந்துகொண்டு, அவருக்குக் கீழேயுள்ள மூத்த நீதிபதிகள் இருவரின் கருத்துகளையும் எழுத்து மூலமாகப் பதிவுசெய்து, நியமனப் பட்டியலை மீண்டும் மத்திய அரசுக்கு அனுப்ப வேண்டும். மத்திய அமைச்சரவையின் உயர் நியமனக்குழு ஒப்புதலுக்குப்பின் அப்பட்டியல் குடியரசுத் தலைவர் நியமன ஆணை வழங்க அனுப்பப்படும். சிபாரிசு செய்யப்பட்ட பெயர் ஏதேனுமொன்றில் ஆட்சேபணையிருந்தால் மத்தியரசு உச்ச நீதிமன்றத்திடம் தனது கருத்தைத் தெரிவிக்கலாம். அதற்குப் பின்னும் உச்ச நீதிமன்ற கொலிஜியம் மறுபடியும் பரிந்துரைத்தால் அப்பெயரை குடியரசுத் தலைவருக்குக் கட்டாயமாக மத்திய அரசு பரிந்துரைக்க வேண்டும். இதன் பின்னரே குடியரசுத் தலைவர் நீதிபதி நியமனத்திற்கான உத்தரவைப் பிறப்பிப்பார். அப்படியொரு நபர் நீதிபதியாக நியமனம் செய்யப்பட்டுவிட்டால் அவரைப் பதவியிலிருந்து நீக்க நாடாளுமன்றத்தின் மூன்றிலிரண்டு பங்கு வாக்குகள் தேவை. இன்றுள்ள நடைமுறையில் வழக்கறிஞர்களின் பிரதிநிதிகளைக் கலந்தாலோசிக்க எவ்வித ஏற்பாடுமில்லையென்பது குறிப்பிடத்தக்கது.

கடந்த இருபது ஆண்டுகளில் உயர் நீதிமன்றங்களின் நீதிபதிகள் நியமனத்தில் அனேகமாக எவ்விதப் பங்கும் அரசுக்கு வழங்காமல் நியமனங்கள் நடைபெற்றது பற்றிப்

பலத்த விமர்சனங்கள் எழுந்தன. ஓய்வுபெற்ற நீதிபதிகள் பலரும் கட்டுரைகளின் மூலமும் சுயசரிதைகளின் மூலமும் கொலிஜியம் நியமன நடைமுறையைக் கடுமையாக விமர்சித்துள்ளனர். ஓய்வுபெற்ற உச்ச நீதிமன்ற நீதிபதி ரூமா பால் தனது கட்டுரை யொன்றில் கொலிஜிய நியமன நடைமுறையில் ஒளிவு மறைவற்ற தன்மையில்லையென்று குறிப்பிட்டுள்ளார். உச்ச நீதிமன்ற நீதிபதி ஆர்.எம். சஹாய் தனது சுயசரிதையில் கொலிஜிய நியமன நடைமுறையின் ஓட்டைகளைக் குறிப்பிட்டதுடன், உயர் நீதிமன்றத் தலைமை நீதிபதிகளை வெளிமாநிலத்திலிருந்து நியமிப்பதையும் கடுமையாகச் சாடியுள்ளார். அசாம், மத்தியப் பிரதேச உயர் நீதிமன்றங்களில் தலைமை நீதிபதி பதவியாற்றிய யு.எல். பட் தனது சுயசரிதையில் உச்ச நீதிமன்ற கொலிஜிய நீதிபதிகளின் சுயவிருப்பு வெறுப்புகளுக்குட்பட்டுதான் நியமனங்கள் நடைபெறுகின்றனவென்றும், அதில் திறமைக்கோ, தகுதிக்கோ உரிய இடம் அளிக்கப்படுவதில்லையென்றும் குறிப்பிட்டுள்ளார். சென்னையில் நடைபெற்ற ஒரு பொது விவாத மேடையில் பேசிய முன்னாள் அட்டர்னி ஜெனரல் சொலி சொராப்ஜி, கொலிஜிய சிபாரிசால் செய்யப்பட்டுவரும் நீதிபதிகள் நியமனம் திருப்தியளிக்கவில்லையென்றும், அதற்கு மாற்றம் தேவையென்றும் குறிப்பிட்டார்.

பல தரப்பினரின் அதிருப்திகளுக்காளான நீதிபதிகள் நியமன நடைமுறையை மாற்ற மத்திய அரசு நாடாளுமன்றத்தில் சட்டமியற்றியதுடன் அதற்குண்டான அரசியலமைப்புச் சட்டத்தில் திருத்தங்களையும் மேற்கொண்டது. நியமன நடைமுறை மாற்றத்திற்கு முதலில் எதிர்ப்புத் தெரிவித்தது இந்திய பார் கவுன்சில். அதன் உதவித் தலைவர் பிரபாகரன் தனது அறிக்கையில் புதிய நியமனக் குழுவில் பார் கவுன்சில் பிரதிநிதிகளுக்கு இடமில்லையென்றால் வழக்கறிஞர்கள் நாடு தழுவிய போராட்டம் நடத்துவார்களென்று கூறினார். நீதிபதிகளின் நியமனச் சட்டத்தை ஆதரித்து பேசிய சட்ட அமைச்சர் கபில்சிபல், பார் கவுன்சிலின் எதிர்ப்பு அநாவசியமானதென்றும், புதிய நியமனக் குழுவில் சட்டநிபுணம் பெற்ற இருவர் நியமிக்கப்படுவார்களென்றும், அதன்படி வழக்கறிஞர்களுக்கு நீதிபதிகள் நியமனத்தில் பங்கிருக்குமென்றும் கூறினார்.

சென்னை உயர் நீதிமன்ற வழக்கறிஞர் சங்கமும், மெட்ராஸ் பார் அசோசியேஷனும் இப்புதிய நியமனச் சட்டத்திற்குத் தங்களது எதிர்ப்பைத் தெரிவித்தனர். இப்புதிய சட்ட நடைமுறைக்கு வராவிட்டால் நீதிபதி நியமனங்கள் பழையபடி கொலிஜியத்தின் பரிந்துரைகள்படிதான் நடக்கும். அதில்

வழக்கறிஞர்களுக்கு எவ்விதப் பங்குமிருக்கப்போவதில்லை. அப்படியிருக்கும்போது நியமனங்களில் வழக்கறிஞர்களின் கருத்துகள் கணக்கிலெடுத்துக்கொள்ள வேண்டுமென்று கூறுவதற்குச் சட்டத்திலிடமில்லை. அதேபோல் கொலிஜியத்தில் பங்கு பெறும் தலைமை நீதிபதியும், இரண்டாவது (அ) மூன்றாவது இடத்திலிருக்கும் நீதிபதிகளும் வெளிமாநிலத்தைச் சேர்ந்தவர்களாகிவிடுவதால் அவர்களுக்கு உள்ளூர் வழக்கறிஞர்கள் பற்றிப் போதிய ஞானமிருக்காது என்று கூறுவது கொலிஜிய நியமன நடைமுறையை மறைமுகமாக எதிர்ப்பதே. வெளிமாநிலத்திலிருந்து தலைமை நீதிபதிகள் நியமிப்பதை எதிர்க்காமல் தற்போதைய நடைமுறையிலேயே தங்களது குரல்களுக்கும் பங்கு கேட்பது வழக்கறிஞர்களது வாதத்தின் பலவீனத்தைக் காட்டுகிறது.

எல்லாச் சமூகத்தினருக்கும் இடமளிக்கும் வகையில் உயர் நீதிமன்றங்களில் போதுமான பதவிகளில்லை. அரசியலமைப்புச் சட்டத்திலும் அப்பதவிகளுக்கு இட ஒதுக்கீடு செய்யப்படவில்லை. இந்தியத் தலைமை நீதிபதி, அனைத்துச் சமூகத்தினரையும் குறிப்பாக சமூகத்தில் பிற்படுத்தப்பட்டவர்களையும் மற்றும் பெண்களையும் பிரதிநிதித்துவப்படுத்தும்படி புதிய நியமனங்களுக்கு பரிந்துரைக்கும்படி உயர் நீதிமன்றத் தலைமை நீதிபதிகளுக்கு வேண்டுகோள் விடுத்துள்ளார்.

இச்சூழ்நிலையில், நியமன நடைமுறையில் ஒளிவு மறைவற்ற தன்மை கோருவதும், அதில் தங்களது கருத்துகளுக்குப் பங்களிக்குமாறு போராடுவதும் வழக்கறிஞர்களது கோரிக்கைகளி லுள்ள முரண்பாட்டைத்தான் காட்டுகிறது. ஒளிவு மறைவற்ற நீதிபதி நியமன நடைமுறை, தற்போதுள்ள கொலிஜிய நடைமுறை மாற்றப்பட்டாலொழிய வரப்போவதில்லை.

வழக்கறிஞர்கள் தங்களது மாயமான் வேட்டையைத் தவிர்த்து, புதிய நியமன நடைமுறைக்கு வேண்டுகோள் விடுப்பதே காலத்தின் கட்டாயம்.

உணவுப் பழக்கம் தனிமனித உரிமை

நீலாங்கரையிலுள்ள சக்தி மாரியம்மன் கோயிலுக்குச் சொந்தமான நிலத்தில் மீன் சந்தை அமைப்பதை எதிர்த்து அக்கோயிலின் பக்தர் எனக் கூறிக்கொண்டு ஒருவர் தொடர்ந்த பொதுநல வழக்கில் சென்னை உயர் நீதிமன்றம் தடைவிதித்து அரசுக்கு நோட்டீஸ் கொடுத்துள்ளது. வழக்கைத் தொடர்ந்தவர் கூறிய காரணம்: கோயில் நிலத்தில் மீன்சந்தை வைப்பது பக்தர்களின் உள்ளத்தைப் புண்படுத்தும் என்பது.

மீனவர்கள் குடியிருப்பு பெரிதுமுள்ள அக்கிராமத்தின் உபதேவதைக் கோயிலொன்றில் மீன் சந்தை வைப்பது பக்தர்களின் மனதை எப்படிப் புண்படுத்துமென்று தெரியவில்லை. வழக்கின் அடிப்படையான வாதம் அம்மனும் சைவமா? என்பதுதான்.

சைவ மதத்தின் பெரிய புராணத்தில் கண்ணப்ப நாயனாருக்கும் (பன்றிக்கறி படைத்தவர்), சிறுதொண்ட நாயனாருக்கும் (பிள்ளைக்கறி படைத்தவர்) சிறப்பான இடத்தைக் கொடுத்துவிட்டு, கடவுளரைச் சைவமாக்க முயல்வது எவ்விதத்தில் நியாயமென்று தெரியவில்லை. பெரிய புராணத்தில் கண்ணப்ப நாயனார் காளத்தி நாதனிடம் வேண்டுவதாக இவ்வாறு பாடப்பபட்டுள்ளது.

நாதனே! அமுது செய்ய நல்லமெல் இறைச்சி நானே
கோதிறத் தெரிந்து வெறு கொண்டிங்கு வருவேன்!

சமீப காலங்களில் சைவ அசைவ உணவுகள் பற்றிய பட்டிமன்றங்கள் பொதுவெளிகளில் பிரபலமாகியுள்ளன.

பள்ளி செல்லும் குழந்தைகளுக்கு மதிய உணவைச் சத்துணவுத் திட்டம் என்றறிவித்த அரசு ஏழைக் குழந்தைகளின் புரதச்சத்து பற்றாமையைக் கருதி, வாரத்தில் மும்முறை அவித்த முட்டைகளை அளித்துவருகிறது. இதற்குத் தமிழகத்தில் எதிர்ப்பேதும் இல்லாதது மட்டுமன்றித் தமிழகக் குழந்தைகளின் உடல்நலம் பெரிதும் முன்னேறியுள்ளது. முட்டை எடுத்துக்கொள்வதைத் தடுக்கும் பெற்றோர்களின் குழந்தைகளுக்கு, மாற்றுணவாக வாழைப்பழம் வழங்கப்பட்டு வருகிறது. எனினும் மதிய உணவில் முட்டையைத் தவிர்க்கும் குழந்தைகளின் எண்ணிக்கை சொற்பமே.

பாஜக மூன்று முறையாக ஆட்சி நடத்தும் மத்தியப் பிரதேசத்திலும் குழந்தைகளுக்குச் சத்துணவுத் திட்டம் அறிமுகப்படுத்தப்பட்டுள்ளது. அத்திட்டத்தைச் சீராய்வுசெய்த நிபுணர்குழுவின் பரிந்துரையின் பேரில் வாரம் மும்முறை அவித்த முட்டைகள் அளிக்கப்பட்டன. இந்து மதத்தின் பாதுகாவலனென்று அவதரித்துள்ள அவ்வரசு முட்டைகள் போடுவதற்கு முட்டுக்கட்டைப் போட்டுள்ளது. பாஜக அமைச்சரொருவர், மத்தியப் பிரதேசத்தில் பெரும்பான்மை யானோர் சைவர்களென்றும், பெற்றோர்கள் அத்திட்டத்திற்கு ஒப்புதல் அளிக்கமாட்டார்களென்றும் விளக்கம் கூறினார். இதைப் பற்றி விமர்சனம் செய்த ஊடகங்கள் அங்கு 35 விழுக்காட்டினரே சைவர்களென்று கூறியது. இந்து மதத்தை ஒருமுகப்படுத்தும் செயல்திட்டத்தில் சரஸ்வதி வந்தனம், சூரிய நமஸ்காரம், கோ பூஜை என்று தொடர்ச்சியாகப் பள்ளிக் கூடங்களைத் தங்களது சோதனைக்கூடங்களாக்கியுள்ள பாஜகவினரின் அடுத்த முயற்சியே சைவ உணவுமயமாக்கல் திட்டமாகவும் இருக்கலாம். மீனவர்களின் வாக்குகளைப் பெற நமோ நடமாடும் மீன்கடையை அவர்கள் தமிழகத்தில் தொடங்கியுள்ளது போலி அரசியலே.

சைவ, வைணவ மதங்களில் மறுமலர்ச்சி என்று சொல்லக் கூடிய பத்தாம் நூற்றாண்டுக்குப் பிறகு சமண மதத்துடன் கருத்துப்போர் நடத்திய பின் ஏற்பட்ட புதிய மாறுதலே சைவ உணவையும் மத வழக்கங்களுடன் பிணைக்கும் செயல். பக்தி மார்க்கத்தைப் பலதரப்பட்டனரிடமும் எடுத்துச் சொல்லும் முயற்சியில் எழுதப்பட்டவையே நாயன்மார்கள், ஆழ்வார்கள் ஆகியோர்களின் வாழ்க்கைப் புராணங்கள். அனைத்துச் சாதியினரையும் இணைக்கும் வகையில் பிரதிநிதித்துவப்படுத்தும் வகையில் அச்சான்றோர்களின்

வாழ்க்கை புராணங்களாக்கப்பட்டன. இன்றும் சைவ உணவுப் பழக்கமென்பது சாதிக்கட்டுமானத்தின் உயர்நிலையிலுள்ள ஒரு சில சாதியினரைத் தவிர்த்து மற்றவர்களிடம் காணப்படுவதில்லை. சாதிக்கட்டுமானத்திலுள்ள ஒவ்வொரு சாதியினரும் தங்களை அடுத்த உயர்கட்டத்திற்கு எடுத்துச் செல்வதை 'சம்ஸ்கிருதமயமாக்கல்' என்று சமூகவியலறிஞர் எம்.என். ஸ்ரீனிவாஸ் குறிப்பிட்டுள்ளார். அசைவ உணவு இதுவரை உண்டுவந்த சில சமூகத்தினரும் சைவ உணவிற்கு மாறிவிட்டனர். அதுபோலவே "நீங்களும் உஜாலாவிற்கு மாறவில்லையா?" என்று கேட்பது தவறு.

உணவுப் பழக்கம் தனிமனித விருப்பு வெறுப்பிற்குட்பட்டது. அதைச் சமய கட்டுப்பாட்டாக்கவும் அதையொட்டி மனித உறவுகளைப் பிரித்துக்கொள்வதும் ஏற்கத்தக்கதல்ல. வேத காலத்திய பிராமணர்கள் புலால் உண்டதும் இன்றைக்கும் வடஇந்தியப் பிராமணப் பிரிவுகள் சிலவற்றில் மீன், ஆட்டுக்கறி போன்ற அசைவ உணவுகளை உண்பது பழக்கத்திலுள்ளது. அதையெல்லாம் மூடி மறைத்து, சைவஉணவுப் பழக்கத்திற்கு ஒட்டுமொத்த சமுதாயத்தையும் திருப்ப முனைவது வீண் செயல். 'சர்வதேச சைவர்கள் காங்கிரஸ்' கூட்டங்களில் உணவுப் பழக்கத்தை மாற்றிக்கொண்ட விஐபிக்களை பேசச் சொல்வதும் அதுமட்டுமே உலகத்தின் மிகச் சிறந்த நெறிமுறை என்று பிரச்சாரம் செய்வது பலரது மனத்தையும் புண்படுத்தும். வழிபாட்டுத் தலங்களுக்கருகே மிருகங்களைப் பலியிடுவதைத் தடை செய்ய சட்டமியற்றிய தமிழக அரசு மக்களின் கோபக் கனலை கண்டு விரைவிலேயே அச்சட்டத்தை ரத்துசெய்ததை இங்கு நினைவு கூறலாம்.

உணவுப் பழக்கத்தை வைத்து மனிதர்களைத் தனிமைப்படுத்துவதும் அப்பழக்கங்களைக் கேலிசெய்வதும் விரும்பத்தக்க செயலல்ல. இன்றைக்குச் செய்திப் பத்திரிகைகளில் வாடகைக்கு வீடு பற்றி வரும் வரி விளம்பரங்களைப் பார்த்தாலேயே தெரியும். நகர வீட்டு உரிமையாளர் பலர் தங்கள் வீட்டில் குடியிருக்க வருவோர் சைவமாக இருக்க வேண்டுமென்ற விளம்பரங்கள்தான் பெரும்பான்மையானவை. உணவுப் பழக்கத்தை வைத்துப் பிராமணரல்லாதவர்கள், கிறித்துவர்கள், இசுலாமியர்கள் ஆகியோர்களைத் தவிர்க்கவே இத்தகைய புத்திசாலித்தனமான ஏற்பாடு. அசைவர்கள் வாடகை வீடு பிடிக்க எங்குச் செல்வார்கள் என்ற கேள்விக்கு யாரும் பதில் கூறுவதில்லை.

ஓய்வுபெற்ற பேராசிரியரொருவர் கிறித்துவர். ஓய்வுக்குப் பிறகு தென்சென்னையில் வாடகை வீடு தேடியலைந்தார்.

வீட்டின் சொந்தக்காரரிடம், கேட்ட வாடகையையும் அட்வான்ஸ் தொகையையும் கொடுக்கச் சம்மதித்த பின்னர் வீட்டுச் சொந்தக்காரர் அவர்களது உணவுப் பழக்கத்தைப் பற்றி விசாரித்தார். பேராசிரியர் தான் அசைவர் என்று சொன்னவுடன் வீட்டை வாடகைக்கு விட மறுத்துவிட்டார். ஏமாந்த பேராசிரியர் வீட்டின் வாயில் கதவைத் தாண்டி தனது காரில் செல்ல முற்பட்டபோது வீட்டு உரிமையாளர் ஓடிவந்து வேண்டுமெனில் முட்டை சாப்பிட்டுக்கொள்ள தனக்கு ஆட்சேபணையில்லையென்று தாஜா செய்தார். அதுவரை பொறுமை காத்த பேராசிரியர் "சைவ முட்டையா அசைவ முட்டையா, எதைச் சாப்பிட அனுமதிப்பீர்கள்" என்று கேட்டுக் கோபத்துடன் அவ்விடத்திலிருந்து நகர்ந்தார்.

உயர் நீதிமன்றத்தின் மதுரை வளாகத்திலுள்ள சிற்றுண்டி விடுதிகளில் அசைவ உணவு கிடைப்பதில்லையென்று அங்குள்ள வழக்கறிஞர்கள் வழக்கறிஞர் ரத்தினத்தின் தலைமையில் போர்க்கொடி உயர்த்தினர். அவர்களது கோரிக்கைக்கு செவிமடுக்காத நிர்வாகத்தையெதிர்த்து வளாகத்திலுள்ள விடுதியில் ஒரு நாள் அவர்களே அசைவ உணவை விநியோகிக்க முற்பட்டனர்.

ஈத் பண்டிகையன்று ஒட்டகங்களை வெட்டக் கூடாதென்று ஒரு பொதுநல வழக்கு தொடரப்பட்டது. ஒட்டகங்கள் மிருகங்கள் பாதுகாப்புச் சட்டத்தின்கீழ் வராததோடு மட்டுமல்லாமல் மதச்சார்பான பண்டிகைகளின்போது வெட்டப்படும் மிருகங்களுக்கு அச்சட்டத்தில் விதிவிலக்கு உண்டென்று கூறி உயர் நீதிமன்றம் அவ்வழக்கைத் தள்ளுபடிசெய்தது. சிறைக் கைதிகளையெல்லாம் அரசு சைவர்களாக மாற்றிவிடாமலிருக்கவும், அக்கைதிகளுக்கும் புரதச்சத்து தேவையென்பதாலும் தமிழகச் சிறைகளிலும் வாரமொருமுறை அசைவ உணவு கொடுக்க வேண்டுமென்று உயர் நீதிமன்றம் அளித்த உத்தரவையேற்றுச் சிறைக்கைதிகளுக்கும் இன்று அசைவ உணவு வழங்கப்படுவது பாராட்டத்தக்க செயல்.

சமண மதத்தினரின் 'பர்யூஷான்' விரதத்தின்போது பதினெட்டு நாட்கள் கறிக்கடைகளை மூடச்சொல்லி அகமதாபாத் நகராட்சி போட்ட உத்தரவை எதிர்த்து கறிக் கடைக்காரர்கள் போட்ட வழக்கை உச்ச நீதிமன்றம் 2008இல் தள்ளுபடிசெய்தது. அந்தத் தீர்ப்பில் ஒரு சில நாட்களுக்கு மட்டுமே கறிக்கடைகளை மூடும்படியான உத்தரவு ஒரு சிறுபான்மை மதத்தினரைப் புண்படுத்தாமலிருப்பதற்காக என்பதால் அதில் தவறில்லையென்றும் அதே சமயத்தில் ஆண்டு முழுவதும்

மக்கள் எவ்வித உணவு உட்கொள்ளவேண்டுமென்பதை அரசாங்கம் நிர்ப்பந்திக்க முடியாதென்றும், அது ஒரு தனிமனித சுதந்திரத்துக்குட்பட்டதென்றும் கூறப்பட்டது. நகராட்சிக்கு உட்பட்ட கறிக்கடைகளில் மாமிசம் வாங்கிப் பழக்கப்பட்ட மக்கள் அதற்காக தொலைதூரங்களுக்குச் செல்லமுடியாதென்றும் குறிப்பிட்டது.

சாத்தான்குளம் பேரூராட்சிக்குட்பட்ட பகுதிகளில் மீனும் கோழியும் விற்பனை செய்த கடைகளை மூடிவிட்டு பேரூராட்சிக்கு வெளியில் கட்டப்பட்டுள்ள கடைகளுக்கு இடம்பெயர்ந்து செல்லுமாறு அளித்த உத்தரவை சென்னை உயர் நீதிமன்றம் ரத்துசெய்தது. சாதாரண முட்டை வாங்குவதற்குக்கூட ஊருக்கு வெளியில் பல மைல் தூரம் போகவேண்டுமென்று வற்புறுத்துவது தவறென்றும், அது பொருள்களின் விலையை உயர்த்தவே தூண்டுமென்றும் குறிப்பிட்டது. ஈரோடு மாவட்டத்தில் கவுந்தம்பாடி வாரச்சந்தையில் மாட்டுக்கறி விற்ற அருந்ததியர் குடும்பத்திற்குச் சொந்தமான கடையை அந்த ஊராட்சித் தலைவர் மூடச் சொன்னார். அதற்கு எதிராக பாதிக்கப்பட்டவர்கள் கண்டன ஆர்ப்பாட்டம் செய்வதைத் தடைசெய்யச் சொல்லி காவல் துறை துணைக் கண்காணிப்பாளர் உத்தரவிட்டார். அந்த உத்தரவை உயர் நீதிமன்றம் ரத்துசெய்ததோடு மட்டுமல்லாமல் உணவுப் பழக்கங்களில் அரசு தலையிடுவதைக் கண்டித்தது.

வேறு மாநிலங்களிலிருந்து சுகாதாரக்கேடான மாமிசங்கள் நகராட்சிப் பகுதிக்குள் வருவதை சுகாதாரத் துறை தடைசெய்வதுடன், உள்ளூரிலுள்ள ஆட்டுத்தொட்டியை நவீனப்படுத்தி உடல்நலக்கேடு விளைவிக்காத வகையில் நல்ல சுகாதாரமான மாமிசப் பொருட்களை வழங்கத் தமிழகத்திலுள்ள அனைத்து நகராட்சிகளும் மாநகராட்சிகளும் சட்டப்படி கடமைப்பட்டுள்ளன.

நீதிபதி ஆராய்ச்சிமணி அடிக்கலாமா?

அரை நூற்றாண்டுக்குப் பிறகு ஒலியமைப்புடன் மெருகேற்றப்பட்ட கர்ணன் படம் மறுபடியும் காட்சிக்கு வந்தபோது கொட்டகைகள் நிரம்பி வழிந்தன. காரணமென்ன? கர்ணன் என்ற மகாபாரதக் கதைச் சித்திரம் எப்போதுமே சர்ச்சைகளுக்குட்படுத்தப்பட்டது. கர்ணனது குணச்சித்திரங்கள் பற்றிய பட்டிமன்ற விவாதங்களில் கனல் தெறிக்கும். அவனது இளமை வாழ்க்கை பரிதாபத்திற்குரியது. பிறப்பின் ரகசியத்தைப் புரிந்துகொண்டபின் அவன் பட்ட பாடு யாருக்கும் வரக் கூடாது. பாரதப் போரில் செஞ்சோற்றுக் கடன் தீர்க்க அவன் எடுத்த நிலை பற்றி பாடிய கண்ணதாசனின் பாடல் வரிகள் 'சேராத இடம் சேர்ந்து வஞ்சத்தில் வீழ்ந்தாயடா' என முடியும்.

அதே பெயரிலுள்ள நீதிபதியொருவரின் பெயர் தற்போது ஊடகங்களில் தினசரி அடிபடுகிறது. 2009இல் சென்னை உயர் நீதிமன்ற நீதிபதியாக நியமிக்கப்பட்ட கர்ணன் தற்போது அங்குள்ள நாற்பத்தேழு பேரில் நீதிபதிகளின் மூப்பு வரிசையில் 24ஆவது இடத்தை வகிக்கிறார். 2011ஆம் ஆண்டு நவம்பர் மாதம் பத்திரிகைகளுக்கு நேர்காணல் அளித்த அவர், அங்குள்ள நீதிபதிகளில் சிலர் குறுகிய மனப்பான்மை படைத்தவர்களெனவும், தானொரு தாழ்த்தப்பட்ட இனத்தைச் சேர்ந்தவரென்பதனாலேயே தன்னை

மதிப்பதில்லையென்றும், அதைப் பற்றி தேசிய எஸ்.சி./எஸ்.டி. ஆணையத்திற்கு புகாரொன்றை அனுப்பியுள்ளதாகவும் கூறினார். கடந்த ஆண்டு உயர் நீதிமன்றப் பொதுத் தகவல் அதிகாரியிடம் நீதிபதிகள் சிலர் பற்றி தகவல்கள் கேட்டுத் தன் பெயரில் மனுக்கள் கொடுத்ததாகவும் கூறினார்.

இம்மாதம் 21ஆம் தேதியன்று நீதிபதிகள் இருவர் அடங்கிய அமர்வு ஒன்றில் உயர் நீதிமன்றத்தின் கொலிஜியம் பரிந்துரைத்த நீதிபதிகள் நியமனப் பட்டியல் குறித்த வழக்கு நடைபெறும்போது அந்நீதிமன்ற அறையில் நுழைந்து தனக்கும் அப்பட்டியல் பற்றி கருத்திருப்பதாகவும், அது குறித்துத் தானும் வழக்கொன்று போடப்போவதாகவும் அவர் கூறிச் சென்றது மிகப் பெரும் பரபரப்பை உண்டாக்கியது. அவரது நடவடிக்கை பல்வேறு கோணங்களிலிருந்து ஆராயப்பட்டது. சில வழக்கறிஞர்கள் அவரது செயல் அவர்களது கோரிக்கையை நியாயத்தை வலுப்படுத்தியதாகவும், எனவே அவர் வரலாறு படைத்ததாகவும் கூறினர். நீதிபதிகளுக்கே ஆலோசனை வழங்குமிடத்திலிருக்க வேண்டிய மூத்த வழக்கறிஞர் காந்தி, தொலைக்காட்சி ஒன்றில், கர்ணனுடைய நடவடிக்கை வழக்கறிஞர் சமூகத்திற்கு மாபெரும் சேவை செய்திருப்பதாகக் கூறிப் பெருமைப்பட்டுக்கொண்டார்.

பின்னர் அவர் தாக்கல் செய்த மனுவொன்றில் "நீதித் துறையில், நீதிபதிகளும், வழக்கறிஞர்களும் அங்கம் வகிக்கின்றனர். எனவே வழக்கறிஞர்களின் கோரிக்கையின் அடிப்படையில், 12 நீதிபதிகள் பணியிடங்களுக்குப் புதிதாகப் பட்டியல் தயாரிக்க வேண்டும். அதேபோல, இந்தப் பிரச்சினையில் வழக்கறிஞர்களின் நிலையுடன் ஒத்துப்போகிறேன். என்னைப் பொறுத்தவரையில், சக நீதிபதிகளுடன், எனக்கு நல்ல நட்பு இருக்க வேண்டும் என்பதைவிட, நீதிமன்றம் சுமூகமாகச் செயல்பட வேண்டும். நீதித் துறைமீது மக்கள் கொண்டுள்ள நம்பிக்கையைத் தொடர்ந்து பராமரிக்க வேண்டும் என்பதுதான் முக்கியம். புதிய நீதிபதிகள் பட்டியலில் இடம்பெற்றுள்ள வழக்கறிஞர்களின் சட்ட அனுபவம் உள்ளிட்ட விவரங்கள் குறித்துப் போதுமான விசாரணையை உயர் நீதிமன்றத் தலைமை நீதிபதி நடத்தவில்லை" என்று குறிப்பிட்டிருந்தார். மேலும் அவரது மனுவில் "நீதிபதிகள் தேர்வு முறையில் விதிமுறை மீறப்பட்டுள்ளதால், புதிய நீதிபதிகளைத் தேர்வுசெய்வதற்கு உச்ச நீதிமன்ற நீதிபதி ஒருவர், உயர் நீதிமன்ற நீதிபதி ஒருவர், ஓய்வுபெற்ற ஐஏஎஸ் அதிகாரிகள் இருவர், ஓய்வுபெற்ற ஐபிஎஸ் அதிகாரிகள் இருவர் ஆகிய ஆறு பேர் அடங்கிய குழுவை அமைக்கும்படி இந்திய ஜனாதிபதிக்குக் கேட்டுக்கொள்ள வேண்டிய சூழ்நிலை ஏற்பட்டுள்ளது" என்றும் கூறியிருந்தார்.

இதற்கிடையில் உயர் நீதிமன்றத் தலைமை நீதிபதி ஆர்.கே. அகர்வால் இந்தியத் தலைமை நீதிபதிக்கு எழுதிய கடிதம் ஊடகங்களில் கசியவிடப்பட்டது. அதில் "கடந்த 8ஆம் தேதி நான் எனது அறையில் நிர்வாகப் பணிகளைக் கவனித்துக்கொண்டிருந்தபோது, உயர் நீதிமன்ற நீதிபதி கர்ணன் வேகமாக வந்து என்னை அவதூறாகப் பேசியதுடன், தகாத வார்த்தைகளாலும் திட்டினார். என்னால்தான் வழக்கறிஞர்கள் மத்தியில் பிரச்சினை ஏற்படுவதாகவும் குற்றம் சாட்டினார். இதையெல்லாம் கேட்டுக் கொண்டு நான் அமைதியாகத்தான் இருந்தேன். தனக்கு ஒதுக்கப்பட்ட வழக்குகளை மாற்றாவிட்டால் மீண்டும் வருவேன் என்றும் அச்சுறுத்தினார். குறிப்பிட்ட துறை வழக்குகளைத் தனக்கு ஒதுக்க வேண்டும் என்றும் கூறினார். 'மார்ச் 1ஆம் தேதி துறைகள் மாற்றப்படும்போது அதுகுறித்து பரிசீலிக்கப்படும்' என்று நான் கூறினேன். ஆனால், அவரோ உடனே மாற்றியாக வேண்டும்" என்று வலியுறுத்தினார்.

மேலும் "சென்னை உயர் நீதிமன்றத்தில் நான் சேர்ந்த நாளில் இருந்து இதுவரை நீதிபதி கர்ணனைப் பற்றி சக நீதிபதிகள், வழக்கறிஞர்கள் பலர் என்னிடம் புகார் கொடுத்துள்ளனர். அவரது நடத்தை, தலைமை நீதிபதியின் மாண்பைக் குலைக்கும் வகையில் உள்ளது. எனவே, சென்னை உயர் நீதிமன்றத்தில் இருந்து அவரை இடமாற்றம் செய்ய வேண்டும்" என்றும் புகார் கடிதத்தில் குறிப்பிட்டிருந்தார்.

இதற்குப் பதிலளிக்கும் முகமாக நீதிபதி கர்ணன் "என்மீது பல வழக்கறிஞர்களிடமிருந்தும் நீதிபதிகளிடமிருந்தும் புகார்கள் வந்ததாகத் தாங்கள் வெளியிட்ட தகவல்கள் கடந்த 16ஆம் தேதி பத்திரிகைகளில் வெளிவந்தது. என்மீது கூறப்பட்ட புகார்கள் தொடர்பான ஆவணங்கள் இருந்தால் உரிய பதில் தரவும், குற்றச்சாட்டுகள் குறித்த உண்மை நிலையை அளவிடவும் வசதியாக இருக்கும்" என்று கடிதம் எழுதியிருப்பதாகக் கூறப்பட்டது. இரு தினங்களுக்கு முன் மறுபடியும் ஓர் அறிக்கையை அவர் தாக்கல் செய்தார். அதில் பொதுநலன் கருதியே தான் இப்பிரச்சினையில் தலையிடுவதாகவும், இது பற்றி ஒரு பொது விவாதத்தில் தான் கலந்து கொள்ளத் தயாராகவிருப்பதாகவும் தெரிவித்துள்ளார்.

நீதிபதி நியமனங்கள் குறித்த சர்ச்சைகள் பற்றிய வழக்கறிஞர்களின் எதிர்ப்பு ஒரு பக்கமிருக்கட்டும். ஆனால் பதவியிலுள்ள நீதிபதியொருவரே இதுபோன்ற விஷயங்களுக்காக நீதிமன்றத்தில் ஆஜராகி நியாயம் கேட்க முடியுமா? என்று பல கேள்விகள் எழுந்துள்ளன. இந்திய அரசியலமைப்புச் சட்டத்தின் 220ஆவது பிரிவில் உயர் நீதிமன்றத்தில் பணியாற்றி

ஓய்வுபெற்ற நிரந்தர நீதிபதியொருவர் அந்நீதிமன்றத்திலும், அம்மாநிலத்திலுள்ள அனைத்து கீழமை நீதிமன்றங்களிலும் வாதாடவோ மனுக்கள் தாக்கல் செய்யவோ கூடாதென்று தடை விதிக்கப்பட்டுள்ளது. ஓய்வுபெற்ற நீதிபதிக்கே இந்தக் கதியென்றால் தற்போது பணியிலுள்ள நீதிபதியின் நிலைமையென்ன என்று சொல்லத் தேவையில்லை.

1997ஆம் ஆண்டு நீதிபதி ஜெ.எஸ். வர்மா தலைமையில் உச்ச நீதிமன்றத்தின் நீதிபதிகளனைவரும் 'நீதி வாழ்வின் விழுமியங்கள்' பற்றி வலியுறுத்தும் விதமாகத் தீர்மானமொன்றை நிறைவேற்றினர். சென்னை உயர் நீதிமன்றத்தின் அனைத்து நீதிபதிகளடங்கிய கூட்டம் அத்தீர்மானத்தை 2006இல் ஏற்றுக்கொண்டுள்ளது. அத்தீர்மானத்தில் 8வது பத்தியில் ஒரு நீதிபதி பொது விவாதத்தில் ஈடுபடுவதும், அரசியல் (அ) மற்ற விஷயங்களில் தன்னுடைய கருத்தைப் பதிவுசெய்வதும் தவறென்று கூறப்பட்டுள்ளது. மேலும், இருப்பிலுள்ள வழக்குகள் பற்றியோ எதிர்காலத்தில் நீதிமன்றத் தீர்வுக்கு வரக்கூடிய பிரச்சினைகள் பற்றியோ கருத்துக் கூறுவது தவறென்றும் கூறப்பட்டுள்ளது. 9ஆவது பத்தியில் ஊடகங்களுக்கு நேர்காணல் அளிப்பதும் தவறென்று கூறப்பட்டுள்ளது.

உயர் நீதிமன்ற நீதிபதியொருவர் தவறான நடத்தையில் ஈடுபட்டால் அவரைப் பதவி நீக்கம் செய்வதற்கு மிகக் கடுமையான வழிமுறைகளை அரசியலமைப்புச் சட்டம் வகுத்துள்ளது. நாடாளுமன்றத்தின் மூன்றில் இரண்டு பேர் பங்குகொண்ட கூட்டத்தில் பெரும்பான்மையான வாக்குகள் மூலம் நிறைவேற்றப்படும் தீர்மானத்தின் மூலமே தவறான நடத்தையில் ஈடுபட்ட நீதிபதியை குடியரசுத் தலைவர் பதவியிலிருந்து நீக்கமுடியும். இதுவரை இந்திய வரலாற்றில் அப்படிப் பதவியிலிருந்து நீக்கப்பட்ட நீதிபதி யாரும் கிடையாது. ஓரிருவர் நாடாளுமன்ற இறுதி ஓட்டெடுப்பிற்கு முன் பதவியை ராஜினாமா செய்து தங்களது கௌரவத்தைக் காப்பாற்றிக் கொண்டனர். பெரும்பாலும் புகாருக்குள்ளாக்கப்பட்ட நீதிபதிகளை வேறு உயர் நீதிமன்றங்களுக்கு மாற்றம்செய்து நிலைமைகளைச் சமாளிக்க முற்பட்ட சம்பவங்களேயுள்ளன. ஆனால் இந்நடைமுறை திருப்திகரமான நடைமுறை மட்டுமல்லாது புகார் நீதிபதி மற்றொரு நீதிமன்றத்தில் எப்படி வரவேற்கப்படுவார் என்பது கேள்விக்குரியது.

நீதிமன்ற நடைமுறைகளில் இருப்பிலுள்ள நீதிபதிகள்மீது புகார் கூறி மேல் நடவடிக்கையெடுக்க சட்டத்தில் இடமில்லையா? 1995ஆம் ஆண்டு ரவிச்சந்திரன் ஐயர் தொடுத்த வழக்கில் உச்ச

நீதிமன்றமே அதற்கான வழிவகை செய்துள்ளது. உயர் நீதிமன்ற தலைமை நீதிபதிமீது புகார் கூற வேண்டுமென்றால் அதை இந்தியத் தலைமை நீதிபதிக்கு அனுப்பி வைக்கவும் அதன் மீது அவர் மேல் நடவடிக்கை மேற்கொள்வாரென்று தீர்ப்பில் கூறப்பட்டுள்ளது. இப்புகார்களை பொது மேடை விவாதமாக்காமல், அதற்கான நேரடி நடவடிக்கைகளில் வழக்கறிஞர்கள் ஈடுபடக் கூடாதென்றும் அறிவுறுத்தப்பட்டுள்ளனர். அவ்வறிவுரை பதவியிலிருக்கும் நீதிபதிகளுக்கும் பொருந்துமென்று சொல்லத் தேவையில்லை. உச்ச நீதிமன்றமும் சம்மந்தப்பட்ட நீதிபதியின் நடவடிக்கை அகௌரவச் செயலென்றும் நாகரீகமற்றதென்றும் தனது சமீபத்திய தீர்ப்பில் குறிப்பிட்டுள்ளது.

எனவே நீதிபதிகள் ஆராய்ச்சிமணிகளை அணுகாமலிருப்பதே பொதுநலன் காக்கும்.

தொழுநோய் என்ற பழிநோய்

ஜனவரி 30ஆம் தேதி 'உலக தொழுநோய் ஒழிப்பு' தினமாகக் கொண்டாடப்பட்டாலும் நம் மக்களால் அந்நோயைப் பற்றிய தவறான கருத்துகளிலிருந்து இன்னும் விடுபட முடியவில்லை. அதற்குக் காரணம் காலனியாதிக்கவாதிகள் அந்நோயைப் பற்றிய தவறான புரிதலை மக்களிடம் உண்டாக்கியதோடு மட்டுமல்லாமல் தொழுநோயாளிகளை குற்றவியல் குற்றவாளிகளாகக் கருதும் சட்டத்தை 1898இல் இயற்றியதுதான். அவர்களை முகாம் கைதிகளாகச் சரணாலயங்களில் வைப்பதோடு மட்டுமல்லாமல் அங்கிருந்து தப்பித்துச் செல்பவர்களைக் காவல் துறை கைதுசெய்யும். தொழுநோயாளிகள் வாழ்வாதாரங்களுக்காகச் சில்லறை வணிகத்தில் ஈடுபடுவதும், நோய் பீடித்தவர்களைப் பொதுப் பேருந்துகளில் ஓட்டுநர்களாகவும் நடத்துநர்களாகவும் பணியமர்த்துவதும் தடைசெய்யப்பட்டது. 1892இல் இந்தியாவிற்கு வந்த 'தொழுநோய் ஆணையம்' கடுமையான சட்டத்தை ஏற்படுத்தக் கோரியதின்பேரில் அச்சட்டமியற்றப்பட்டது. வறிய தொழுநோயாளிகளுக்கு அடைக்கலம் கொடுக்க அச்சட்டம் இயற்றப்பட்டது என்று கூறப்பட்டாலும், நடைமுறையில் தொழுநோயாளிகளைப் பிச்சைக்காரர்களாக்கியதோடு, அந்நோயாளிகளில் வசதிபடைத்தோரின் குடியுரிமைகள்கூட நகராட்சி சட்டங்களால் பறிக்கப்பட்டன. அந்நோயுற்றோர் நகராட்சிகளில் வார்டு கவுன்சிலராகக்கூடத்

தேர்தலில் நிற்க முடியாதபடி தகுதியிழப்பு செய்யப்பட்டனர். அந்நோயாளிகளின் நடமாட்டத்தை முடக்கிவைக்கும் வகையில் ரயில் வண்டிகளிலும் பேருந்துகளிலும் அவர்கள் பயணம் செய்வது தடைசெய்யப்பட்டது. சுதந்திர வீரர்களை அந்தமான் தீவுகளுக்கு நாடுகடத்தியதுபோல் தொழுநோயாளிகள் சமூகப் பாதுகாப்பின்றி சரணாலயங்களில் அடைக்கப்பட்ட கொடுமைகள் இங்கு நடந்தேறியன.

சட்டத் தடைகள் மட்டுமின்றி மக்களின் பொதுப் புத்தியிலும் தவறான கருத்துகள் ஊடகங்களின் மூலம் பரவின. 'ரத்தக்கண்ணீர்' திரைப்படத்தில் தஞ்சை ராமையாதாஸ் எழுதி எம்.ஆர். ராதா வாயசைத்து சிதம்பரம் சி.எஸ். ஜெயராமன் பாடிய பாடலுடன் வந்த திரைப்படக் காட்சிகள் தமிழகத்தின் பட்டிதொட்டிகளிலெல்லாம் பார்க்கப்பட்டன.

குற்றம் புரிந்தவன் வாழ்க்கையில் நிம்மதி
கொள்வதென்பதேது?

என்ற அப்பாடலின் வரிகளைத் தவறான புரிதலுடன் முணுமுணுப்போர் ஆயிரக்கணக்கிலுண்டு.

சட்டங்களால் பாதிக்கப்பட்டுச் சமூகத்தால் புறக்கணிக்கப் பட்ட தொழுநோயாளிகளின் முன்னேற்றத்திற்காக 1925இல் 'இந்திய தொழுநோயாளிகள் சங்கம்' உருவாக்கப்பட்டது. சுதந்திரத்திற்குப்பின் 'ஹிந்த் குஷ்ட நிவாரண சங்கம்' என்று அவ்வமைப்பின் பெயர் மாற்றப்பட்டது. அந்நோயுற்றோரைக் கரிசனத்துடன் சிகிச்சையளித்து, மீட்டு மறுவாழ்வு தரும் இயக்கத்தைக் காந்தியடிகள் தமது வாழ்நாள் முழுவதும் கடைப்பிடித்தார். தொழுநோயாளிகளைப் பற்றிய பொதுப் பார்வையை மாற்ற முனைந்த மகாத்மா புதிய இந்தியாவின் 'நிர்மாணத் திட்டத்தில்' 1941இல் கூறியதாவது:

"குஷ்டரோகி என்னும் வார்த்தையே துர்நாற்றத்தைத் தருகிறது. மத்திய ஆப்பிரிக்காவுக்கு அடுத்தாற்போல ஒருக்கால் இந்தியாவே தொழுநோயாளிகளின் இல்லமாக இருக்கக்கூடும். இருப்பினும், நம்மிடையே மிக உயர்ந்தவர்கள் எப்படி நம்மில் ஒருவரோ அப்படியேதான் குஷ்டரோகிகளும் நம்மைச் சார்ந்தவர்களே. உயர்ந்த மனிதர்கள் மற்றவர்களின் கவனத்திற்கு ஏங்கி நிற்பவர்கள் அல்ல என்றபோதிலும், நம் அனைவரது கவனத்தையும் ஈர்க்கிறார்கள். ஆனால் விசேடமாகக் கவனிக்கப்பட வேண்டிய குஷ்டரோகிகளோ மனமறிந்து ஒதுக்கப்படுகிறார்கள். இதயமற்ற செயல் என்றே இதனைக் குறிப்பிடத் தோன்றுகிறது."

கனம் கோர்ட்டாரே!

"நம்மை நாமே உற்று நோக்குவோமானால், நவநாகரிக உலகில் நம் நிலைமை போலவேதான் நமது இந்தியாவில் குஷ்ட ரோகிகளின் நிலையும் என்பதை உணருவோம். கடல் கடந்து வாழும் நமது சகோதரர்களின் நிலையை அலசிப்பார்த்தால் புரியும் என்னுடைய கருத்தில் எவ்வளவு உண்மையிருக்கிறதென்று."

மகாத்மா காந்தியடிகளும், ஆசார்யா வினோபாபாவேயும் தொழுநோயாளிகளின் சிகிச்சைகளுக்கும் மறுவாழ்விற்கும் பாடுபட்டனர். அவர்களுடைய சீடரான முரளீதர் தேவதாஸ் ஆம்டே (பாபா ஆம்டே) 1949இல் 'மகா ரோகி சேவா சமிதி'யை ஆரம்பித்ததுடன் மராட்டியத்தில் 'ஆனந்தவனத்'தை நிறுவி தொழுநோயாளிகளின் நிவாரணத்திற்குத் தொண்டாற்றினர்.

சுதந்திரம் பெற்ற பிறகும் இந்திய அரசின் கொள்கையில் தொழுநோயாளிகளின் பிரச்சினைகளில் மாற்றமேதும் ஏற்படவில்லை. ஆனால் இந்திய அரசியலமைப்புச் சட்டத்தில் அரசை நடத்தும் கொள்கை விதிகளினுள் 41ஆவது பிரிவில் நோயுற்றோருக்கும், முடமானவர்களுக்கும் அரசு உதவியளிக்க வேண்டுமென்று வரையறுக்கப்பட்டுள்ளது. இருப்பினும், அதற்கு மாறாக 1955ஆம் ஆண்டின் இந்து திருமணச் சட்டத்தில் சிகிச்சையால் பயனில்லாத தொழுநோயாளி கணவனிடமிருந்தோ, மனைவியிடமிருந்தோ விவாகரத்து கோரும்படியான காரணங்களிலொன்றாகக் கூறப்பட்டுள்ளது [பிரிவு 13(1)(V)]. 1954ஆம் ஆண்டின் விசேஷ திருமணச் சட்டத்திலும் அத்தகைய பிரிவுள்ளது [பிரிவு 27(1)(g)]. 1869இல் காலனியாதிக்கத்தில் கொண்டுவரப்பட்ட இந்திய விவகாரத்துச் சட்டத்திலுள்ள பிரிவைப் அப்படியே 80 ஆண்டுகளுக்குப் பிறகும் சுதந்திர இந்தியாவின் சட்டமியற்றியவர்கள் 'பின்பற்றியது' வருத்தத்திற்குரியது. 1956ஆம் ஆண்டின் இந்து சுவீகார, ஜீவனாம்சச் சட்டத்திலும் தொழுநோயாளியான கணவனைத் தள்ளிவைத்துத் தனியாக வாழவும், அக்கணவனிடமே ஜீவனாம்சம் கோரவும் மனைவிக்கு வழிவகை செய்யப்பட்டுள்ளது. குடும்ப வாழ்க்கைக்கான சட்டங்கள் மட்டுமின்றி, தொழுநோயாளிகள் ரயில்பயணம், 1989ஆம் ஆண்டின் இந்திய இரயில்வே சட்டத்தின்படியும், பேருந்துப் பயணம் 1988ஆம் ஆண்டின் மோட்டார் வாகனச் சட்டத்தின்படியும் தடை செய்யப்பட்டன.

40 ஆண்டுகளுக்கு முன் தமிழகப் பேருந்துகளில் 'கிரிமால்டிஸ்' என்ற ஜெர்மானியத் தொண்டு நிறுவனம் 'தொழுநோயைக் குணப்படுத்தலாம்' என்று போட்ட விளம்பரப் பலகைகள் இன்று காணாமல் போய்விட்டன. அந்நோய் பற்றிய தவறான புரிதல்களைக் களையவெண்ணி மத்திய அரசு தொழுநோய்

ஒழிக்கும் செயற்குழுவின் பரிந்துரையின் பேரில் பல மாநில அரசுகள் 1898ஆம் ஆண்டின் 'தொழுநோயாளிகள் சட்டத்தை' ரத்து செய்துவிட்டன. ரத்துசெய்த மசோதாக்களில் தொழுநோயாளிகளின் நோய்க்குணத்தை ஆரம்பத்திலேயே கண்டுணர்ந்து சிகிச்சையளித்தால் குணப்படுத்துவது மட்டுமின்றி, சமுதாயத்தில் கௌரவமாக வாழ வழிவகுக்கலாமென்று கூறப்பட்டது.

தொழுநோய் குணப்படுக்கூடியதென்று கூறி நோயாளிகளைச் சமூகப் புறக்கணிப்புசெய்த சட்டத்தை ரத்து செய்த பின்னரும், அந்நோயாளிகள் பற்றிய பிற சட்டங்களிலுள்ள பாரபட்சப் பிரிவுகளை அகற்ற மத்திய அரசு இன்னும் முன்வராதது வருத்தத்தையளிக்கிறது. இருண்ட வானில் ஒரு ஒளிக்கீற்றாக 1995இல் கொண்டுவரப்பட்ட ஊனமுற்றோர் (சம வாய்ப்பு, உரிமைகள் பாதுகாப்பு மற்றும் முழுப் பங்காற்றும்) சட்டத்தின் 2(I)(iii) பிரிவில் 'குணப்படுத்தப்பட்ட தொழுநோயாளி' மட்டுமே ஊனமுற்றோர் என்ற வரையறைக்குட்படுத்தப்பட்டனர். பொதுத்துறை நிறுவனங்கள், ஊனமுற்றோரைப் பணிநீக்கம்செய்வது 47ஆவது பிரிவில் தடைசெய்யப்பட்டதோடு, அவர்களுக்கு மாற்றுவேலை கொடுக்க முடியாவிட்டால் ஓய்வுபெறும் வரை முழுச்சம்பளம் கொடுக்க வேண்டுமென்பது கட்டாயமாக்கப்பட்டுள்ளது. இச்சட்டம் தனியார் நிறுவனங்களுக்குப் பொருந்தாது. ஆனால் குணம் பெறக்கூடிய தொழுநோயாளியை ஊனமற்றவர் என்று சட்டம் கூறாததால் சிகிச்சையிலுள்ள தொழுநோயுற்ற ஊழியர்கள் பணிநீக்கப்படும் அபாயமும் உள்ளது. 2000ஆம் ஆண்டின் 'இளம்குற்றவாளிகளுக்கான நீதி' (குழந்தைகள் கவனிப்பு மற்றும் பாதுகாப்பு) சட்டத்திலும் பிரிவு 48இல் தொழுநோயுற்ற இளம்சிறார்களைத் தனிமைப்படுத்திவைக்கச் சட்டம் வழிவகுத்துள்ளது. உயிர் காப்பீட்டுக் கழகமும், இந்நோயாளிகளைக் காப்பீடு செய்யும்போது அவர்களது வாழ்வுக்காலத்தை குறைத்து மதிப்பிடுவது முறைகேடானது.

புதிதாக வந்துள்ள சட்டங்களிலும் தொழுநோயாளிகள் பற்றிய பாரபட்சத் தன்மையைப் போக்க அச்சட்டங்களையெதிர்த்து நீதிமன்றங்களை அணுகலாமென்றால் அதிலும் பல சிக்கல்கள் உண்டு. 2008இல் ஒடிசா மாநிலத்தில் நகராட்சியொன்றில் போட்டியிட்ட வேட்பாளர் தொழுநோயாளி என்ற காரணத்தால் தகுதியிழப்பு செய்யப்பட்டார். தீரேந்திர பந்துவா என்பவர் அந்நகராட்சி சட்டத்தின் தகுதியிழப்புப் பிரிவுகளையெதிர்த்துத் தொடர்ந்த வழக்கை 2008இல் உச்ச நீதிமன்றம் தள்ளுபடி செய்து அத்தகைய தகுதியிழப்பை நியாயப்படுத்தியது.

தொழுநோயைப் பற்றிய தவறான புரிதல்களால் உண்டான சட்டங்களையும், உளவியல் ரீதியான பாதிப்புகளையும் நீக்கும் முயற்சியில் தொண்டு நிறுவனங்கள் பல செயல்படுகின்றன. அதில் இராமகிருஷ்ணா மடத்தைச் சேர்ந்த துறவிகளும் அச்சேவையில் பெருமளவில் ஈடுபட்டுள்ளது மகிழ்ச்சியைத் தருகிறது. இந்தியாவில் 2500 பேரில் ஒருவருக்கு அந்நோய் இருக்கிறதென்று வந்துள்ள தகவல்கள் இப்பணியை முன்னெடுத்துச் செல்ல வேண்டிய அவசியத்தை வலியுறுத்துகிறது. தவறான கண்ணோட்டத்தோடு ஏற்படுத்தப்பட்ட சட்டப் பிரிவுகளை ரத்துசெய்யக் கோரி மத்திய, மாநில அரசுகளை நிர்ப்பந்திப்பதோடு, அந்நோய் பற்றி மக்கள் மனத்தில் படிந்துள்ள தவறான கண்ணோட்டங்களை மாற்ற அனைத்துத் தரப்பினரும் முன்வர வேண்டுமென்பதே உலக தொழுநோய் ஒழிப்பு தினத்தைக் கடைப்பிடிப்பதன் சீரிய நோக்கம்.

தற்காப்பு என்னும் சமாதானம்

கல்லூரி மாணவியொருவர் சென்ற வாரம் தன்னைப் பாலியல் பலாத்காரம் செய்ய முயன்ற தனது அக்காள் கணவரைக் கத்தியால் கழுத்தையறுத்துக் கொலை செய்துவிட்டதற்காகக் காவல் துறையினரால் கைதுசெய்யப்பட்டு திருவொற்றியூர் குற்றவியல் நடுவர்மன்றத்தின் உத்தரவின் பேரில் காவல் விசாரணைக்கு அழைத்துச்செல்லப்பட்டதாக ஊடகங்களில் செய்தி வெளிவந்தது. அக்கல்லூரி மாணவி தன்னைக் காத்துக்கொள்ளவே தற்காப்பு நடவடிக்கையாகச் செய்த செயலைக் குற்றமாகக் கருதக் கூடாதென்றும், வழக்கு ஏதும் பதிவுசெய்யாமல் அவளை விட்டுவிட வேண்டுமென்றும் பல தரப்பில் கோரிக்கைகள் எழுந்துள்ளன. விசாரணை செய்யும் காவலதிகாரியும் சட்ட வல்லுநர்களைக் கலந்தாலோசிப்பதாகவும் கூறப்பட்டது.

கொலை வழக்கில் குற்றம் சாட்டப்பட்டவர் தன்னுடைய கற்பையோ உயிரையோ பாதுகாத்துக் கொள்ளவே தற்காப்பு நடவடிக்கைக்காக அக்குற்றம் புரிய நேர்ந்தது என்று வாக்குமூலம் அளித்தாலும், வழக்கை விசாரிக்கும் காவல் துறையினரே மேல்நடவடிக்கையேதுமின்றி அக்குற்றவாளியை வழக்கிலிருந்து விடுவிக்க சட்டத்தில் அதிகார முள்ளதா? மதுரை மாவட்டக் காவல் துறைக் கண்காணிப்பாளர் இந்தியத் தண்டனைச்

சட்டம் பிரிவு 100இன் கீழ் உஷாராணி என்ற பெண்ணைக் காவல்நிலையத்திலிருந்து மேல்நடவடிக்கையேதுமின்றி விடுவித்தது போலவே, சென்னை மாணவிக்கும் நீதி வழங்க வேண்டுமென்றும் சிலர் கூறியுள்ளனர்.

ஆயுதங்களாலோ வேறு விதத்திலோ முன்விரோதம் (அ) திட்டமிட்டு ஒரு நபர் மற்றொருவரின் உயிரைப் பறித்தால் அது தண்டனைக்குரிய கொலைக்குற்றம் என்று இந்தியத் தண்டனைச் சட்டம் கூறுகிறது. தற்செயலாக ஒருவரின் உயிர் பறிக்கப்பட்டால் அதைக் கொலைக்குற்றமாகச் சட்டம் கருதாமல் அக்குற்றத்தைக் கொலையற்ற உயிர்ச்சேதம் என்று அழைக்கிறது. அப்படிப்பட்ட குற்றம் நிரூபிக்கப்பட்டால் அதற்கும்கூட சிறைத் தண்டனையுண்டு. ஆனால் அத்தண்டனை கொலைக்குற்றத்திற்கு அளிக்கப்படுவது போன்றதல்ல. காவலதிகாரி ஒரு சிறுவனின் வாயில் தனது கைத்துப்பாக்கியை வைத்து மிரட்டும்போது குண்டு வெடித்து அச்சிறுவன் இறந்துபோனால் அது கொலைக்குற்றம். ஆனால் துப்பாக்கிச் சுடும் பயிற்சி மையத்திலிருந்து வெடித்துக் கிளம்பிய குண்டு பாய்ந்து அருகில் கால்நடைகளை மேய்த்துக்கொண்டிருந்த சிறுவன் உயிரிழந்தால் அது திட்டமிடாத உயிர்ச்சேதம் என்ற குற்றம்.

ஒரு குற்றத்தைப் பற்றித் தகவல் தெரிந்தவுடன் முதல் தகவல் அறிக்கையைக் காவல் நிலையத்தில் பதிவுசெய்த பின்னர் அதற்கான விசாரணை அதிகாரி, துப்புத் துலக்கி விசாரணை அறிக்கையைச் சம்பந்தப்பட்ட குற்றவியல் நீதிமன்றத்தில் தாக்கல் செய்ய வேண்டும். குற்ற விசாரணையின்போது பதிவுசெய்யப்பட்ட வாக்குமூலங்கள், தடயவியல் துறை சோதனைச் சாலையின் சான்றிதழ்கள், குற்றத்திற்குப் பயன்பட்ட ஆயுதங்கள், பிரேதப் பரிசோதனை அறிக்கை, சாட்சியங்களின் பட்டியல் ஆகியவற்றை நீதிமன்றத்தில் சமர்ப்பிக்க வேண்டும். கொலை, வன்புணர்ச்சி போன்ற குற்றங்களைக் குற்றவியல் நடுவர்கள் விசாரிக்க முடியாது. அவர்கள் வழக்கின் கோப்புகளை மாவட்ட அமர்வு நீதிமன்றத்திற்கு அனுப்பிவிட வேண்டும். பெருங்குற்றங்கள் பற்றிய விசாரணையை மாவட்ட அமர்வு நீதிமன்றங்கள் மட்டுமே விசாரிக்க முடியும். குற்றத்தைத் துப்பு துலக்குகையில் சம்பந்தப்பட்ட குற்றவாளிக்கு அரசியலமைப்புச் சட்டத்தில் சில பாதுகாப்புகள் வழங்கப்பட்டுள்ளன. அக்குற்றவாளியிடமிருந்து விசாரணை அதிகாரி பெறும் வாக்குமூலம் சட்டப்படியான சாட்சியமாகாது. குற்றவாளியோ அவனது கூட்டாளிகளோ ஒப்புதல் வாக்குமூலம் அளிக்க முன்வந்தால் அதையெப்படிப்

பதிவுசெய்வது என்பது பற்றி குற்றவியல் நடைமுறைச் சட்டத்தில் வழிகாட்டுதல்களுண்டு.

காவல் துறையினரே ஒரு குற்றவாளியை நிரபராதியென்று கூறி விடுதலைசெய்யும் அதிகாரத்தைக் குற்றவியல் நடைமுறைச் சட்டம் வழங்கவில்லை. செய்த குற்றம் சந்தேகத்திற்கு அப்பாற்பட்டு நிரூபிக்கப்பட்டுள்ளதா என்பதை முடிவுசெய்யும் அதிகாரம் நீதிமன்றங்களுக்கு மட்டுமேயுண்டு. ஒருவரது கொலைக்குப் பிறகு அது திட்டமிட்டுச் செய்யப்பட்ட கொலைக்குற்றமானாலும் தற்செயலான உயிர்ச்சேதமானாலும், அவற்றிற்குரிய விசாரணையறிக்கையை ஆவணங்களுடன் காவலதிகாரி உரிய நீதிமன்றத்தில் சமர்ப்பிக்க வேண்டுமேயன்றித் தன்னிச்சையாக அவர் முடிவேதும் எடுக்க முடியாது. விசாரணையதிகாரி சமர்ப்பிக்கும் இறுதியறிக்கை நீதிமன்றங்களின் அதிகாரத்தைக் கட்டுப்படுத்தாது. இறுதியில் சரியான குற்றப் பிரிவுகளை வனையவும், சாட்சியங்களினடிப்படையில் உரிய குற்றப் பிரிவுகளுக்கான தண்டனை வழங்கும் அதிகாரமும் நீதிமன்றங்களுக்கேயுண்டு.

குற்றத்தை விசாரிக்கும் காவல் துறையினர் தற்காப்பு கருதி அக்குற்றத்தைச் செய்ததாகக் குற்றவாளி கூற முன்வந்தாலும், அவரது சமாதானத்தைத் தக்க சாட்சியுடன் நீதிமன்றத்தில் மட்டுமே நிரூபிக்க கடமைப்பட்டவராவார். இந்தியத் தண்டனைச் சட்டத்தில் தற்காப்பு என்ற சமாதானம் பற்றிய வரையறைகள் பிரிவுகள் 96இலிருந்து 106 வரை கூறப்பட்டுள்ளது. ஒருவர் தன்னை உயிர்ச்சேதம் (அ) பெருந்தீங்கிலிருந்து பாதுகாத்துக்கொள்ள எதிர்நடவடிக்கையில் ஈடுபடாமல் அவ்விடத்தை விட்டு ஓடிவிட வேண்டுமென்று சமூகமும் சட்டமும் எதிர்பார்ப்பதில்லை. எதிர்நடவடிக்கையென்பது ஒரு பழிவாங்கும் நடவடிக்கையாகவோ திட்டமிட்ட எதிர்தாக்குதலாகவோ இருக்கக் கூடாது. ஒவ்வொரு எதிர்தாக்குதலும் தாக்குதலின் உடனடி எதிர்வினையாகவும், அது சமவிகிதாசாரத்தில் இருக்கும்படியான தற்காப்பு நடவடிக்கையாகவும் மட்டுமே இருக்க வேண்டும் எனது மூக்கை ஒருவன் விரலால் தொட்டதற்காக அவனை நான் கத்தியால் குத்த முடியாது. குறிப்பிட்ட சூழ்நிலையில் தப்பிக்கும் உபாயங்களேதும் கிடைக்காதபோதே அப்படிப்பட்ட எதிர்நடவடிக்கையில் ஈடுபடலாம். பாதாங்கொட்டை பொறுக்குவதற்குச் சுவரேறி வந்த பள்ளி மாணவனைத் துப்பாக்கியால் சுட்ட ராணுவ வீரரின் செயலுக்கும், பயங்கர ஆயுதங்களுடன் வீட்டைக் கொள்ளையடிக்க வந்த திருடர்களை உரிமம் பெற்ற துப்பாக்கியால் சுட்டுக் காப்பாற்றிக்கொள்ளும் செயலுக்கும்

பெரும்வித்தியாசமுண்டு. தற்காப்பு என்ற சமாதானத்தை நீதிமன்றத்தில் குற்றவாளி நிரூபிக்கக் கடமைப்பட்டவரேயொழிய அப்படிப்பட்ட சமாதானத்தையே ஏற்று குற்றவாளியை விடுதலை செய்ய காவல் துறையினருக்கு அதிகாரமில்லை.

2012ஆம் ஆண்டு மதுரையில் கணவன் வீரண்ணன் குடிபோதையில் வந்து மகளைப் பாலியல் பலாத்காரம் செய்ய முயன்றபோது, மனைவி உஷாராணி அதைத் தடுக்க முயன்றும் அவளையும் தள்ளிவிட்டு மகளை படுக்கையறைக்கு அழைத்துச் சென்ற கணவனை அங்கிருந்த கிரிக்கெட் மட்டையை எடுத்து அடித்துக் காயப்படுத்தியதாலும், அவனது மர்ம உறுப்பை நசுக்கியதாலும் அவன் இறந்துவிட்டான். அவளது தகவலின் பேரில் காவல் துறையினர் விசாரணை மேற்கொண்டனர். அப்பெண்ணைக் கைதுசெய்யாமல், இந்தியத் தண்டனைச் சட்டப் பிரிவு 100இன்படி தற்காப்பு என்ற சமாதான வரையறைக்குள் அவளது செயல் வருவதால் அவளை விடுவித்துவிட்டதாக அன்றைய காவல் துறைக் கண்காணிப்பாளர் அஸ்ரா கார்க் மீது குற்றம் சாட்டப்பட்டது. இது குறித்து அன்றைய மாவட்ட ஆட்சியாளர் சகாயம் அரசுக்குப் புகார் கடிதம்கூட அனுப்பினார். வழக்கைப் பின்னர் விசாரித்த உயர் நீதிமன்றத்தின் மதுரைக் கிளை விசாரணையைத் தொடர்ந்து நடத்தவும், அதன்பின் உரிய நடுவர் மன்றத்திற்கு இறுதியறிக்கையனுப்பவும் உத்தரவிட்டது. குற்றவாளி தன்னுடைய தற்காப்பு சமாதானத்தை நீதிமன்றத்தில்தான் நிரூபிக்கமுடியுமேயொழிய அவ்வகையான அதிகாரங்கள் காவலர்களுக்கில்லையென்றும் தீர்ப்பில் வலியுறுத்தப்பட்டது.

காவலர்களுக்கே தீர்ப்பு வழங்கும் அதிகாரத்தைச் சட்டம் எப்போதும் வழங்கியதில்லை. அதனால்தான் என்கவுன்டரில் காவலர்கள் ஈடுபட்டால் அவர்கள்மீதும் கொலைக்குற்றத்திற்கான வழக்கு பதிவுசெய்து அவ்வழக்கு விசாரணையில் மட்டுமே, தற்காப்பு நடவடிக்கையாக இறந்துபோனவர்களின் உயிரைப் பறிக்க நேர்ந்தது என்று அக்காவலர்கள் நிரூபிக்க வேண்டுமென்ற உத்தரவைத் தேசிய மனித உரிமை ஆணையம் பிறப்பித்தது. அதையெல்லாம் காற்றில் பறக்க விட்டு விட்டு 'என்கவுன்டர் ஸ்பெஷலிஸ்டு'களுக்கெல்லாம் பதவி உயர்வும், சிறப்புச் சன்மானங்களும் அரசே வழங்கிவருவது சட்டத்தையே கேலிக்குரியதாக்கிவிட்டது. தற்காப்புச் சமாதானம் கூறும் குற்றவாளிகளே நீதிபதிகளாக மாறித் தங்களை விடுவித்துக் கொண்ட சம்பவங்கள் நாளுக்கு நாள் பெருகி வருகின்றன, 'காக்க காக்க' திரைப்படத்தில் சூர்யா நிகழ்த்தும் என்கவுன்டர் காட்சியின்போது திரையரங்குகளில் கேட்கும் ரசிகர்களின்

கைத்தட்டல் ஒலிகள் மக்களின் மனித உரிமைகள் பற்றிய புரிதலில்லாமையைக் காட்டுகின்றன. குற்றவாளிகளை வேட்டையாடும் சூப்பர்மேன்களை சினிமாவில் காண்பதோடு நிறுத்திக்கொள்ள வேண்டும். சட்டத்தின் ஆட்சியில் அப்படிப் பட்டவர்களுக்கு இடமில்லை.

சென்னைக் கல்லூரி மாணவியின் தற்காப்பு என்ற சமாதானம் பற்றி முடிவெடுக்கக் காவல் துறைக்குச் சட்ட ரீதியிலான அதிகாரமில்லை.

'அடித்தான், தடுத்தேன், விழுந்தான்' என்பது போன்ற தற்காப்பிற்கான சமாதானத்தைக் குற்ற விசாரணையில் மட்டுமே சாட்சியங்கள் மூலம் நிரூபித்து விடுதலை பெற வேண்டுமென்பதே சட்டம் கூறும் உண்மை.

மனுநீதியை மறுக்கலாமா?

மாநகரக் காவல் துறை ஆணையர் அலுவலகத்தின் வாயிலில் திடீரென்று ஒரு அறிவிப்புப் பலகை கடந்த வாரம் தொங்கியது. தினசரி நூற்றுக்கணக்கில் ஆஜராகும் பொதுமக்கள் அதைப் படித்துவிட்டு ஏமாற்றத்தோடு திரும்பிச் சென்றனர். அடுத்த நாள் ஊடகங்கள் செய்தி வெளியிடும்வரை அதற்கான காரணமும் புரியவில்லை. சென்னை உயர் நீதிமன்றத்தின் உத்தரவொன்றின் அடிப்படையிலேயே பொது அறிவிப்பு வெளியிடப்பட்டதாகக் கூறப்பட்டது. எல்லைக்குட்பட்ட காவல்நிலையத்திலேயே குற்றவியல் குற்றங்களைப் பற்றி புகார்/தகவல் அளிக்க வேண்டுமென்றும், ஆணையர் குற்ற தகவல்களைப் பெற்றால் அவரோ (அ) உயர் அதிகாரிகளோ முதல் தகவல் அறிக்கையைப் பதிவுசெய்த பின்னரே உரிய காவல்நிலையத்திற்கோ (அ) வேறொரு அதிகாரியிடமோ அக்குற்றம் பற்றித் துப்புத்துலக்க உத்தரவிடலாம் என்ற உயர் நீதிமன்ற உத்தரவால் இத்திடீர் நடவடிக்கையெடுக்கையென்று கூறப்பட்டது.

○○○

பொதுமக்களின் குறை தீர்க்க வாங்கப்படும் மனுக்களைத் திடீரென்று வாங்க மறுக்கும் ஆணையரது செயல் நியாயமல்ல. மாவட்ட ஆட்சியர் அலுவலகங்கள் முதல் முதலமைச்சர் அலுவலகம் வரை பொதுமக்களின் குறை தீர்க்கும் மனுக்கள் தினசரி ஆயிரக்கணக்கில் பெறப்பட்டு உரிய

நடவடிக்கைகளுக்காக பரிந்துரைக்கப்படுகின்றன. நூற்றாண்டுக்கும் மேலாக நகரக் காவல் துறை ஆணையர் கடைப்பிடித்து வந்த நடைமுறையை ரத்து செய்வது சட்டவிரோதமானது. உயர் நீதிமன்றம் மனுக்களைப் பொதுமக்களிடமிருந்து ஆணையர் பெறக் கூடாதென்று கூறவில்லை. மாறாக, பிடியாணையின்றிக் கைதுசெய்வதற்குரிய குற்றங்கள் பற்றி வரப்பெறும் மனுக்களைக் கையாளுவது பற்றிதான் அவ்வுத்தரவில் கூறப்பட்டிருந்தது.

குற்றவியல் குற்றங்கள் பற்றிய தகவல்கள் மட்டுமின்றி மாநகரக் காவல் துறை ஆணையருக்குப் பல பணிகளுண்டு. மைக் செட்டுக்கான உத்தரவில் தொடங்கி மசால் வடை விற்கும் டீக்கடைகளுக்கான உரிமங்கள்வரை அவரிடம்தான் பெற வேண்டும். துப்பாக்கி உரிமம் முதல் மதுபானக்கூட உரிமங்கள் வழங்குவதற்கும் அவர்தான் பொறுப்பு. ஓய்வுபெற்ற, இறந்துபோன காவலர்களின் குடும்பங்களின் பிரச்சினைகள், காவலர் குடியிருப்புப் பிரச்சினைகள், ஒழுங்கு நடவடிக்கைகள், தண்டனை ஆகியவை பற்றிய புகார்கள் என்று ஏராளமான பிரச்சினைகளைத் தினசரி அவர் கவனிக்க வேண்டும். மாநகர எல்லைக்குட்பட்ட பகுதிகளிலும் சட்டம், ஒழுங்கு மற்றும் குற்றவியல் குற்றங்கள் பற்றிய நடவடிக்கைகளை மேற்பார்வையிடும் அதிகாரமும் உண்டு. குற்றவியல் நடைமுறைச் சட்டத்தின்கீழ் நியமிக்கப்பட்ட நிர்வாக நடுவராகவும் அவர் செயல்படுகிறார். குறிப்பிட்ட காவல்நிலைய அதிகாரிகளின் ஒழுங்கீனமான நடவடிக்கைகள் குறித்து வரும் புகார்களையும், அவர்தான் விசாரிக்க வேண்டும். இப்படிப் பன்முகப் பொறுப்புகள் பல இருப்பினும் அவற்றைத் தவிர்க்கும் விதமாக உயர் நீதிமன்ற உத்தரவின் மீது பழி போட்டுப் பொதுமக்களை ஆணையர் அலைக்கழிப்பது நியாயமற்ற செயல்.

உயர் நீதிமன்ற உத்தரவு என்னதான் சொல்கிறது? திரைப்பட நடிகையொருவர் தன்னை சினிமா பைனான்சியரொருவர் திருமணம் செய்து கொள்வதாக உறுதியளித்ததின் பேரில் அவருடன் ஒரே வீட்டில் வாழ்ந்ததாகவும், அதைப் பயன்படுத்திக் கொண்டு பாலியல் இச்சைகளுக்கு அவர் தன்னை உட்படுத்தி, அவற்றைப் புகைப்படங்களெடுத்து தன்னை மிரட்டி வருவதாகவும், திருமணம் செய்துகொள்ளாமல் தன்னை ஏமாற்றிவிட்டதாகவும், பெருந்தொகையைத் தன்னிடமிருந்து கடனாகப் பெற்றும் திருப்பித் தராமல் ஏமாற்றியதாகவும் புகாரொன்றைக் காவல் துறை ஆணையரிடம் கொடுத்தாராம்.

அப்புகார் உரிய காவலதிகாரியிடம் அனுப்பப்பட்டும் 11 நாட்களுக்குப் பின்னரே முதல் தகவல் அறிக்கை

பதிவுசெய்யப்பட்டது. ஊடகங்களில் இச்சம்பவம் குறித்துப் பெருஞ்செய்திகள் வந்தமைக்கு நீதிபதி கண்டனமும் தெரிவித்துள்ளார். வந்த புகாரை காவல் துறை ஆணையர் பெற்றுக்கொள்ளாமல் உரிய காவல்நிலையத்திற்குப் புகார்தாரரை அனுப்பாதது சட்டப்படிக் குறையென நீதிபதி கருத்துத் தெரிவித்துள்ளார்.

நீதிபதி கொடுத்த உத்தரவு சினிமா பைனான்சியர் போட்ட முன்ஜாமீன் மனுவின் பேரில் போடப்பட்டது. முன்ஜாமீன் மனுவை ஏற்றுக்கொண்ட நீதிபதி அத்துடன் முடித்துக்கொள்ளாமல் மேலும் சில கருத்துகளைத் தனது உத்தரவில் கூறியுள்ளார். (அ) திரைப்பட நடிகை கொடுத்துள்ள புகார் முதன் நோக்கில் குடிமையியல் வழக்காகும். அதில் பணம் கொடுக்கல், வாங்கல் பற்றியே கூறப்பட்டுள்ளது. (ஆ) 30 வயதுள்ள திரைப்பட நடிகை நான்காண்டுகளாக சினிமா பைனான்சியருடன் ஒரே வீட்டில் தங்கி உடலுறவு வைத்துக்கொண்டிருந்ததால் அவர் ஏமாற்றப்பட்டிருப்பாரா என்ற சந்தேகமும் எழுகிறது. அவர் இளம்பெண்ணல்ல. முதிர்ச்சியடைந்தவர். (இ) நமது சமுதாயம் திருமணமின்றி வயது வந்த ஆணும் பெண்ணும் உடலுறவு கொள்வதை ஏற்றுக்கொள்ளாது (ஈ) காவல் துறை ஆணையர் புகார் மனுவைப் பெற்ற பின்னர் தானே முதல் தகவல் அறிக்கை பதிவுசெய்து விசாரித்திருக்க வேண்டும் (அல்லது) புகாரைப் பதிவுசெய்த பின்னரே உரிய காவலதிகாரி விசாரணைக்கு அனுப்பியிருக்க வேண்டும் (உ) இவ்வுத்தரவை வெளியிடும் ஊடகங்கள், சட்ட சஞ்சிகைகள் சினிமா பைனான்சியர் மற்றும் திரைப்பட நடிகையின் பெயரைத் தவிர்த்து அவர்களை X மற்றும் Y என்றே குறிப்பிட வேண்டும் (ஊ) அரசு மற்றும் காவல் துறை ஆணையர் தனது உத்தரவின் மீது தக்க நடவடிக்கையெடுக்க வேண்டும். இதன் காரணமாகத்தான் ஆணையர் பொதுமக்களின் மனுக்களை ஒருவேளை வாங்க மறுக்கிறாரோ என்று தெரியவில்லை.

இப்படி ஜாமீன் மனுக்களின் மீது வழங்கும் உத்தரவுகளில் தங்களது சொந்த கருத்துகளையோ அல்லது சட்ட வியாக்கியானங்களையோ நீதிபதிகள் செய்ய முடியுமா என்ற கேள்வி தொக்கி நிற்கிறது. பல வழக்குகளில் ஜாமீன் மனுக்களுக்குச் சம்பந்தமான பிரச்சினைகள் தவிர வேறு கருத்துகளைத் தங்களது உத்தரவுகளில் நீதிபதிகள் தெரிவிக்கக் கூடாதென்று உச்ச நீதிமன்றம் எச்சரித்துள்ளது. சினிமா பைனான்சியர் போட்ட மனுவில் ஆணையரோ தமிழக அரசோ கட்சிகளாகச் சேர்க்கப்படவில்லையென்பதும் குறிப்பிடத்தக்கது.

குற்றவியல் குற்றம் சாட்டப்பட்ட ஒருவரின் முன்ஜாமீன் மனுவை நீதிமன்றம் பொது விசாரணைக்கு எடுத்துக்கொண்டதால் அதில் பிறப்பிக்கப்படும் உத்தரவுகளும் பொது ஆவணங்கள். எனவே முன்ஜாமீன் கேட்ட பைனான்சியரின் பெயர் வெளியிடப்படுவதை ஏன் தவிர்க்க வேண்டுமென்று தெரியவில்லை. பிடியாணையின்றிக் கைதுசெய்வதற்குரிய குற்றங்கள் பற்றிய தகவல்கள் வரும்போது எல்லைக்குட்பட்ட காவல் நிலையங்கள் முதல் தகவல் அறிக்கையைக் கட்டாயம் பதிவுசெய்ய வேண்டுமென்று 'லலிதகுமாரி' என்ற வழக்கில் உச்ச நீதிமன்றம் வழங்கிய தீர்ப்பைக் குறிப்பிட்டதுடன் குற்றத் தகவலளிப்பவர்களை எல்லைக்குட்பட்ட காவல்நிலையங்களுக்கேயனுப்ப வேண்டிய அவசியத்தை நீதிபதி வலியுறுத்தியுள்ளார். ஆணையரே முதல் தகவலைப் பெற்றுக்கொண்டால், அவர் முதல் தகவல் அறிக்கை பதிவுசெய்த பின்னரே உரிய காவலதிகாரியிடம் அவ்வழக்கைத் துப்புத்துலக்க அனுப்ப வேண்டுமென்று கூறியுள்ளதுதான் காவல் துறை ஆணையர்களுக்குத் தற்போது கிலியை ஏற்படுத்தியுள்ளது. முதல் தகவல் அறிக்கை பதிவுசெய்தால் பின்னர் குற்ற விசாரணையின்போது நீதிமன்றத்தில் சாட்சியமளிக்க ஆஜராக வேண்டுமென்ற கட்டாயத்தைத் தவிர்க்கவே மனுக்கள் வாங்குவது தவிர்க்கப்படுகிறது.

குற்றவியல் நடைமுறைச் சட்டத்தில் சம்பந்தப்பட்ட காவல்நிலையம் முதல் தகவல் அறிக்கை பதிவுசெய்ய மறுக்கும் தருணத்தில் அம்மாவட்ட காவல் துறை கண்காணிப்பாளருக்குப் புகாரை தபால் மூலம் அனுப்பலாமென்றும், அத்தகவல்களைப் பெறும் அதிகாரி உரிய காவல்நிலையத்திற்கு அதை அனுப்பி விசாரிக்க உத்தரவிடலாமென்றும் கூறப்பட்டுள்ளது. பல ஆண்டுகளாக இப்படிப்பட்ட நடைமுறைதான் செயலிலிருக்கிறது. குற்றவியல் நடைமுறைச் சட்டமென்பது நடைமுறைகளைப் பற்றிய சட்டமென்பதால் அதன் பிரிவுகளைப் பெரும்பான்மையான பொதுமக்களின் பயன்பாட்டிற்கேற்ப தாராளமாக வியாக்கியானம் செய்ய வேண்டும். காவல்நிலையங்களுக்குத் தகவலளிக்கச் செல்வோர் படும் பாடு அனைவரும் அறிந்ததே. புகாரை ஏற்றுக்கொள்ளாத உள்ளூர் காவல்நிலையங்களுக்கெதிராகத்தான் பொதுமக்கள் மேலதிகாரிகளின் அலுவலகங்களுக்குப் படையெடுக்கிறார்கள். இதுமட்டுமன்று, உயர் நீதிமன்றத்தின் சென்னை, மதுரை அமர்வுகளில் முதல் தகவல் அறிக்கை பதிவுசெய்ய சம்பந்தப்பட்ட காவல்நிலையத்திற்கு உத்தரவிடக் கோரி தினசரி நூற்றுக்கணக்கான வழக்குகள் தாக்கல் செய்யப்படுகின்றன. மிக்க பொருட்செலவிலும், காலவிரயத்திலும் செய்யப்படும் இவ்வழக்குகளைத் தவிர்க்க உதவ வேண்டும்.

மாவட்ட கண்காணிப்பாளர்களோ நகர ஆணையர்களோ பொதுமக்களிடமிருந்து தகவல்களைத் தெரிந்தபின் சம்பந்தப் பட்ட காவல்நிலையங்களுக்குக் குற்றங்களை விசாரிக்க உத்தரவிடுவதற்குச் சட்டத்தில் தடையேதுமில்லை.

தற்போது உயர் நீதிமன்றம் கொடுத்த உத்தரவு பொதுமக்களைப் பாதிப்பதால் தமிழக அரசு அதையெதிர்த்து உச்ச நீதிமன்றத்தில் முறையீடுசெய்து தக்க வழிகாட்டுதலை விரைவில் பெறவேண்டுமென்பதும் ஆணையர் அலுவலகங்களின் ஆராய்ச்சி மணிகள் மீண்டும் ஒலிக்க வேண்டுமென்பதுமே பொதுநலன் கருதும் அனைவரது விருப்பம். தற்போது மீண்டும் மனுக்களை வாங்க முற்பட்டுள்ள காவல் துறை ஆணையரது செயல் வரவேற்கத்தக்கது.

கே. சந்துரு

மதுக்கடைகளைச் சட்டப்படி ஒழிப்பது எப்படி?

மதுவிலக்கு கோரி போராடிவரும் சசிபெருமாள் ஒவ்வொரு மதுக்கடையின் முன்னாலும் ஒருநாள் உண்ணாவிரதமிருக்க விரும்பிய கோரிக்கையைக் காவல் துறை மறுத்துள்ளது. பின்னர் பூரண மதுவிலக்கு அமல்படுத்தக்கோரி காலவரையற்ற உண்ணாவிரதமிருக்கப் போவதை தடைசெய்ததை எதிர்த்து உயர் நீதிமன்றத்தின் கதவைத் தட்டியுள்ளார். ஆனால் பொதுமக்களுக்குத் தொந்தரவளிக்கும் டாஸ்மாக் கடைகளை மூடுவதற்குச் சட்டத்தில் இடமிருக்கிறதா?

அரசியலமைப்புச் சட்டத்தில் 47 ஆவது ஷரத்தில் மதுவிலக்கு அமல்படுத்துவது அரசின் நெறிமுறைக் கொள்கையாகக் கூறப்பட்டிருந்தாலும் நடைமுறையில் அது இன்றுவரை நிறைவேற்றப் படவில்லை. 1937ஆம் ஆண்டு கொண்டுவரப்பட்ட மதுவிலக்குச் சட்டத்தின் கீழேயே இயற்றப்பட்ட விதிகளினடிப்படையில் மதுபானக்கடைகள் தமிழகத்தில் அரசாங்கத்தால் நடத்தப்படுகின்றன. இதற்காகவே அரசு, சொந்தமாக ஒரு நிறுவனத்தைத் தொடங்கியுள்ளது. அதன் பெயர்தான் தமிழ்நாடு மாநில வாணிபக் கழகம். தமிழ்நாட்டில் அந்நிறுவனத் திற்கு 7434 சில்லறை விற்பனைக் கடைகள் உள்ளன. இக்கடைகளில் இந்தியாவில் தயாரித்த அந்நிய மதுபானங்கள் மற்றும் பீர் வகைகள் முத்திரையிட்ட சீசாக்களில் விற்கப்படுகின்றன. கடந்த ஆண்டு மட்டும் அரசுக்கு கலால் வரி, விற்பனை வரி ஆகியவற்றின்

மூலம் வருமானம் 23,000 கோடிகள் தாண்டிவிட்டதென்றால் எத்தனை பாட்டில்களைக் 'குடிமகன்'கள் காலி செய்திருப்பார்கள் என்று தெரிந்துகொள்ளலாம். சில்லறை விற்பனைக் கடைகளையொட்டி மதுபானக் கூடங்கள் நடத்த ஆளுங்கட்சி அடியாட்களுக்கு உரிமம் வழங்கப்பட்டுள்ளது. அநேகமாக அவர்களது மேற்பார்வையில்தான் சில்லறை விற்பனைக் கடைகள் செயல்படுகின்றன. டாஸ்மாக் கடைகளிலும் அதனுடன் இணைக்கப்பட்ட மதுபானக் கூடங்களிலும் மூக்குமுட்டக் குடித்துவிட்டுக் 'குடிமகன்கள்' போடும் கும்மாளங்களுக்கு அளவில்லை. காலி பாட்டில்களையும் காகிதக் கோப்பைகளையும் மிஞ்சிப்போன பதார்த்தங்களையும் வீதியிலேயே வீசிவிட்டுச் செல்வதும், மிதமிஞ்சிய போதையில் அவர்களெடுக்கும் வாந்தியையும் கண்டுசெல்வோர் முகம் சுளிப்பது தினசரிக் காட்சி. இதுமட்டுமல்லாமல் விலையைப் பற்றியும், சரக்கின் போதையற்ற தன்மை பற்றியும் நடக்கும் தகராறுகளும் ஏராளம். இதைப் பற்றி பகுதி மக்கள் புகார் கூறினாலும் அங்குள்ள காவல் துறை கண்டுகொள்வதில்லை. டாஸ்மாக் கடைகளின் வருமானம் குறையாமல் பார்த்துக்கொள்ளும் புதிய பொறுப்பு காவல் துறைக்குக் கொடுக்கப்பட்டிருப்பதே இதன் காரணம். டாஸ்மாக் சில்லறைக் கடைகள் உள்ள பகுதிகளில் பெண்கள் தனியாக நடந்து செல்ல அச்சப்பட்டு மாற்றுப் பாதைகளில் செல்ல வேண்டிய கேவலம் இங்குமட்டுமே உண்டு. அவ்வப்போது டாஸ்மாக் கடைகளை அமைப்பதை எதிர்த்தும் இருக்கும் கடைகளை மாற்றக் கோரியும் போராட்டங்கள் பொதுமக்களால் நடத்தப்பட்டு, அவை ஊடகச் செய்திகளாக வெளிவருவதோடு நின்றுவிடுகின்றன. விரல் விட்டு எண்ணக்கூடிய சில்லறை டாஸ்மாக் கடைகள் நீதிமன்ற உத்தரவுகளால் மூடப்பட்டன என்ற செய்திகளை ஊடகங்களில் வாசித்திருப்பீர்கள். அது எப்படிச் சாத்தியமாயிற்று?

டாஸ்மாக் தமிழக அரசுக்கு முழுமையாகச் சொந்தமானது. இந்தியாவில் தயாராகும் அந்நிய மதுபான வகைகளைக் கொள்முதல் செய்து அதைக் கிடங்குகளில் சேமித்து அவர்கள் நிறுவியுள்ள சில்லறை வணிகக் கடைகள் மூலம் விற்பனை செய்கின்றனர். அக்கம்பெனிக்கு மதுபான வகைகளை உற்பத்தி செய்யும் தொழிற்சாலைகள் கிடையாது. மதுபானங்கள் உற்பத்தி செய்யும் தொழிற்சாலைகள் தனியார் நிறுவனங்களுக்குச் சொந்தமானது. தங்களுக்கு வேண்டிய மதுபான வகைகளை அக்கம்பெனிகளிடம் பேசி, விலை நிர்ணயித்துப் பின் கொள்முதல் செய்து அந்நிறுவனம் பெற்றுக்கொள்ளும். மதுபானக் கூடங்களை டாஸ்மாக் நிறுவனம் தன்னுடைய நேரடிப் பொறுப்பில்

வைத்துக்கொள்வதில்லை. வருடாந்திர உரிமங்கள் மூலம் அவை தனியார்களுக்குக் கொடுக்கப்படுகின்றன.

1937ஆம் ஆண்டு சென்னை மாகாணத்திற்கு நடந்த தேர்தலில் வெற்றிபெற்று ராஜாஜி முதலமைச்சரானார். அவரது ஆட்சியில் முதன்முறையாக 1937ஆம் ஆண்டில் மதுவிலக்குச் சட்டம் கொண்டுவரப்பட்டது. அதன் மூலம் மதுக்கடைகள் மூடப்பட்டன. 1950இல் நடைமுறைக்கு வந்த இந்திய அரசியலமைப்புச் சட்டத்தின் 47ஆவது பிரிவில் மருத்துவக் காரணங்களைத் தவிர வேறு எக்காரணத்திற்கும் போதையூட்டும் பானங்களைப் பருகுவதை தடைசெய்து பூரண மதுவிலக்கு அமல்படுத்த வேண்டுமென்று கூறப்பட்டுள்ளது. டாஸ்மாக் கடைகள் 2003ஆம் ஆண்டு ‘தமிழ்நாடு சில்லறை (கடை மற்றும் மதுக்கூடம்) விற்பனை விதிகளின்’ படிதான் இயங்க வேண்டும். 1937ஆம் ஆண்டு மது விலக்குச் சட்டத்தின் கீழ்தான் இவ்விதிகளும் இயற்றப்பட்டுள்ளன என்பது கொடுமையிலும் கொடுமை. மதுவிலக்கு அரசாங்கத்தின் நெறியாளும் கொள்கையென்பதால் டாஸ்மாக்கில் விற்பனை செய்யும் மதுபான பாட்டில்களில் ‘மது – நாட்டுக்கு, வீட்டுக்கு, உயிருக்கு கேடு’ என்று லேபிள்களை ஒட்டும்படி அவ்விதிகளில் கூறப்பட்டுள்ளது.

2003ஆம் ஆண்டு விதிகளில் விதி எண் 15இன் கீழ் இருபத்தியொரு வயதிற்குட்பட்டவர்களுக்கு மதுபானம் விற்பது தடைசெய்யப்பட்டுள்ளது. அவ்விளைஞர்கள் மது அருந்துவதைச் சட்டம் தடைசெய்யவில்லை. ஆனால் நடைமுறையில் இக்கடைகள் தங்களது தாராள குணத்தின் மூலம் பள்ளிமாணவர்கள்கூட மதுபோதைக்கு ஆளாகும் வகையில் விற்பனையைச் செய்துவருகின்றன.

டாஸ்மாக் கடைகளை எங்கே வைக்கலாம் என்று முடிவு செய்வது மாவட்ட ஆட்சியர்தான். ஒரு டாஸ்மாக் கடை வழிபாட்டுத் தலங்கள், கல்வி நிறுவனங்கள் இருக்குமிடத்திலிருந்து இத்தனை மீட்டர் தள்ளி இருக்க வேண்டுமென்பது விதி. இந்த இடைவெளி விதிகள் நகரங்களுக்கும், கிராமங்களுக்கும் வேறுபடும். அநேகமாக இஞ்ச்டேப் வைத்து அளந்து கடைகள் வைக்க மாவட்ட ஆட்சியர் உத்தரவு கொடுத்துவிடுவார். 2003இல் மதுவிலக்குச் சட்டத்தின்கீழ் வகுக்கப்பட்ட ‘தமிழ்நாடு மதுபான சில்லறை விற்பனை (கடைகள் மற்றும் மதுபானக் கூடங்கள்) விதிகள்’ கடைகளை எவ்விடத்தில் வைப்பது என்பது பற்றிக் கூறியுள்ளது. இவ்விதிகளின்படி டாஸ்மாக் கடைகள் வழிபாட்டுத் தலங்களிடமிருந்தும், கல்வி நிலையங்களிடமிருந்தும் குறிப்பிட்ட தூரத்திற்கு வெளியே வைக்கப்பட வேண்டுமென்றும்,

கடைகள் வைக்கப்பட்டுள்ள இடத்திற்கு மாவட்ட ஆட்சியர் ஒப்புதல் வழங்க வேண்டுமென்றும் கூறப்பட்டுள்ளன. நகராட்சி எல்லைகளுக்குட்பட்ட பகுதிகளில் 50 மீட்டருக்கு வெளியேயும், மற்ற பகுதிகளில் 100 மீட்டருக்கு வெளியேயும் வைக்கப்பட வேண்டுமென்று கூறப்பட்டுள்ளது. அதே சமயத்தில் வணிகப் பகுதிகளுக்கு இவ்விதிகள் பொருந்தாதென்றும் கூறப்பட்டுள்ளது.

இவ்விதிகளிலுள்ள கல்வி நிறுவனமென்பது அனைத்து வகையான கல்வி நிறுவனங்களுக்கும் பொருந்தும். டாஸ்மாக் கடைகள் அக்கல்வி நிலையங்களுக்கு அருகில் தடைசெய்யப்பட்ட தூரத்தில் இருந்தால் அவற்றை அகற்ற மாவட்ட ஆட்சியரிடம் மனு கொடுக்கலாம். அம்மனுவின் மீது நடவடிக்கை எடுக்க வில்லையென்றால் உயர் நீதிமன்றத்தை அணுகலாம்.

பொது இடங்களில் சட்ட விரோதத் தடைகளோ தொந்தரவுகளோ ஏற்பட்டால், அது பற்றிச் சம்பந்தப்பட்ட காவல் நிலைய அதிகாரியிடமிருந்து பெறப்பட்ட அறிக்கையின் அடிப்படையில் மாவட்ட குற்றவியல் நடுவர் அப்படிப்பட்ட தொந்தரவுகளை நீக்க உத்தரவிடலாம் என்று குற்றவியல் நடைமுறைச் சட்டத்தின் 133ஆம் பிரிவின் கீழ் கூறப்பட்டுள்ளது. இதில் வேதனை என்னவென்றால் டாஸ்மாக் கடை வைக்க உத்தரவிடுபவரும் மாவட்ட ஆட்சியரே. தொந்தரவுகளை அகற்ற பிரிவு 133இன் கீழ் உத்தரவிடும் மாவட்ட நடுவரும் மாவட்ட ஆட்சியரே. எனவே அவர் அத்தொந்தரவுகளை அகற்ற உத்தரவிடும்வரை காத்திராமல் உயர் நீதிமன்றமே பொதுமக்களுக்கு தொந்தரவு அளிக்கும் கடைகளை அகற்ற உத்தரவிட அதிகாரமுள்ளது.

டாஸ்மாக் கடைகளை வைப்பதால் தொடர்ந்து சாலை விபத்துகள் நடந்துவருவதால் நெடுஞ்சாலைகளையொட்டி அக்கடைகளை வைப்பது உயர் நீதிமன்றத்தால் தடை செய்யப் பட்டுள்ளது. அவ்வாறான தடையை பாலு என்ற ஒருவர் தொடர்ந்த பொதுநல வழக்கினடிப்படையில் சென்னை உயர் நீதிமன்றம் தனது தீர்ப்பில் குறிப்பிட்டது. அவ்வாறான கடைகளைக் குறிப்பிட்ட காலக்கெடுக்குள் அகற்ற உத்தரவிடப்பட்டது. அதையும் மீறி நெடுஞ்சாலையையொட்டி ஏதேனும் டாஸ்மாக் கடைகள் இருந்தாலோ அமைக்க முற்பட்டாலோ அதையெதிர்த்து உயர் நீதிமன்றத்தில் வழக்குத் தொடர்ந்து நிவாரணம் கேட்கலாம். இங்கு தேசிய நெடுஞ்சாலையை மட்டுமல்ல, மாநில நெடுஞ் சாலைகளையும் இவ்வரையறைக்குள் கொண்டுவரலாம்.

சமீபத்தில் சென்னை உயர் நீதிமன்றம் உள்ளாட்சி அமைப்புகள் டாஸ்மாக் கடைகள் அமைப்பது குறித்து எதிர்ப்புத்

தெரிவித்து தீர்மானம் நிறைவேற்றினால் அதற்கு மாவட்ட ஆட்சியர் முக்கியத்துவம் அளிக்க வேண்டுமென்று கூறியுள்ளது. அதன்படி பாதிக்கப்பட்ட மக்கள் தங்கள் பகுதியிலுள்ள டாஸ்மாக் கடைகளை அகற்றக்கோரி சம்பந்தப்பட்ட ஊராட்சி, பேரூராட்சி உறுப்பினர்களை அணுகி அவர்கள் மூலம் அம்மன்றங்களில் தீர்மானம் நிறைவேற்றி அதை மாவட்ட ஆட்சியருக்கு அனுப்பிய பின்னரும் நடவடிக்கையெடுக்கவில்லையென்றால் உயர் நீதிமன்றத்தை அணுகி நிவாரணம் பெறலாம்.

தங்கள் பகுதியிலிருந்து சமூகப் பிரச்சினைகளில் ஆர்வமுள்ள வழக்கறிஞர்களை அணுகி வழக்கு தொடர்ந்து கொள்ளலாம். தவிர, உயர் நீதிமன்றத்தின் இரு அமர்வுகளிலும் சட்ட உதவிக்குழு செயல்படுகிறது. அக்குழுவை அணுகி, வழக்கு தொடரும்படி கேட்டுக்கொண்டால் வழக்கிற்கான செலவையும், வழக்கறிஞர் கட்டணத்தையும் அக்குழுவே ஏற்றுக்கொள்ளும். இலவச சட்ட உதவி பெறும் நபருக்கு வருமான தகுதி இருக்கிறதா என்பதற்கான விதிகளுண்டு. ஆனால் பெண்களுக்கும், பட்டியலினத்தவருக்கும் அப்படிப்பட்ட வருமான வரையறை இல்லை.

சாட்சியங்களைத் தக்க வகையில் ஆவணப்படுத்தி மனுக்களை உரிய அதிகாரிகளிடம் அனுப்பிய பின் வழக்கறிஞர்களை அணுகி முறையான உயர் நீதிமன்ற அமர்வுகளில் ரிட் மனுக்களைத் தாக்கல் செய்து சட்டப்படி டாஸ்மாக் கடைகளுக்கு மூடு விழா நடத்தலாம்.

ஒப்புதல் என்னும் தப்பிதங்கள்

ராஜீவ் காந்தி கொலை வழக்கில் ஆயுள் தண்டனையை அனுபவித்துவரும் மூவரில் ஒருவரான பேரறிவாளனின் வழக்கு விசாரணையின்போது கொடுத்த ஒப்புதல் வாக்குமூலத்தில் *(confession)* சி.பி.ஐயின்காவலாணையரான வி. தியாகராஜனே திருத்தம் செய்ததாக ஒப்புக்கொண்ட செய்தி அனைவரையும் அதிர்ச்சியடையச் செய்தது. ஒப்புதல் வாக்குமூலத்தில் செய்யப்பட்ட திருத்தமே இறுதியாகப் பேரறிவாளனுக்கு மரண தண்டனை வாங்கிக் கொடுத்தது என்பதே உண்மை.

ராஜீவ் காந்தி கொலை வழக்கு ஆரம்பம் முதலே முறையாக நடத்தப்படவில்லையென்ற குற்றச்சாட்டு தொடர்ந்து கூறப்பட்டு வந்துள்ளது. அன்றிருந்த தடா (தீவிரவாத மற்றும் சீர்குலைவுகள் தடுப்பு சட்டம்) சட்டத்தின்படி வழக்கு விசாரணை சிறப்பு நீதிமன்றத்தில் நடைபெறும்; பார்வையாளர்கள் அனுமதிக்கப்படமாட்டார்கள்; மாவட்ட கண்காணிப்பாளர் அந்தஸ்துள்ள ஒருவர் முன்னால் குற்றவாளி கொடுக்கும் வாக்குமூலம் சாட்சியமாக ஏற்றுக்கொள்ளப்படும்; தீர்ப்பின் மேல் உச்ச நீதிமன்றத்தில் மட்டுமே மேல் முறையீடு செய்ய முடியும்.

தடா சட்டத்தை வாபஸ் பெற இந்தியா முழுவதும் கோரிக்கையெழுப்பியதில் 2004இல் அச்சட்டம் ரத்துசெய்யப்பட்டாலும் அச்சட்டத்தின்

கீழ் ஏற்கனவே எடுக்கப்பட்ட நடவடிக்கைகளைத் தொடரலாம் என்பதால் இன்னும் பலர் அச்சட்டத்தின்கீழ் விசாரணையிலுள்ளனர் என்பது வேதனைக்குரிய விஷயம்.

பேரறிவாளன் உட்பட 26 பேருக்கு மரண தண்டனை வழங்கிய சிறப்பு நீதிமன்றத்தின் தீர்ப்பை எதிர்த்து உச்ச நீதிமன்றத்தில் போடப்பட்ட மேல்முறையீட்டை விசாரித்த நீதிபதி கே.டி.தாமஸ் அடங்கிய அமர்வு 22 பேரின் மரண தண்டனையை ரத்துசெய்து 4 பேருக்கு அத்தண்டனையை உறுதி செய்தது. அவ்வழக்கு தீவிரவாதக் குற்றத்தின் கீழ் வராது என்று தீர்ப்பளித்த பிறகும் வழக்கைச் சாதாரண குற்றவியல் நீதிமன்றத்தின் மறுவிசாரணைக்கு அனுப்பவில்லை.

காலனியாதிக்கத்தில் கொண்டுவரப்பட்ட இந்தியச் சான்றியல் சட்டத்தின்கீழ் காவல் துறையினரால் பெறப்படும் வாக்குமூலம் சான்றாக எடுத்துக்கொள்ளப்படமாட்டாது என்று கூறப்பட்டிருப்பது காவல் துறை மீது அவர்களே எத்தகைய நம்பிக்கை வைத்திருந்தார்கள் என்பதை உணர்த்தும். குற்றத்தை நிரூபிக்க சித்திரவதைகள் மூலம் ஒப்புதல் வாக்குமூலங்கள் பெற வாய்ப்பு இருப்பதால் அவ்வாக்குமூலங்களுக்குச் சட்டத்தடை விதிக்கப்பட்டது. ஆனால் தடா சட்டத்திலோ மாவட்ட பொறுப்பிலுள்ள காவலதிகாரிகளிடம் கொடுக்கப்படும் வாக்குமூலங்களைக் குற்றவாளிக்கெதிரான சாட்சியங்களாக ஏற்றுக்கொள்ளலாமென்று கூறப்பட்டது.

தடா சட்டத்தையெதிர்த்து உச்ச நீதிமன்றத்தில் போடப்பட்ட (கர்தார் சிங் – எதிர் – பஞ்சாப் மாநிலம், 1994) வழக்கில் இச்சட்டப்பிரிவு செல்லும் என்று நான்கு நீதிபதிகள் கூறிய போதும் நீதிபதி கே. ராமசாமி அப்பிரிவு செல்லாது என்று சிறுபான்மைத் தீர்ப்பு வழங்கினார். சாதாரண காவலர் ஒப்புதல் வாக்குமூலம் பெறுவது முறைகேடாகப் பயன்படலாம் என்று சட்டமிருப்பினும் மாவட்ட நிலையிலுள்ள காவல்பணியைச் சேர்ந்தவர்கள் (ஐ.பி.எஸ்) தவறான செயலில் ஈடுபடமாட்டார்கள் என்று பெரும்பான்மையான நீதிபதிகள் நம்பிக்கை தெரிவித்திருந்தனர். நீதிபதி கே. ராமசாமி மட்டும் தனது தனித்தீர்ப்பில் மாவட்டக் காவல் துறை அந்தஸ்து பெற்ற அதிகாரிகளும் தங்களது மாவட்டத்திலுள்ள குற்ற வழக்குகளைத் துரிதமாக தீர்க்க ஒப்புதல் வாக்குமூலங்களை முறைகேடாகப் பெற்று தண்டனையை வாங்கித்தரவே விழைவர் என்பதால் இச்சட்டப்பிரிவு துஷ்பிரயோகப்படுத்தப்படுமென்று அன்றே தீர்க்கதரிசனமாகக் குறிப்பிட்டிருந்தார்.

பேரறிவாளனிடமிருந்து பெற்ற ஒப்புதல் வாக்குமூலத்தைத் தானே திருத்தியதாக 22 ஆண்டுகளுக்குப்பின் விசாரணை அதிகாரி கூறியிருப்பது இக்கூற்றையே நிரூபிக்கிறது. தடா வாபஸ் பெற்றாலும் பின்னால் பொடா சட்டமும் *(Prevention of Terrorist Act)* அதுவும் ரத்தான பிறகு தற்போது உபா *(Unlawful Activities Prevention Act)* சட்டமும் அதே போன்ற பிரிவுகளுடன் பவனி வருவது அனைவரையும் அச்சப்பட வைக்கிறது.

நால்வரது மரண தண்டனையை ரத்துசெய்யக் கோரிய கருணை மனுக்களை அன்றைய ஆளுநர் பாத்திமா பீவி தள்ளுபடி செய்ததையெதிர்த்து பேரறிவாளனும் மற்ற மூன்று மரணதண்டனை கைதிகளும் போட்ட மனுவை ஏற்றுக்கொண்ட சென்னை உயர் நீதிமன்றம் அவர்களது மனுவை அன்றைய முதல்வர் கருணாநிதியின் அமைச்சரவையைச் சட்டப்படி பரிசீலனை செய்ய உத்தரவிட்டது. நளினிக்கு மட்டும் மரண தண்டனையை ரத்துசெய்துவிட்டு மற்றவர்களது மனுக்களைத் தள்ளுபடிசெய்ய அமைச்சரவை ஆளுநருக்குப் பரிந்துரைத்ததில் நளினியின் தலை மட்டும் தப்பியது. மற்ற மூவரின் கருணை மனுக்கள் குடியரசுத் தலைவரின் பரிசீலனையில் 19 ஆண்டுகள் கழிந்த பிறகு தள்ளுபடி செய்யப்பட்டன. இது பற்றி மத்திய அரசின் பரிந்துரையைத் தெரிந்துகொள்ள தகவல் அறியும் சட்டத்தின் கீழ் முயன்ற பேரறிவாளனின் மனுவும் தள்ளுபடி செய்யப்பட்டது. குடியரசுத் தலைவர் கருணை மனுக்களை பைசல் செய்வதில் தாமதமேற்பட்டால் மரணதண்டனைக் கைதிகளின் தண்டனை ஆயுள் தண்டனையாக மாற்ற அதுவும் ஒரு காரணியாக கருதப்படலாமா? என்று போடப்பட்ட வழக்குகளில் உச்ச நீதிமன்ற அமர்வு சரியான தீர்ப்பை வழங்கியுள்ளது. அதையெதிர்த்துப் போடப்பட்ட சீராய்வு மனுக்களும் தள்ளுபடி செய்யப்பட்டுவிட்டன. மாநில அரசு அம்மூவரின் தண்டனைக் காலத்தை குறைக்க குற்றவியல் நடைமுறைச் சட்டப்பிரிவு 433இன் கீழ் எடுத்த நடவடிக்கைகளையெதிர்த்து மத்திய அரசு உச்ச நீதிமன்றத்தில் தடையுத்தரவு பெற்றுள்ளது அநாகரிகச் செயல்.

நான்கு பேருக்கும் மரணதண்டனை விதித்து தீர்ப்பளித்த நீதிபதி கே.டி. தாமஸ் தான் அத்தீர்ப்பில் கைதிகளுக்கு மரணதண்டனை விதித்தது தவறு என்று கருதுவதாக ஒரு நேர்காணலில் கூறியுள்ளார். அவ்வழக்கை விசாரித்த விசேஷ புலனாய்வுக் குழுவின் தலைவர் டி.ஆர். கார்த்திகேயனும் அக்குற்றவாளிகளுக்கு மரணதண்டனை என்பது அதிகபட்சத் தண்டனையென்று வேறொரு நேர்காணலில் கூறியுள்ளார்.

தற்போது ஒப்புதல் வாக்குமூலம் பதிவுசெய்த மத்தியப் புலனாய்வு அதிகாரி தியாகராஜன், குற்ற உணர்வு உந்துதலால் பேரறிவாளனின் வாக்குமூலத்தைத் திருத்தியது தவறு என்று பகிரங்கமாகக் கூறியுள்ளார்.

முதல் கோணல் முற்றும் கோணல் என்று சொல்வார்கள். இத்தனை கேலி கூத்திற்குப் பிறகாவது மூன்று கைதிகளுக்கும் மத்திய அரசு கருணையளித்து மரணக் கொட்டடியிலிருந்து அவர்களை விடுவிக்க முன்வருமா?

இலவசங்களும் இலவு காத்த கிளிகளும்

தேர்தல் ஆணையம் மக்களவைத் தேர்தலுக் கான தேதிகளை அறிவித்துவிட்டது. "தேர்தல் வந்திடுச்சு, ஆசையில் ஓடிவந்தேன்" என்று எல்லா கட்சிகளும் தங்களது வேட்பாளர்களுடன் களத்திலிறங்கிவிட்டன. தேர்தலுக்கான அறிவிப்புடன் 'மாதிரி நடத்தை விதிகளும்' அமலுக்கு வந்துவிட்டன. 'அம்மா' என்பது பொதுப்பெயரா தனிப்பெயரா என்ற விவாதமும் நடந்துவருகிறது. குடிநீர், உணவகம் இவற்றிற்கெல்லாம் அம்மா பெயரை வைத்ததோடு, முதலமைச்சரின் புகைப்படத்தையும் கூடவே போட்டுவிட்டது இப்போது திண்டாட்டமாகி விட்டது. புகைப்படங்களை மறைக்கத் திரைகளைக் கட்டும்படியான நிர்ப்பந்தம். மேலும் குடிநீர் பாட்டில்களிலுள்ள இலைச்சின்னத்தை நீக்கிவிட்டு லேபிளில்லாமல் விற்கப்படுகிறது. இச்செயல் 'பொதி கட்டப்பட்டுள்ள பொருள்களை விற்கும் விதிகளுக்கு' விரோதமானது. எம்ஜிஆர் சமாதியின் முன்னுள்ள குதிரையின் மேலுள்ளது இறக்கைகளா, இரட்டை இலையா? என்ற விவாதமும் நீதிமன்றத்தில் நடந்துவருகிறது.

உத்தரப்பிரதேசத்தில் கடந்த முறை நடந்த தேர்தலில் அங்கிருந்த பொது இடங்கள், பூங்காக்களி லிருந்த யானைச் சிற்பங்களை மூடச்சொல்லி தேர்தல் ஆணையம் உத்தரவிட்டது. ஏனென்றால் யானை மாயாவதியின் பகுஜன் சமாஜ்வாடி கட்சியின் தேர்தல் சின்னம். அப்போது தங்களது சின்னத்தைத்

திரையிடச் சொன்னதுபோல் காங்கிரசின் கைச்சின்னத்தையும் பாஜகவின் தாமரைச் சின்னத்தையும் மறைக்கும்விதமாக அனைவரது கைகளையும், தடாகங்களிலுள்ள தாமரைகளையும் மூடச்சொல்லி தேர்தல் ஆணையம் உத்தரவிடுமா? என்று அவர்கள் தரப்பில் கேள்விகள் எழுப்பப்பட்டன. இவ்விமர்சனத்தை இன்னும் நீடித்தால் முலாயம் சிங்கின் சைக்கிள் சின்னம், லல்லு பிரசாத்தின் அரிக்கன் விளக்கு, அர்விந்த் கெஜ்ரிவாலின் விளக்குமாறு இவற்றையெல்லாமும் மறைக்கச் சொல்லி உத்தரவிட வேண்டியிருக்கும். அப்படியே அச்சின்னங்களைத் திரைகள் போட்டு மூடிவிட்டாலும், திமுகவின் உதயசூரியனை மூடுவதென்பது மனித ஆற்றலுக்கு அப்பாற்பட்டது.

வயது வந்தோரனைவருக்கும் வாக்கு என்று அரசியலமைப்புச் சட்டத்தில் முடிவான பின்னர் ஏற்பட்ட முதல் பொதுத் தேர்தல் 1952ஆம் ஆண்டு நடத்தப்பட்டது. முறையான கல்வியறிவு பெற்ற மக்கள்தொகை மிகவும் குறைவு என்பதால் ஓட்டுப்பெட்டிகளுக்கு விதவிதமான வர்ணங்கள் பூசப்பட்டன. அதிலும் குழப்பமேற்பட்டதால் அங்கீகாரம் பெற்ற கட்சிகளுக்கு அதிகாரபூர்வமான தேர்தல் சின்னங்கள் ஒதுக்கப்பட்டன. வாக்காளர்கள் மின்னணு எந்திரத்தின் மூலம் வாக்குப்பதிவு செய்யும் முறை இன்றைக்கு அறிமுகப்படுத்தப்பட்ட பின்னரும் கட்சி சின்னங்களைத் தொடர வேண்டிய நிலைதான் உள்ளது. நாடு விடுதலையடைந்து 66 ஆண்டுகளுக்குப் பிறகும் பெரும்பான்மையான வாக்காளர்கள் வேட்பாளர்களின் பெயரைத் தெரிந்து வாக்களிக்க முடியாமல், சின்னங்களின் மூலம் அவர்களைத் தெரிந்துகொள்ளும் அவலநிலைமையை என்னவென்று சொல்வது?

மாதிரி நடத்தை விதிகளை அறிவித்த தேர்தல் ஆணையம் அரசியல் கட்சிகளும் தேர்தலில் போட்டியிடும் வேட்பாளர்களும் எப்படி நடந்துகொள்ள வேண்டுமென்று சுற்றறிக்கை விடுத்துள்ளனர். அதைத் தவிர தேர்தலில் முறைகேடுகளை விளைவித்தால் ஏற்படும் ஆபத்துகளையும் அறிவித்துள்ளனர். மக்கள் பிரதிநிதித்துவச் சட்டத்தின் கீழ் ஊழல் நடவடிக்கைகள் எவையென வரையறுக்கப்பட்டுள்ளன. வேட்பாளர்கள் தொகுதியில் அதிகபட்சமாகச் செலவழிக்கக்கூடிய தொகையையும் நிர்ணயித்துள்ளனர். ஒவ்வொரு வேட்பாளரும் தங்களது தேர்தல் செலவுக் கணக்கைத் தேர்தல் முடிந்த பிறகு தேர்தல் ஆணையத்திடம் கொடுக்கும் விதியை மீறினால் அடுத்த 6 ஆண்டுகளுக்கு அவர்கள் தேர்தலில் நிற்கத் தகுதியிழப்பு செய்யப்படுவர்.

அரசியலமைப்புச் சட்டத்தின் 324ஆவது பிரிவின்படி முறையான தேர்தலை நடத்தக்கூடிய மேற்பார்வையதிகாரம் தேர்தல் ஆணையத்திற்குக் கொடுக்கப்பட்டுள்ளது. தேர்தல் ஆணையம் இவ்வதிகாரத்தைப் பயன்படுத்தி முறையான தேர்தல்களை இன்றுள்ள நிலையில் நடத்த முடியுமா? என்ற கேள்வி எழும்பியுள்ளது. ஒவ்வொரு தேர்தலின்போதும் பணமும், சாராயமும் பெருக்கெடுத்தோடுவதை நாம் பார்த்துக் கொண்டிருக்கிறோம்.

தேர்தல் செலவீனத்தின் வரையறையைச் சட்டபூர்வமாக நிர்ணயித்த பின்னரும் ஒவ்வொரு தொகுதியிலும் வேட்பாளர்கள் செலவழிக்கும் தொகை பலநூறு மடங்கிற்கு மேல்தானிருக்கும். ஒவ்வொரு கட்சியும் தனது சார்பாகப் போட்டியிட விரும்பும் நபர்களிடம் நேர்காணல் நடத்தும் புகைப்படங்களை ஊடகங்களில் காணலாம். நேர்காணலின்போது பங்குபெற்ற நபர்களிடம் கேட்கப்படும் கேள்வி, 'அவரால் செலவழிக்கக்கூடிய தொகை எவ்வளவு?' என்பதுதான் என ஊடகங்கள் சொல்கின்றன. 10 கோடி (அ) 20 கோடி என்று உறுதியளிப்பவர்களுக்கு மட்டுமே தொகுதி ஒதுக்கப்பட்டதாகவும் ஊடகங்கள் செய்தி வெளியிட்டுள்ளன. இச்செய்திகளுக்கு எந்த அரசியல் கட்சிகளிடமிருந்தும் மறுப்பு வரவில்லை.

திமுக தலைவரின் மகனும், முன்னாள் மத்திய அமைச்சருமான மு.க. அழகிரி சமீபத்தில் பேசிய கூட்டமொன்றில் பணம் வைத்திருப்பவர்களுக்குத்தான் கட்சியில் சீட் கிடைப்பதாக தனது ஆதங்கத்தை வெளியிட்டுள்ளார். திருமங்கலம் இடைத்தேர்தலில் வெற்றிகரமான சூத்திரத்தை அமல்படுத்தி வெற்றிகண்ட அவருக்கே பணத்தின் முக்கியம் தெரியாதா? இன்றைக்குத் தேர்தல் அகராதியில் திருமங்கலம் பார்முலா என்ற வார்த்தையை நுழைத்ததற்கான பெருமை அவரையே சாரும். ஆனால் தேர்தல் சூத்திரங்கள் இன்றைக்கு திருமங்கலத்திலிருந்து விலகி ஏற்காடு பார்முலாவிற்கு வந்துவிட்டது. போட்டியிடும் பெரிய கட்சிகளனைத்துமே பணத்தை வாரியிறைக்கும் நிலைமைகளுக்குத் தள்ளப்பட்டுவிட்டன. பாஜகவின் மராட்டியத் தலைவர் கோபிநாத் முண்டே தேர்தலில் 9 கோடி ரூபாய் வரைக்கும் செலவழித்ததாகக் கூறிய செய்தியைக் கேட்டு தேர்தல் ஆணையம் அவரிடம் விளக்கம் கேட்டது. தேர்தல் நேரங்களில் அவ்வப்போது நடத்தக்கூடிய வாகனச் சோதனைகளில் சில கோடி ரூபாய்களைக் கைப்பற்றியதாக ஆணையம் வெளியிட்ட செய்திகள் தவிர தேர்தலில் பண ஆதிக்கத்தை இன்று வரை ஒழிக்க முடியவில்லை. கடந்த மக்களவை பொதுத்தேர்தலில் ரூ. 2000 கோடி வரை விளம்பரங்களுக்காக மட்டுமே செலவிடப்பட்டதென்ற

செய்தியைப் படிக்கும்போது மற்றவகையான செலவினங்கள் மேலும் சில ஆயிரம் கோடிகளை தாண்டியிருக்கும்.

ஏகபோக நிறுவனங்கள் சில அரசியல் கட்சிகளுக்கு அறக்கட்டளைகளை ஏற்படுத்தி நன்கொடையளித்து வருகின்றன. அதில் முக்கிய அனுகூலம் பெற்ற கட்சிகள் காங்கிரசும், பாஜகவுமே. இன்றைக்கு பாஜக தெருக்களில் 'ஒரு நோட்டு, ஒரு ஓட்டு' என்ற பிரச்சார இயக்கத்தைத் துவக்கியிருப்பது சிரிக்க வைக்கிறது. உண்டியல் குலுக்கி நாணயங்களை கட்சி நிதிக்காக சேர்க்கும் கம்யூனிஸ்டு கட்சிகளைக் கிண்டலடிக்கும் வகையில் தகரம் கண்டுபிடித்ததே அவர்களுக்காக என்று ஜெயலலிதாவும் மற்ற சிலரும் கூறியதைப் பார்க்கும்போது தேர்தலுக்கான செலவை பணமூட்டைகளிடமிருந்து பெற்றுக்கொள்ளக்கூடிய வாய்ப்பு அவர்களிடமிருப்பதைத்தான் காட்டுகிறது. சொந்தச் செலவில் டீ குடித்து சுவர் விளம்பரங்கள் செய்துவந்த தொண்டர்களெல்லாம் காணாமல் போய்விட்டார்கள். விளம்பர ஏஜென்சிகள் மூலம்தான் இன்று சுவரொட்டிகளும் தொலைக்காட்சி விளம்பரங்களும் தயார் செய்யப்பட்டு விநியோகிக்கப்படுகின்றன. பூத் ஸ்லிப்கள் தயார் செய்வதற்குக்கூட கூலிக்கு ஆள் வைக்க வேண்டிய நிர்ப்பந்தத்தில் அரசியல் கட்சிகள் உள்ளன.

பணம் ஒரு பக்கம் பெருத்தோடினால் மறுபக்கம் சாராயம் வழிந்தோடுகிறது. சமயத்தில் சாராயபலம் பெருகுவதைத் தடுக்க தேர்தல் அறிவிப்பிலிருந்து முடிவுகள் வரும்வரை சாராய / மதுக்கடைகளை மூடி வைக்கும் விதமாக மாதிரி நடத்தை விதிகளில் திருத்தம் செய்யுமாறு தேர்தல் ஆணையத்திடம் கோரிக்கை விடுக்கப்பட்டது. டாஸ்மாக் அதிகாரிகளுடன் கூட்டம் நடத்திவிட்டு தேர்தல் ஆணையம் டாஸ்மாக்கின் மதுபான விற்பனையைத் தொடர்ந்து தாங்கள் மேற்பார்வையிடப் போவதாகவும், எங்கேனும் கூடுதல் விற்பனை நடந்தால் நடவடிக்கையெடுக்கப் போவதாகவும் கூறியுள்ளது நம்மை நகைப்படையச் செய்கிறது. வரப்போகும் தேர்தலில் பணபலம், சாராயபலம் புகுந்து விளையாடப்போவதைக் கட்டுப்படுத்த தேர்தல் ஆணையத்திடம் எவ்வித உருப்படியான ஆலோசனைகளுமில்லை என்பதைத்தான் இவை காட்டுகின்றன.

இதுதவிர அரசியல் கட்சிகள் தங்களது தேர்தல் அறிக்கைகளில் தாங்கள் வெற்றி பெற்றால் மக்களுக்கு எத்தகைய இலவச (விலையில்லா) பொருட்கள் வழங்கப்போவதாக அறிவித்து வருகின்றன. இத்தகைய அறிவிப்புகளை மக்கள் பிரதிநிதித்துவ சட்டத்தின் 123ஆவது பிரிவின் கீழ் 'ஊழல் நடத்தை' என்று அறிவிக்கக்கோரி உச்ச நீதிமன்றத்தில் சுப்ரமணிய பாலாஜி

என்ற வழக்கறிஞர் வழக்கு தொடுத்தார். உச்ச நீதிமன்றம் அந்த மனுவைத் தள்ளுபடி செய்துவிட்டது. ஆட்சிக்கு வரும் அரசியல் கட்சிகள் அரசியலமைப்பு சட்டத்தின் நான்காவது பகுதியிலுள்ள அரசிற்கு வழிகாட்டும் நெறிக்கொள்கைகளை சட்டத்தின் மூலம் அமல்படுத்த கடமைப்பட்டுள்ளனவென்றும், அதனால் அச்செயல்களை ஊழல் நடத்தைகள் என்று சொல்ல முடியாதென்றும் கூறிவிட்டது. அதே சமயத்தில் தேர்தல் ஆணையமே அரசமைப்பு சட்டத்தின் 324ஆவது பிரிவின் கீழ் இவற்றை மாதிரி நடத்தை விதிகளின் கீழ் கொண்டுவர முடியுமா என்று பரிசீலிக்கும்படியும் உத்தரவிடப்பட்டது. நாடாளுமன்றமே இது பற்றிய சட்டம் கொண்டுவரலாமென்ற கருத்தையும் வெளியிட்டது. தேர்தல் ஆணையம் அரசியல் கட்சிகளிடம் கலந்தாலோசித்து விட்டு எவ்வித உத்தரவையும் வெளியிடவில்லை.

இத்தகைய சூழ்நிலையில் தேர்தலின்போது வாக்காளர் களுக்குக் கிடைக்கக்கூடிய சட்டவிரோத ஆதாயங்கள் தவிர தேர்தல் முடிந்தபின் கிடைக்கப்போகும் விலையில்லாப் பொருள்களும் காத்திருக்கின்றன. இலவசங்களுக்காக வாக்காளர்களும், இலவு காத்த கிளிகளாக வேட்பாளர்களும் இன்று களத்தில் நிற்கின்றனர்.

சிந்தனைச் சிற்பி சிங்காரவேலர்

பிப்ரவரி 18 சிங்காரவேலரின் 155ஆவது பிறந்தநாள். அவர் யாரென்று நாட்டில் பலருக்குத் தெரியாதது சரித்திரக் குற்றமே. சென்னை மாவட்ட ஆட்சியர் அலுவலகத்தில் அவரது சிலையை வைத்துவிட்டு சிங்காரவேலர் மாளிகையென்று அக்கட்டிடத்திற்குப் பெயர் சூட்டி மகிழ்ந்ததோடு தமிழக அரசு அவரை மறந்துவிட்டது. சமீபத்தில் சென்னை உயர் நீதிமன்றம் அவருக்கு நினைவுச் சின்னம் எழுப்புவதைப் பற்றி பரிசீலிக்க உத்தரவிட்ட பின்தான் அவரைப் பற்றிய சில தகவல்களை ஊடகங்கள் வெளியிட்டுள்ளன. வெலிங்டன் சீமாட்டி கல்வி வளாகத்தில்தான் அவர் வீடு இருந்ததென்பதும் அங்கு 20,000 நூல்களுக்கு மேல் சேகரித்து வைத்திருந்தாரென்பதும், வசதியான குடும்பத்திலிருந்து வந்து அவர் வழக்கறிஞர் தொழில் செய்தபோதும் அவரது மனம் வறியவர்கள் பற்றியே இருந்ததென்பதும் பலருக்குத் தெரியாது. அவரது கைதுக்குப் பிறகு அவரிருந்த குடியிருப்பு வளாகத்தை அன்றைய ஆளுநர் வெலிங்டன் பிரபு கைப்பற்றி அவ்விடத்தில் கல்வி நிலையத்தை நிறுவி தனது மனைவியின் பெயரை வைத்துக்கொண்டாரென்ற நிகழ்வு தன்மானமுள்ள இந்தியர் எவரையும் கொந்தளிக்க வைக்கும். அவரது வாழ்வையும் கொள்கைகளையும் பற்றி வெளிவந்துள்ள நூல்கள் வெகு சிலவே. எப்போதும்போல் வரலாற்று ஆசிரியர்கள் வட

இந்தியாவிலுள்ள பிரமுகர்களின் வாழ்க்கை வரலாற்றைச் சிலாகித்து நூல்கள் பல எழுதியிருந்தாலும் தென்னிந்தியர்களைப் பற்றி, அதிலும் குறிப்பாக சிங்காரவேலரைப் பற்றிய தகவல்களை வெளியிட மறந்துவிட்டார்களா, மறுத்துவிட்டார்களா என்று தெரியவில்லை. உயர் நீதிமன்ற உத்தரவிற்கிணங்க தமிழக அரசு சிங்காரவேலருக்கு மரியாதை செலுத்தும் வகையில் நினைவிடம் அமைப்பதோடு பள்ளி மாணவர்களுக்கும் அவரது இலட்சியத்தையும் வாழ்க்கையையும் பாடமாக வைக்க முன்வரவேண்டும்.

1860ஆம் ஆண்டு பிப்ரவரி 18ஆம் தேதியன்று பிறந்த அவரது குடும்பம் பிற்படுத்தப்பட்ட மீனவர் சமூகத்தைச் சேர்ந்தது. இச்சமூகத்தைச் சேர்ந்த மற்றவர்களைவிட ஓரளவிற்கு மேம்பட்ட நிலையில் சிங்காரவேலரின் பெற்றோர் இருந்தபோதிலும் சாதிய புறக்கணிப்பு, ஒடுக்கமுறையிலிருந்து என்று அவர்களால் விடுபட இயலவில்லை.

சென்னையின் புகழ்பெற்ற கல்லூரிகளில் பட்டம் பெற்று, முறையான பயிற்சிக்குப் பிறகு சிங்காரவேலர் சென்னை உயர் நீதிமன்ற வழக்கறிஞர் சபையில் வழக்கறிஞராக 1907ஆம் ஆண்டு தன்னைப் பதிவுசெய்து கொண்டார். பொதுவாகவே வழக்கறிஞர்கள் தம்மிடம் முதலில் வரும் கட்சிக்காரர் குற்றவாளியா அல்லது பாதிக்கப்பட்டவரா என்பதைப் பற்றிக் கவலைப்படாமல் வழக்குகளை ஏற்றுக்கொள்வது வழக்கம். ஆனால் அப்போதுதான் வழக்கறிஞர் தொழிலில் இறங்கிய சிங்காரவேலரோ எந்தவொரு சூழ்நிலையிலும் அடக்கு முறையாளர்கள், பேராசைக்காரர்கள் ஆகியோரின் சார்பாக வழக்காடியதில்லை. 1921ஆம் ஆண்டு ஒத்துழையாமை இயக்கத்தால் தனது வழக்கறிஞர் தொழிலைப் புறக்கணித்துவிட்டார்.

சிங்காரவேலர் ஒரு கம்யூனிஸ்டாக உருவாவதற்கு தீர்மான கரமாக விளங்கியது அவரது ஆழ்ந்த புலனறிவே. ஆங்கிலம், தமிழ் மொழிகளைத் தவிர, இந்தி, உருது, பிரெஞ்ச், ஜெர்மன் ஆகிய மொழிகளிலும் அவருக்குப் புலமையே இருந்தது. 1902ஆம் ஆண்டு இங்கிலாந்திற்குச் சிங்காரவேலர் மேற்கொண்ட பயணம் மகத்தான அனுபவமாக அமைந்தது. அவர் இங்கிலாந்தில் இருந்த போது மற்றுமொரு முக்கியமான சம்பவமும் நடைபெற்றது. அதுதான் உலக புத்த மதத்தவரின் மாநாடு. இந்த மாநாட்டிலும் சிங்காரவேலர் பங்கேற்றார். கிட்டத்தட்ட புத்த மதத்திற்கு அவர் மாறிவிட்டார்.

புரட்சிகரத் தொழிலாளர் இயக்கத்தின் கொள்கைகளை ஆதரித்த தொடக்க கால முக்கியத் தலைவர்களில் ஒருவராக

இருந்தவர் சிங்காரவேலு. சென்னையில் தொழிலாளர் நலனுக்காக அவர் ஆற்றிய பணிகள் பற்றி ஏற்கனவே குறிப்பிடப்பட்டுள்ளது. அவருக்கு 1922இல் பம்பாயைச் சேர்ந்த எஸ்.ஏ. டாங்கேயுடன் தொடர்பு ஏற்பட்டது. 1922இல் எம்.என்.ராய் வெளிப்படுத்திய திட்டத்தால் கவரப்பட்டு அவருடன் தொடர்ந்து கடிதப் போக்குவரத்து வைத்துக்கொண்டிருந்தார். 1923இல் அவர் மே தினம் கொண்டாட 'லேபர் கிசான் பார்ட்டி ஆஃப் இந்துஸ்தான்' (இந்துஸ்தான் உழவர் உழைப்பாளர் கட்சி LKPH) என்கிற கட்சியைப் புரட்சிகரத் திட்டத்துடன் தொடங்கினார். அவர் *லேபர் கிசான் கெஜட்* என்ற ஒரு வாரத்துக்கு ஒருமுறை வெளிவரும் ஆங்கில இதழையும், *தொழிலாளன்* என்ற தமிழ் வார இதழையும் ஆசிரியராக இருந்து பதிப்பித்து வெளியிட்டார்.

கான்பூர் பத்திரிகையாளரான சத்திய பக்த் என்பவர் சட்டபூர்வமான 'இந்தியக் கம்யூனிஸ்டுக் கட்சி' அமைக்கப்பட்டிருப்பதாக 1924, செப்டம்பர் மாதம் அறிவித்தார். இந்தக் கட்சி கம்யூனிஸ்டு அகிலத்துடனும் மற்ற அயல்நாட்டுப் புரட்சி மையங்களுடனும் தொடர்பு கொண்டிருக்கவில்லை என்று அதன் தலைவர்கள் தங்கள் அறிக்கையில் அழுத்திக் கூறியிருந்தார்கள். சத்திய பக்த் அமைத்த கட்சி இந்தியக் கம்யூனிஸ்டுகளுக்கு ஈர்ப்பு மையமாக விளங்கவில்லை என்றாலும், இந்திய மார்க்சியவாதிகளின் தனித் தனிக் குழுக்களை ஒன்றாக இணைப்பதற்கான முன்னேற்பாடுகளை அவர் தொடர்ந்தார். ஒன்றிணைப்பு மகாநாடு கூட்டுவதற்கு முன்னேற்பாடுகள் செய்யும் பொருட்டு இடதுசாரிக் காங்கிரஸ்காரரான ஹஜரத் மொஹானியின் தலைமையில் ஒழுங்கமைப்புக் கமிட்டி நிறுவப்பட்டது. இதன் பயனாக இந்தியக் கம்யூனிஸ்டுகளின் முதல் மகாநாடு 1925, டிசம்பர் 28 முதல் 30 வரை கான்பூரில் சென்னைக் கம்யூனிஸ்டு எம். சிங்காரவேலுச் செட்டியாரின் தலைமையில் நடந்தது. இந்தியக் கம்யூனிஸ்டு கட்சியை அமைப்பது என்றும் அதன் மையத்தை பம்பாயில் வைத்துக் கொள்வது என்றும் மகாநாட்டில் முடிவு செய்யப்பட்டது. தேர்ந்தெடுக்கப்பட்ட மத்திய செயற்குழுவின் செயலாளர்களான ஜே. பெகொர்ஹொத்தாவும் எஸ்.வி. காட்டேயும் பதவி ஏற்றார்கள்.

சிங்காரவேலர் மார்ச் 1924இல் கான்பூர் போல்ஷ்விக் சதி வழக்கில் குற்றம் சாட்டப்பட்டார். அவர் நீண்டகாலம் நோய்வாய்ப்பட்டிருந்ததால் அவருக்கு எதிரான நடவடிக்கை கைவிடப்பட்டது. 1927இல் பெங்கால்–நாக்பூர் ரயில்வே வேலை நிறுத்தப் போராட்டத்தில் தீவிரமாக ஈடுபட்டார். 1928இல் வரலாற்றுப் பெருமை வாய்ந்த தென்னிந்திய ரயில்வே வேலை நிறுத்தத்தை நடத்திய தலைவர்கள்மீது தொடரப்பட்ட சதி

வழக்கில் அவருக்குப் பத்தாண்டு கடுங்காவல் தண்டனை விதிக்கப்பட்டது. பின்னர் அந்த தண்டனை குறைக்கப்பட்டு ஆகஸ்ட் 1930இல் விடுவிக்கப்பட்டார்.

சென்னை நகரின் தொழிலாளர் போராட்டங்களிலும், தென்னிந்திய ரயில்வே போராட்டங்களிலும் மும்முரமாகப் பங்கேற்றதுடன், தனது பத்திரிகைகளிலும், செய்தித் தாள்களிலும் கட்டுரைகள் எழுதியும் பொதுக் கூட்டங்கள் நடத்தியும் ஓய்ச்சல் ஒழிவின்றி, கம்யூனிசப் பிரச்சாரம் செய்து வந்தார். மே தினம், உலக அமைதி தினம் கொண்டாடியதுடன் ஆகஸ்ட் 1927இல் சாக்கோ மற்றும் வான்செட்டி ஆகியோரின் மரண தண்டனையை எதிர்த்துக் கூட்டங்களும் நடத்தினார். 1927இல் பிரிட்டிஷ் கம்யூனிஸ்டும், பாராளுமன்ற உறுப்பினருமான ஷாபூர்ஜி சக்லத்வாலா சென்னைக்கு வருகை தந்தபோது சிங்காரவேலர் கேட்டுக் கொண்டதால் சென்னை மாநகராட்சி அவருக்கு வரவேற்பு விழா ஏற்பாடு செய்தது. சக்லத்வாலா பேசிய கூட்டங்களில் அவரது உரையை சிங்காரவேலர் மொழிபெயர்த்தார்.

சிங்காரவேலரின் சாதிக்கு எதிரான உறுதியான நிலைபாடும், இந்துச் சடங்குகள், இந்துக்களின் 'மனுஸ்மிருதி' போன்ற நூல்கள் மீதான அவரது வெறுப்பும்தான் ஈ.வே.ரா. பெரியாருடனும் அவரது சுயமரியாதைக் கட்சியுடன் நெருக்கமாக செயல்பட வைத்தது. ஈ.வே.ரா. நடத்தி வந்த *குடியரசு* இதழிலும் அவர் தொடர்ந்து கட்டுரைகளை எழுதி வந்தார். ஏகாதிபத்திய எதிர்ப்பு போராட்டம் குறித்து, சுயமரியாதை இயக்கமும் நீதிகட்சியும் கொண்டிருந்த பாராமுகமான போக்கினைச் சிங்காரவேலர் அங்கீகரிக்கவில்லை. எனவேதான் சுயமரியாதை சோஷலிஸ்ட் கட்சி ஒன்றை உருவாக்குவதற்கான முயற்சிக்கு அவர் ஆதரவளித்தார்.

சுயராஜ்யமா? சமதர்ம ராஜ்யமா? என்று அன்று தேசியவாதிகளிடம் நடைபெற்ற கருத்து மோதல்களுக்கு விடையளிக்கும் வகையில் சிங்காரவேலர் தனது பேனா ஆயுதத்தின் மூலம் பொதுவுடைமை பற்றிய கருத்துகளைத் தீவிரமாக வெளியிட்டார். அவரது கட்டுரைகளில் கிடைத்த சில கருத்துகள்.

"இந்தத் தேசிய முதலாளிகளும் இந்த வர்த்தகர்களும் இந்த ஜட்ஜுகளும் இந்த லாயர்களும் சுயராஜ்யத்தில் அரசு புரியப் போகின்றவர்கள். இந்தத் தேசியவாதிகளே இவர்களுடைய செல்வத்தையும், செல்வாக்கையும், ஆதிக்கத்தையும், பாமர மக்களுக்குச் சரிசமமாக விட்டுக்கொடுக்கப் போகின்றார்களோ?

அது ஒரு போதுமில்லை. பிற நாட்டிலுள்ள செல்வத்தின் மேல் இவர்களுக்கெல்லாம் ஒரு கண் இருந்தே தீரும்".

"புலியும், பசுவும் ஓர் துறையில் நீர் அருந்தினாலும் அருந்தும்; ஆனால் முதலாளியும் தொழிலாளியும் சரிசமத்துவமாகத் தங்கள் தேச பொருள்களை, காந்தியாரின் சுயராஜ்யத்தில் அனுபவிப்பார்கள் என்பது பகற்கனவே. உடையவன், இல்லாதவன், என இனி மனிதக் கூட்டம் பிரிந்திருப்பதும், இந்தத் தனிச் சொத்து உரிமையால் நிகழ்ந்து வரும் வித்தியாசம் என அறிதல் வேண்டும். முதலாளி—தொழிலாளி என்ற வித்தியாசமும், (Freeman)—அடிமை (Slave) என்னும் வித்தியாசமும் மக்களுக்குள் ஏற்பட்ட காரணம் என்னவெனில், சிலரிடமும் பொருள் தங்கவும், பலரிடத்தில் ஒன்றும் இல்லாமையாலும் என அறிக."

"இந்தப் பொருளாதார வேற்றுமையுள்ளவரை எந்த அரசாயினும் சரி, சுதந்திரம், சமத்துவம், சகோதரத்துவம், என்பதெல்லாம் பொய்ப்பேச்சே. உடையவனுடைய பொருளைக் காப்பதற்குத்தான், எல்லாப் போலீசும், எல்லா நீதியும், எல்லாச் சேனை சிப்பந்திகளும் ஏற்பட்டுள்ளன. ஆனால், இல்லாதவனுடைய வறுமையைப் போக்க, எந்த நியாயம், எந்தச் சட்டம், எந்த அரசு ஏற்பட்டுள்ளது?"

"காந்தியார் சுயராஜ்யத்தில், தனி உடைமை ஆதரிக்கப்படும். அதில் அடங்கியுள்ள பொருளாதார அடிமைத்தனமும் நிலைத்து வரும். தொழிலாளிக்கும், விவசாயிகளுக்கும், உண்ண போதுமான உணவு இல்லாமை இன்றைக்கு உள்ளதைப் போலவே இருந்து வரும். தோழர்களே! இந்தச் சுயராஜ்யமா வேண்டுமெனக் கேட்கின்றேன்! ஏனெனில், காந்தி ராஜ்யத்தில் தற்போதுள்ள நிலைமையாகிய பொருளாதார வித்தியாசமே நிலைத்துவரப் போகின்றது. ஆயிரம் பதினாராயிரம் பேர்கள் மாத்திரம் எல்லா நிலங்களையும், நீர்களையும் (Waters) தொழிற்சாலைகளையும், ரயில்வேக்களையும், வீடுவாசல்களையும், வங்கிகளையும் சொந்தமாக ஆண்டு வரப்போகின்றார்கள். ஆனால் கோடானு கோடி மக்களோ, இவை எதுவும் சொந்தமின்றி உண்ணப் போதுமான உணவின்றி, அறிவு விளங்க சரியான கல்வி இன்றி, மக்கள் வசிக்க சுகாதாரமான வீடின்றி, போதுமான கூலியின்றி, வேலை நிச்சயமின்றி உழைத்து வரப்போகிறார்கள். காந்தியாரின் சுயராஜ்யத்தில் அதுதான் சிலருக்கு வரப்போகும் நற்பாக்கியம். இதுதான் பெரும்பான்மையோருக்கு வரும் துர்பாக்கியம்"

அவர் மக்களுக்கு விடுத்த வேண்டுகோள் முக்கியமானது:

“தோழர்களே, இந்தியாவில் கம்யூனிஸ்டுகளாகிய நாம் குறிக்கோளாகக் கொள்ள வேண்டியது எது? எல்லோருக்கும் எளிய வாழ்க்கை, அன்றாட உணவு பற்றிய கவலையற்ற வாழ்வு, அகால மரணத்திலிருந்தும், உடல்நலக் கேட்டிலிருந்தும் விடுதலை பெற்ற வாழ்வு, அறியாமை நீங்கிய வாழ்வு ஆகியவைகளே. கம்யூனிசக் கொள்கைகளைப் படிப்படியாகவும் அமைதியாகவும் கடைபிடிப்பதால், இந்தியாவில் மக்களுக்குச் சிறந்த வாழ்க்கையைக் கொண்டுவர முடியும் எனக் கம்யூனிஸ்டுகளாகிய நாம் நம்புகிறோம். இந்தியாவின் எதிர்காலம் நம் கையிலுள்ளது. மிக உயர்ந்த இந்தியாவைக் காண, நாம் கனவு காண்கிறோம். ஆகையால் எளியோரை வலியோர் சுரண்டுவது, பட்டினி, நோய், சாவு ஆகியவைகளிலிருந்து விடுதலை பெற வேண்டுமென்ற நம் எண்ணங்களை, எத்தடையும் இடையூறுமின்றி வெளிப்படுத்த கலையுருவாக்கம் மிக உயர்ந்த பொருள்கள், விஞ்ஞானம், கலாச்சாரம் ஆகியவைகளை அனுபவிக்கும் உரிமையுள்ள தொழிலாளர் தம் புரட்சி கீதத்தை இசைக்கும் சுதந்திர இந்தியா பற்றிய கனவை நிறைவேற்ற முயல்வோம்”

இத்தகைய ஒரு வரலாற்று முன்னோடியைப் பற்றி,

போர்க்குணம் மிகுந்தநல் செயல் முன்னோடி
பொதுவுடைமைக் கேகுக அவன் பின்னாடி!

என்று பாவேந்தர் பாரதிதாசன் பாடியதில் வியப்பில்லை.

பகுதி 2

உயர் நீதிமன்ற ஆட்சிமொழி

"எங்கும் தமிழ் எதிலும் தமிழ்" என்ற கோஷங்கள் கேட்கத் தொடங்கியிருக்கும் இந்நேரத்தில் பாரம்பரியமிக்க இந்து பத்திரிகை தனது தமிழ்ப் பதிப்பை தொடங்கியுள்ளது காலத்தின் கட்டாயம். வரவேற்கப்பட வேண்டிய நிகழ்வு.

உயர் நீதிமன்றத்தில் தமிழ்மொழியைத் துணை மொழியாக்கும் அறிவிக்கையை ஆளுநர் வெளியிடும் வரை நீதிமன்றப் புறக்கணிப்பைத் தொடரப் போவதாக வழக்கறிஞர்களின் ஒரு பகுதியினர் அறிவித்துள்ளனர். அதன்படி மதுரையில் வழக்கறிஞர்கள் கடந்த ஒரு வாரமாக நீதிமன்றப் புறக்கணிப்பில் ஈடுபட்டுள்ளனர்.

தமிழக ஆளுநர் குடியரசுத் தலைவர் ஒப்புதல் பெற்று அரசியல் சட்டப் பிரிவு 348(2)ன்படி அறிவிக்கை வெளியிட்டாலும் உயர் நீதிமன்றத்தில் உடனடியாகத் தமிழைப் பயன்படுத்த பல நடைமுறைச் சிக்கல்கள் உள்ளன. 2006ஆம் ஆண்டு சென்னை உயர் நீதிமன்ற நீதிபதிகளின் கருத்தை தமிழக அரசு கேட்ட போது தலைமை நீதிபதி ஏ.பி. ஷா அவர்கள் கூட்டிய அனைத்து நீதிபதிகள் கூட்டம் ஒருமனதாக ஒப்புதல் வழங்கினாலும் அதற்குச் சில நிபந்தனைகளும் விதிக்கப்பட்டன. தமிழ், ஆங்கிலம் நன்கு தெரிந்த மொழிபெயர்ப்பாளர்கள் அதிவிரைவு தமிழ்ச் சுருக்கெழுத்தாளர்கள் பல சட்டங்களுக்கு உடனடியாக தமிழ் மொழிபெயர்ப்புகள் தீர்ப்புகளை வெளியிட தமிழில் சட்ட சஞ்சிகை, கணிணி மென் பொருள்கள் மேலும் பல உட்கட்டமைப்பு

வசதிகள் வழங்க நீதிபதிகள் கோரினர். அன்றைய முதல்வர் அந்நிபந்தனைகளை ஏற்றுக்கொண்டாலும் இன்று வரை அது பற்றிய கோப்புகள் ஒரு மில்லி மீட்டர் தூரத்திற்குக்கூட நகரவில்லை. அப்படி ஓர் அறிவிக்கை வெளியிட்டாலும் அரசியல் சட்ட 348 பிரிவின்படி நீதிபதிகள் தங்களது தீர்ப்பை ஆங்கிலத்தில் எழுதி அத்தீர்ப்பு நகலுடன் தமிழ் மொழிபெயர்ப்பையும் கூடவே தரவேண்டும் என்றுதான் உள்ளது. இப்போதே தீர்ப்பு நகல்கள் கிடைக்கக் காலதாமதமாகிறது என்று வழக்காடிகள் புகார் செய்கிறார்கள். தமிழ் மொழிபெயர்ப்புடன் தீர்ப்பின் நகல்களை வழங்க வேண்டுமென்றால் காலதாமதம் கூடுவது நிச்சயம்.

இன்றுள்ள உயர் நீதிமன்ற நீதிபதிகள் எவரும் தமிழில் வாதாடுவதைத் தடுக்கவில்லை. ஆகவே வழக்கறிஞர்களின் தற்போதைய நீதிமன்றப் புறக்கணிப்பு நியாயமற்றது. சிறையில் இருக்கும் கைதி யாரொருவராக இருந்தாலும் அவர் உடனடியாக பிணை பெற்று சிறையிலிருந்து வெளிவருவதைத்தான் விரும்புவார். லத்தீன் மொழியில் பேசினால் நிவாரணம் கிடைக்குமென்றால் அதற்கும் தமிழன் தயாராகவே இருப்பான். தமிழ் துணை ஆட்சிமொழியாக உயர் நீதிமன்றத்தில் வரும் வரை காராக்கிருகத்திலேயே காத்திரு என்று அவனிடம் சொல்ல முடியாது. ஆகவே வழக்குரைஞர்கள் நீதிமன்றங்களை மூடாமல் தங்கள் போராட்ட உத்திகளை மாற்றிக்கொள்வது தமிழுக்கும் நல்லது. தமிழர்களுக்கும் நல்லது.

தேர்தல் சீர்திருத்தம் என்ற வாய்ப்பந்தல்

மக்களாட்சியில் தேர்தல் என்பது மிக்க முக்கியத்துவம் வாய்ந்தது. அரசியல் சட்டம் அமலுக்கு (1950) வந்ததிலிருந்து நடைபெற்ற தேர்தல்கள் மக்களை அதிருப்தி அடையச் செய்துள்ளன. தேர்தல் சீர்திருத்தங்கள் குறித்து வீதியிலே வாய்கிழியப் பேசினாலும் நாடாளுமன்றத்தில் விதிகளைச் செப்பனிட எவ்வித நடவடிக்கைகளும் எடுக்கப்படவில்லை. ஒரு கட்டத்தில் உச்ச நீதிமன்றம் தலைமைத் தேர்தல் ஆணையருக்கு அரசியல் சட்டப்பிரிவு 324 கொடுக்கப்பட்டுள்ள அதிகார வரம்பை மிகவும் விரிவுபடுத்தியது. ஆனால் தேர்தல் ஆணையர்களுக்குள்ள மேற்பார்வை அதிகாரங்கள் அனைத்தும் தேர்தல் அறிவிப்பு வந்த பிறகே நடைமுறைக்கு வரும்.

இதனால் சீர்திருத்தம் கோருவோர் நீதி மன்றத்தின் கதவுகளைத் தட்டினர். 2004இல் 'மக்களாட்சிக்கான' சீர்திருத்த அமைப்பு (Association for Democratic Reforms) தொடர்ந்த வழக்கில் உச்ச நீதிமன்றத் தேர்தலில் நிற்கும் வேட்பாளர்கள் பற்றிய பின்னணியைத் தெரிந்துகொள்ள வாக்குரிமையுள்ளவர்களுக்கு உரிமையிருக்கிறது. ஆகவே வேட்பாளர்கள் தங்களது கல்வித்தகுதி, சொத்துவிவரம், குற்றப்பின்னணி ஆகியவை குறித்த பிரமாண வாக்குமூலத்தைத் தேர்தலில் வேட்பு மனு செய்யும்போது கொடுக்க வேண்டுமென்று

கட்டளையிட்டது. இத்தீர்ப்பைப் பற்றி அரசியல் கட்சிகள் கவலைப்படவில்லை. குற்றப் பின்னணிகள் பற்றிய தகவல்கள் கொடுத்த பின்னரும் நாடாளுமன்றத்திற்கான தேர்தல்களில் 60 சதவீதக் குற்றப்பின்னணி உள்ளவர்களே தேர்ந்தெடுக்கப்பட்டனர். 'திருமங்கலம் பார்முலா'க்கள் வெற்றியை உறுதிப்படுத்தும்போது அத்தீர்ப்பு என்ன செய்துவிடப் போகிறது என்ற ஆணவப்போக்கே நிலை நின்றது.

ஆனால் சமீபத்தில் உச்ச நீதிமன்ற மக்கள் பிரதிநிதித்துவ சட்டத்தின் கீழ் *(Representation of Peoples Act)* கொடுத்த இரண்டு தீர்ப்புகள் அரசியல் கட்சிகளை அதிர்ச்சிக்குள்ளாக்கின.

முதல் தீர்ப்பில் குற்றவழக்கில் தண்டிக்கபட்டவர்கள் தேர்தலில் நிற்கவும் முடியாது. மேலும் அவர்கள் நடப்பு உறுப்பினர்களாக இருந்தாலும் உடனடியாகத் தகுதியிழப்பு செய்யப்படுவர். மக்கள் பிரதிநிதித்துவச் சட்டப் பிரிவு 8(4)இன்படி தண்டிக்கப்பட்ட நாடாளுமன்ற, சட்டமன்ற உறுப்பினர்கள் தங்களுக்குக் கொடுக்கப்பட்ட தண்டனையையெதிர்த்து 90 நாட்களில் மேல் முறையீடு செய்தால் அவர்கள் தகுதியிழக்கப்பட மாட்டார்கள் என்று கூறப்பட்டுள்ளதை அரசியல் சட்டத்திற்கு விரோதமான பிரிவு என்று அறிவித்துவிட்டது.

இரண்டாவது தீர்ப்போ இன்னும் ஒரு பேரிடியைக் கொடுத்தது. குற்ற வழக்கில் கைது செய்யப்படும் நபர் எவ்வாறு தேர்தலுக்கு ஓட்டளிக்க முடியாதோ அதே போன்று அவர்கள் தேர்தலில் நிற்க வேட்புமனு தாக்கல் செய்ய முடியாது என்று கூறியுள்ளது.

அரசியல் கட்சிகளனைத்தும் கட்சி வித்தியாசமின்றி இவ்விரு தீர்ப்புகளுக்கும் எதிர்ப்பு தெரிவித்துக் கண்டனக்குரல்களை எழுப்பின. குடிமைச் சமூகம் *(Civil Society)* இத்தீர்ப்புகளைப் பாராட்டி வரவேற்றது.

இத்தீர்ப்புகளின் அடிப்படையை மாற்ற காங்கிரஸ் அரசு ம.பி. சட்டத்தில் திருத்தம் கொண்டுவர ஆலோசனையில் ஈடுபட்டது. அதே நேரத்தில் இத்தீர்ப்புகளை மறுபரிசீலனை செய்ய இரண்டு மனுக்களை உச்ச நீதிமன்றத்தில் தாக்கல் செய்தது. அதில் 50 சதவீத வெற்றியும் கண்டது. கைது செய்யப் படுபவர்கள் தேர்தலில் நிற்க மனு தாக்கல் செய்ய முடியாது என்ற தீர்ப்பை உச்ச நீதிமன்றம் மறுபரிசீலனைக்கு எடுத்துக் கொண்டு ஆரம்பத் தீர்ப்பை ரத்து செய்துவிட்டது. இரண்டாவது மனுவை மறுபரிசீலனை செய்ய மறுத்துவிட்டது.

நீதிமன்றத்தில் முடியாததை மக்கள் மன்றத்தில் சாதிக்க முற்பட்டது மத்திய அரசு. அதற்கான சட்டத் திருத்த மசோதாவை மாநிலங்களவையின் மழைக்காலக் கூட்டத் தொடரில் நுழைக்க முற்பட்டாலும் பாஜகட்சி இசைவு தெரிவிக்காததால் அம்மசோதாவை நிறைவேற்ற முடியவில்லை. அதனால் நாடாளுமன்றத்தில் முடியாததை குடியரசுத்தலைவர் மூலம் அவசரச்சட்டம் (Ordinance) கொண்டுவர தீவிர முயற்சியில் இறங்கியது. இல்லாவிட்டால் என்ன? 2014 நாடாளுமன்றத் தேர்தலுக்கு இன்னும் 6 மாதங்கள் இருப்பதாலும் இதற்குள் இருமுறை நாடாளுமன்றத்தைக் கூட்ட சந்தர்ப்பங்கள் இருப்பதாலும் அரசியல் கட்சிகள் கவலைப்படவில்லை.

'அந்த நீதிமன்றத்துக்குப் போனால் ஜெயிக்காது' என்பதனால் வருத்தமில்லை. எங்கள் கோர்ட்டிலேயே (நாடாளுமன்றம்) சாதகமான தீர்ப்பை வழங்கிக்கொள்வோம் என்று ஏகமனதாக அவர்கள் முடிவுசெய்வது ஜனநாயகத்திற்கு அழகல்ல.

நீதிபதி நியமனங்கள்

'முதல் கோணல் முற்றும் கோணல்' என்று தமிழில் ஒரு சொலவடை உண்டு. அதற்கேற்ப மத்திய அரசு நீதிபதிகள் நியமனத்தில் கொண்டுவரப்போகும் மாற்றங்கள் குழப்பமாகவே தொடங்கியுள்ளன. 1993ஆம் ஆண்டு உச்ச நீதிமன்றம் கொடுத்த தீர்ப்பின் அடிப்படையிலேயே உச்ச நீதிமன்றத்திலும் உயர் நீதிமன்றத்திலும் நியமனங்கள் கடந்த இருபதாண்டு காலமாக நடைபெற்றது. நீதிபதிகளே நீதிபதிகளை நியமித்துக் கொள்ளும் நடைமுறை உலகெங்கும் காணப்படாத ஒன்று. மேலும் இந்த நடைமுறைகளைப்பற்றிச் சட்டத் துறை சார்ந்தவர்களும், வழக்கறிஞர்களும் அதிருப்தியையே தெரிவித்தனர்.

சமீபத்தில் உயர் நீதிமன்ற நீதிபதிகள் குழு (collegium) சிபாரிசு செய்த 12 வழக்கறிஞர்களில் 6 பேரை மட்டுமே உச்ச நீதிமன்றத் தலைமை நீதிபதி உள்ளிட்ட நீதிபதிகள் குழு மத்திய அரசின் ஒப்புதலுக்கு அனுப்பியுள்ளது. உயர் நீதிமன்ற நீதிபதிகள் சிபாரிசு செய்த 12 பேர்கள் பற்றியோ அதில் 6 பேரை உச்ச நீதிமன்றம் நிராகரித்தது ஏன் என்ற காரணங்கள் பற்றியோ பொதுமக்களுக்குத் தெரிவிக்கப்படவில்லை.

இதே போல் பஞ்சாப், ஹரியானா உயர் நீதிமன்றங்களால் சிபாரிசு செய்யப்பட்ட 8 பேர்களை உச்ச நீதிமன்றம் ஏற்றுக்கொள்ளவில்லை. பட்டியலில் இருந்த 8 பேரும் நீதிபதியின் உறவினர்கள் அல்லது அவர்களது முன்னாள் ஜூனியர்களே. நீதிபதிகளின்

உற்றமும் சுற்றமும் தவிர தகுதியும், திறமையும் உள்ள மற்ற வழக்கறிஞர்களே இவ்விரு மாநிலங்களிலும் இல்லையா என்று அங்குள்ள வழக்கறிஞர்கள் கொதிப்படைந்தனர் அப்பெயர்களுக்கு எதிர்ப்பு எழுப்பப்பட்ட நிலையில் 8 பேர்களில் 6 பேர்களை நிராகரித்துவிட்டு 2 பேர்களை மறுபரிசீலனை செய்யவும், புதுப்பெயர்களைச் சிபாரிசு செய்யவும் சண்டிகரிலுள்ள உயர் நீதிமன்றத் தலைமை நீதிபதி கேட்டுக்கொள்ளப்பட்டுள்ளார். அப்பட்டியலில் அனைத்துச் சாதியினருக்கும் இடமளிக்கும்படியும் கேட்டுக்கொள்ளப்பட்டதாகத் தெரியவருகிறது. இச்செய்தி நம்மை அதிர்ச்சிக்குள்ளாக்குகிறது. வாரிசுரிமைக்கும் வகுப்புவாத உரிமைக்கும் பெரிய வேறுபாடுகள் இல்லை என்பதே காரணம்.

கடந்த இருபதாண்டுகளில் பல உயர் நீதிமன்றங்களில் பெயர்கள் பரிந்துரைக்கப்பட்ட விதம், நியமனம் செய்யப் பட்டவர்களின் தராதரத்தைப் பார்க்கும்போது நீதிபதிகள் குழு நியமன முறை கடுந்தோல்வியையே சந்தித்துள்ளது என்பதை மறுக்க முடியாது.

எதுவாயினும் தற்போதைய நீதிபதிகள் நியமன நடைமுறையில் இந்த இருபதாண்டில் கிருஷ்ணய்யர், பகவதி, சின்னப்ப ரெட்டி, தேசாய் போன்ற நீதி தேவதைகள் ஒருவரைக்கூடப் பார்க்க முடியவில்லை என்பதே நிதர்சனம். இவர்கள் 1993ஆம் ஆண்டிற்கு முன்பிருந்த நடைமுறைப்படி நியமிக்கப்பட்டவர்கள் என்பது வியப்பளிக்கும்.

புதிய மாற்றங்களை எதிர்ப்போர் நீதித்துறையின் சுதந்திரம் பாதிக்கப்படுமென்றும், அரசியல்வாதிகளின் தலையீடு நீதித்துறையின் மாட்சியைக் குலைக்குமென்றும் வாதிடுகிறார்கள்.

அமெரிக்க நாட்டின் உச்ச நீதிமன்ற நீதிபதிகள் அங்குள்ள குடியரசுத் தலைவரால், அதுவும் அரசியல் தொடர்புடையவர் களாகத்தான் நியமிக்கப்படுகிறார்கள். ஆனால் அப்படி நியமிக்கப்படுபவர்கள் நீதிபதிகளான பின்னர் தங்களை நியமித்த குடியரசுத் தலைவரிடம் பெரிதாக விசுவாசம் காட்டுவதில்லை. அதற்குச் சிறந்த உதாரணம் அதிபர் நிக்சன் நியமித்த நான்கு நீதிபதிகளும் (அங்குள்ள உச்ச நீதிமன்றத்தில் மொத்தம் 9 நீதிபதிகள்தான்) ரகசியமாக ஒட்டுக்கேட்ட வழக்கில் அதிபர் நிக்சனுக்கெதிராகவே தீர்ப்பளித்தனர். தாங்கள் பதவியேற்றபோது செய்துகொண்ட பதவிப் பிரமாணத்தின்படி அவர்கள் நடந்துகொண்டார்கள்.

நீதிபதிகள் யார் மூலமாக நியமிக்கப்பட்டாலும், தாங்கள் பதவியேற்றுக்கொள்ளும்போது அரசியலமைப்புச் சட்டத்திலுள்ள

பதவி பிரமாணத்தின்படி 'விருப்பு வெறுப்பு இல்லாமல், அச்சமின்றி அரசியல் அமைப்புச் சட்டத்தைத் தூக்கிப்பிடித்தால்' மட்டுமே சுதந்திரமான நீதித்துறை உறுதிப்படுத்தப்படும்.

ஆனால் தலைமை நீதிபதி சதாசிவம், நீதிபதிகள் குழு நியமன நடைமுறையை ஆதரித்து இரு தினங்களுக்கு முன் பேசியுள்ளார். இந்திய பார்கவுன்சிலோ புதிய நியமன நடைமுறையில் அவர்களுக்குரிய பிரதிநிதித்துவம் இல்லையென்றால் தொடர் போராட்டம் நடத்தப்போவதாக அறிவித்துள்ளது.

உச்ச நீதிமன்ற மற்றும் உயர் நீதிமன்ற நீதிபதிகள் நியமனம் பற்றிய நடைமுறையை மாற்றுவதற்கு முன்னர் அரசியலமைப்புச் சட்டத்தைத் திருத்த வேண்டியது அவசியம். ஆனால் சட்ட அமைச்சர் கபில் சிபல் (உச்ச நீதிமன்றத்தில் புகழ்பெற்ற மூத்த வழக்கறிஞராக இருந்தவர்) அவசரகதியாக அரசியலமைப்பு திருத்த மசோதாவையும், நீதிபதிகள் நியமன ஆணையச் சட்ட மசோதாவையும் ஒரு சேர மாநிலங்களவையில் அறிமுகப்படுத்தி, நிறைவேற்றியும் விட்டார். இம்மசோதா ஏற்கனவே மக்களவையில் அறிமுகப்படுத்தப்பட்டு உறுப்பினர்களால் பொறுக்குக்குழு (Select Committee) பரிசீலனைக்கும் அனுப்பப்பட்டுவிட்டது. மக்களவையில் மசோதா முதலில் நிறைவேறாதபோது, அதை மாநிலங்களவையில் அறிமுகப்படுத்தி நிறைவேற்றிய செயலை சபை உறுப்பினர்கள் கண்டித்தபோது கபில் சிபல் தனது அறியாமைக்கு மன்னிப்பு கேட்டுக்கொண்டார். அரசியலமைப்புச் சட்டத்தில் திருத்தம் கொண்டு வராமலேயே, எப்படி நீதிபதி நியமனங்களுக்கு ஆணையம் ஏற்படுத்த முடியும் என்ற கேள்விக்கும் சட்ட அமைச்சகத்திடம் பதிலில்லை.

ஒரு முக்கியமான பிரச்சினையில் அனைத்துத் தரப்பினரையும் கலந்தாலோசிக்காமல் தன்னிச்சையாகவும், தவறாகவும் செயல்பட்ட மத்திய அரசை என்ன சொல்வது?

உச்ச நீதிமன்றம் நீதி கேட்ட நிகழ்வு

அரசும், பொது அதிகாரிகளும் எவ்விதம் நடந்துகொள்கிறார்கள் என்றறிய குடிமக்களுக்கு முழு உரிமையும் உண்டு. ஒளிவுமறைவின்றி அரசின் நடவடிக்கைகள் இருந்தாலொழிய உண்மையான ஜனநாயகம் தழைக்க முடியாது. காலனி ஆதிக்கத்தில் கொண்டுவரப்பட்ட அலுவல் ரகசிய சட்டம் (*Official Secrets Act, 1923*) அரசின் எல்லா நடவடிக்கைகள் பற்றியும் ரகசியம் பேணியது. நாடு சுதந்திரமடைந்த பிறகும் இந்நிலை மாறவில்லை.

கடுமையான இயக்கங்களுக்குப் பிறகு மத்திய, மாநில அரசுகள் தகவல் அறியும் உரிமையைக் கட்டாயப்படுத்தும் வகையில் சட்டம் இயற்ற முற்பட்டன. 1997ஆம் ஆண்டு தமிழ்நாட்டில் ஒரு தகவல் அறியும் உரிமைச் சட்டம் கொண்டு வரப்பட்டது. எல்லா அரசுத் துறைகளுக்கும் விதிவிலக்களிக்கப்பட்ட, உப்பில்லாச் சட்டமாக அது பவனி வந்தது. மத்திய அரசைப் பிடித்த காங்கிரஸ் கட்சி 2005இல் தகவலறியும் உரிமைச் சட்டத்தை அறிமுகப்படுத்தியது. தகவல் புரட்சியை ஏற்படுத்தியதாகவும், ஒளிவுமறைவற்ற ஆட்சிக்கு வழிவகுத்ததாகவும் அக்கட்சி தம்பட்டம் அடித்துக்கொண்டது.

அச்சட்டத்தின் மூலம் சில எதிர்பாராத உபவிளைவுகளும் ஏற்பட்டன. குண்டும் குழியுமாக இருக்கும் சாலைகளைப் பற்றி நகராட்சிகளிடம்

வினவியபோது சாலைகளைச் செப்பனிட்டுவிட்டுத் தகவல் கொடுத்த சம்பவங்களும் நடந்தன. அச்சட்டத்தின் கீழ் ஏற்படுத்தப் பட்ட தகவல் ஆணையர்களும், தகவல் ஆணையங்களும் சிறப்பாகச் செயல்பட ஆரம்பித்தன. சட்டம் புதிய கோணங்களில் ஆராயப்பட்டு அதன் வீச்சு விரிவுபடுத்தப்பட்டது.

அலுவல் ரகசிய சட்டத்தின் கீழ் பழகிப்போன அரசுகள், புதிய சட்டத்தின் கீழ் தங்களது மனப்போக்குகளை மாற்றிக்கொள்ளத் தயாரில்லை. பல முட்டுக்கட்டைகளைப் போட ஆரம்பித்தன. இதற்கு நீதித்துறையும் விதிவிலக்கல்ல. 1997ஆம் ஆண்டு உச்ச நீதிமன்ற நீதிபதிகள் தாங்கள் பின்பற்றப்போகும் விழுமியங்கள் பற்றிய பிரகடனத்தை **(Restatement of Values)** அறிவித்தனர். தங்களது சொத்துக் கணக்குகளைத் தலைமை நீதிபதியிடம் கொடுக்கப்போவதாக உறுதி எடுத்துக்கொண்டனர். சுபாஷ் சந்திர அகர்வால் என்ற வழக்கறிஞர் தற்போது எத்தனை நீதிபதிகள் தங்களது சொத்துக்கணக்குகளைத் தலைமை நீதிபதியிடம் கொடுத்துள்ளனர் என்ற தகவலைக் கேட்டதற்கு உச்ச நீதிமன்றம் அத்தகவலைக் கொடுக்க மறுத்துவிட்டது. மத்திய தகவல் ஆணையர் அவரது மனுவின் மீது அத்தகவலை அளிக்குமாறு உத்தரவிட்டார்.

அதன்பிறகு நடந்ததுதான் விசித்திரம். இந்தியாவின் உச்ச நீதிமன்றமே தில்லி உயர் நீதிமன்றத்தில் அவ்வுத்தரவை எதிர்த்து வழக்கு தொடுத்தது. அவ்வழக்கை உயர் நீதிமன்ற நீதிபதி ரவீந்திர பட் தள்ளுபடி செய்து உத்தரவிட்டார். அதன்மீது மேல் முறையீட்டை விசாரித்த தில்லி நீதிமன்றத்தின் ஏ.பி. ஷா தலைமையிலான மூன்று நீதிபதிகள் பெஞ்ச் மேல்முறையீட்டைத் தள்ளுபடி செய்தது. தளர்ந்துவிடாமல் உச்ச நீதிமன்றம் தனது நீதிமன்றத்திலேயே மேல்முறையீடு செய்து தடையுத்தரவைப் பெற்றது. உச்ச நீதிமன்றமே நீதி கேட்டுப் படையெடுத்தது உலகில் இதுவே முதல் நிகழ்வாகும்.

சென்னை உயர் நீதிமன்றமும் இதற்கு விதிவிலக்கல்ல. கீழமை நீதிமன்றங்களில் எத்தனை நீதிபதிகள் மீது ஊழல் வழக்குகள் நிலுவையிலுள்ளன என்ற விவரங்களைக் கொடுக்க தகவல் ஆணையம் உத்தரவிட்டதை எதிர்த்து உயர் நீதிமன்றம் தனது நீதிமன்றத்திலேயே ரிட் மனு செய்து தடையாணையைப் பெற்றது.

இப்படித் தகவல் கேட்டு இக்கட்டில் ஆழ்த்தப்படும் நீதிமன்றங்களை விடுவிக்க உயர் நீதிமன்றத்தின் மேனாள் தலைமை நீதிபதி கே.ஜி. பாலகிருஷ்ணன் அச்சட்டத்திலிருந்து

விதிவிலக்கு அளிக்கும்படி மத்திய அரசைக் கேட்டுக்கொண்டார். ஐக்கிய முற்போக்கு கூட்டணியின் தலைவர் சோனியா காந்தி விதிவிலக்கு அளிப்பதற்குக் கடுமையான எதிர்ப்பு தெரிவித்ததால் அம்முயற்சி கைவிடப்பட்டது.

நமீத் சர்மா (2013) என்ற வழக்கில் உச்ச நீதிமன்றம் தகவல் ஆணையர்கள் ஓய்வுபெற்ற நீதிபதிகளாகத்தான் இருக்க வேண்டும் என்று கூறிச் சட்டத்தை மேலும் ஸ்தம்பிக்க வைத்தது. அத்தீர்ப்பையொட்டி எழுந்த கண்டன அலைகளுக்குப் பணிந்து அத்தீர்ப்பு வாபஸ் பெறப்பெற்றுச் சட்டம் தீவிர சிகிச்சைப் பிரிவிலிருந்து விடுதலை பெற்றது.

சமீபத்தில் மத்திய தகவல் ஆணையர் அச்சட்டம் அரசியல் கட்சிகளுக்கும் பொருந்தும் என்று உத்தரவிட்ட பிறகு கட்சிகளிடையே என்றும் காணா ஒற்றுமை ஏற்பட்டது. தீர்ப்பை எதிர்த்து மேல்முறையீடு செய்ய வாய்ப்பிருந்தும், நாடாளுமன்றத்தில் தங்களுக்குள்ள அதிகாரத்தைப் பயன்படுத்திச் சட்டத்தைத் திருத்த மத்திய அரசு முனைந்துள்ளது.

இச்சட்டம் மக்களின் அதிகாரத்தை அதிகப்படுத்துமெனக் கொண்டுவரப்பட்ட போதும் எட்டாண்டுகளில் மறுபடியும் பழைய ரகசிய நடைபாட்டிற்கே திரும்பிச்செல்லும் போக்கு பரிதாபத்திற்குரியது.

பழைய குருடி, கதவைத் திறடி என்ற சொலவடை தான் நினைவுக்குவருகிறது.

மரண திசையில் மனித உரிமை ஆணையம்

தமிழ்நாட்டில் மனித உரிமைகள் மட்டுமல்ல, மனித உரிமை ஆணையமும் படும் பாடு சொல்லிமாளாது.

ஐக்கிய நாடுகள் சபையின் மனித உரிமைகள் பற்றிய பிரகடனம், உலகம் தழுவிய மனித உரிமைக் கோட்பாடுகள், இந்திய அரசியலமைப்புச் சட்டத்தின் அடிப்படை உரிமைகள் ஆகியவற்றின் நோக்கங்களை நிறைவேற்ற மனித உரிமைச் சட்டம் 1993இல் நாடாளுமன்றத்தால் நிறைவேற்றப்பட்டது. அதற்கு முன் உச்ச நீதிமன்றமும், இதர உயர் நீதிமன்றங்களும் இக்கடமைகளைச் சிறப்பாக நிறைவேற்றி வந்தாலும் அதையும் தாண்டி மனித உரிமைகளைப் பரந்த நோக்கோடு வரையறுத்து அதை நிறைவேற்றும் விதமாக தேசிய அளவிலும் மாநிலங்களிலும் மனித உரிமை ஆணையங்கள் இச்சட்டத்தின் கீழ் நிறுவப்பட்டன.

மனித உரிமை ஆணையத்தின் தீர்ப்பு வெறும் சிபாரிசு அளவில்தான் என்று சென்னை உயர் நீதிமன்றத் தனி நீதிபதி தீர்ப்பளித்திருந்தாலும் அதற்கு நேரெதிரான தீர்ப்புகளும் நீதிமன்றத்தின் இதர நீதிபதிகளால் வழங்கப்பட்டுள்ளன.

அச்சட்டம் தமிழ்நாட்டைப் பொறுத்தவரை ஏப்ரல் 1997 முதல் அமலுக்கு வந்தது. மாநில மனித உரிமை ஆணையத்தின் தலைவர் உயர் நீதிமன்றத்தின் ஓய்வுபெற்ற தலைமை நீதிபதியாக இருக்க

வேண்டுமென்று சட்டம் வரையறுத்துள்ளது. ஆணையத்தின் தலைவரை மாநில ஆளுநர் நியமித்தாலும் முதலமைச்சரும், சட்டப் பேரவைத் தலைவரும், உள்துறை அமைச்சரும் மற்றும் சட்டப் பேரவையின் எதிர்க்கட்சித் தலைவரும் அடங்கிய நால்வர் குழு அதற்கான பரிந்துரையை வழங்க வேண்டும். பரிந்துரை செய்யும் குழு நால்வரானாலும் தமிழ்நாட்டில் அது மூவர் குழுவே. ஏனெனில், இங்கு முதலமைச்சர் பதவி வகித்த கருணாநிதி, ஜெயலலிதா இருவருமே உள்துறையைத் தங்களிடமே வைத்துக்கொண்டனர்.

முதல் மாநில ஆணையத் தலைவராக, ஓய்வுபெற்ற தலைமை நீதிபதி நையினார் சுந்தரம் 17.4.97இல் நியமிக்கப்பட்டார். துரதிர்ஷ்டவசமாக அவர் பதவியிலிருக்கும் போதே செப்டம்பர் 2001இல் காலமானார். அதன்பின் அப்பதவியை நிரப்ப துரித நடவடிக்கையெடுக்க அரசு முன் வரவில்லை. சாதாரண மாவட்ட நீதிபதியாக இருந்த உறுப்பினர் சம்பந்தம் தலைவர் பதவிப் பொறுப்பைப் பல ஆண்டுகள் வைத்திருந்தார். ஓய்வு பெற்ற தலைமை நீதிபதி தலைவராக இருக்க வேண்டுமென்று சட்டத்திலிருந்தாலும், அப்பதவியை நிரப்பாமல் மாவட்ட நீதிபதி உறுப்பினரைக் கொண்டே காலங்களைக் கடத்துவது கழகங்களுக்குப் புதிதல்ல.

பின்னர் கருணாநிதி தலைவர் பதவியை நிரப்ப முயன்றபோது பரிசீலனைக்கு எடுத்துக்கொள்ளும் நபர்கள் பற்றிய விவரங்களைத் தனக்களிக்கும்படி அன்றைய எதிர்க்கட்சித் தலைவர் ஜெயலலிதா கேட்டுக்கொண்டும் அவை கொடுக்கப்படாததால், பரிந்துரைக் குழுவின் கூட்டங்களை அவர் புறக்கணித்தார். அதையே சாக்கிட்டு முதலமைச்சரும், பேரவைத் தலைவரும் இணைந்து புதிய ஆணையத்தின் தலைவர் பெயரை அன்றைய ஆளுநருக்குப் பரிந்துரைத்தனர். ஆளுநரின் உத்தரவின் பேரில் சட்டீஸ்கர் உயர் நீதிமன்றத்தின் முன்னாள் தலைமை நீதிபதி ஏ.எஸ். வெங்கடாசலமூர்த்தி 4.8.2006 அன்று பதவியேற்றுக்கொண்டார். ஐந்தாண்டுகள் பதவி வகித்த அவர் ஆகஸ்ட் 2011இல் பதவி ஓய்வு பெற்றார்.

புதிய தலைவரை நியமிக்காமல் மாவட்ட நீதிபதி ஐ.கே. பாஸ்கரன் என்பவரை ஆணயத்தின் தலைவர் பொறுப்பை வகிக்கச் சொல்லிவிட்டு அதை நியாயப்படுத்த 9.1.2012 அன்று தமிழ்நாடு கெஸட்டில் ஒரு அதிகாரப்பூர்வ ஆணையை வெளியிட்டனர். அவருடன் மற்றொரு ஓய்வு பெற்ற ஐ.ஏ.எஸ் அதிகாரி ஜெயந்தியும் சேர்ந்து இருவர் மட்டுமே ஆணையமாகக் கடந்த இரண்டாண்டுகளாகச் செயல்பட்டு வருகின்றனர்.

இதுபற்றித் தொடரப்பட்ட பொதுநல வழக்கில் நவம்பர் 2012 அன்று உயர் நீதிமன்றத் தலைமை நீதிபதி அடங்கிய டிவிஷன் பெஞ்ச் உடனடியாகத் தலைவரை நியமிக்க உத்தரவிட்டு அதற்கு மூன்று மாத கெடு விதித்தது. அதன்பிறகு ஜெயலலிதா கூட்டிய பரிந்துரைக் குழு கூட்டத்திற்கு வராமல் எதிர்க்கட்சித் தலைவர் விஜயகாந்த்தின் புறக்கணிப்பும் நடந்தது. ஆனாலும், உயர் நீதிமன்ற உத்தரவை இதுவரை அமல்படுத்த அரசு ஏன் முன்வரவில்லை என்ற காரணம் தெரியவில்லை.

மாற்றுமுறையில் நீதி வழங்கும் சமரச மையத்தின் கட்டிடத் திறப்பு விழாவில் கலந்துகொள்கிறார். சட்டப் பல்கலைக்கழகத்தைத் தொடக்கிவைக்கிறார். இறந்துபோன வழக்கறிஞர் குடும்பங்களுக்கு சேம நல நிதியை வழங்குகிறார். ஆனால் முதலமைச்சருக்கு மனித உரிமை ஆணையத் தலைவர் பதவியை நிரப்ப நேரம் கிட்டுமா?

16 ஆண்டு கழிந்துவிட்ட மாநில மனித உரிமை ஆணையம் இதுவரை ஐந்து தலைவர்களைப் பார்த்திருக்க வேண்டும். ஆனால் 9 ஆண்டுகளில் 2 ஓய்வுபெற்ற தலைமை நீதிபதிகளையும், மீதி ஆறாண்டு காலங்கள் மாவட்ட நீதிபதிகள் பொறுப்பிலும் ஆணையம் நடைபெற்று வருவது பரிதாபத்திற்குரியது.

தமிழ்நாட்டு அரசியல் தலைவர்களின் சதுரங்க விளையாட்டில் உருட்டப்படும் காய்களாக மாநில மனித உரிமை ஆணையத் தலைவர் பதவியும் தற்போது சேர்ந்துகொண்டது சோகத்திலும் சோகம்.

போகாத ஊருக்கு வழி தேடல்

தமிழை நீதிமன்ற மொழியாக்க உயர் நீதிமன்றத்தில் சாகும்வரை உண்ணாவிரதம் இருந்த வழக்கறிஞர்கள் தலைமை நீதிபதியின் வாக்குறுதியை ஏற்றுக்கொண்டு வேலைக்குத் திரும்பியது ஆறுதலான செய்தி. சட்டமன்ற உறுப்பினர் அப்பாவுவின் வேண்டுகோளை ஏற்று தமிழறியாவிட்டாலும் தமிழில் வாதாட அனுமதித்தது தலைமை நீதிபதி ஆர்.கே. அகர்வாலின் பெருந்தன்மையைக் காட்டுகிறது.

மேனாள் தலைமை நீதிபதி கே.ஏ. சுவாமி 1994இல் விடுத்த சுற்றறிக்கையைத் திரும்பப்பெற வேண்டும் என்ற போராட்டக் குழுவினரின் கோரிக்கை பரிசீலிக்கப்படும் என்று உறுதியளித்த பிறகே போராட்டத்தைக் கைவிட்டதாகத் தெரியவருகிறது.

தமிழ்நாட்டில் 1956ஆம் ஆண்டின் ஆட்சி அலுவல் மொழிச் சட்டத்திற்கு 1976ஆம் ஆண்டு திருத்தங்கள் செய்யப்பட்டு அச்சட்டத்தில் 4 - B என்ற புதிய பிரிவு நுழைக்கப்பட்டது. அதன்படி அனைத்துக் கீழமை நீதிமன்றங்களிலும் தமிழ் கட்டாய ஆட்சிமொழியாக்கப்பட்டது. ஆனால் அப்பிரிவு சட்டப்படி நடைமுறைக்கு வரும் முன்னரே ராமாயி என்ற வழக்கில் ஒரு முன்சீப்

தமிழில் தனது தீர்ப்பையளித்தார். அதையெதிர்த்து உயர் நீதிமன்றத்தில் தொடர்ந்த வழக்கில் தமிழ் நடைமுறைக்கு வருவதற்கு முன்னரே அவ்வாறு தீர்ப்பளித்தது தவறு என்று கூறி உயர் நீதிமன்றம் அத்தீர்ப்பை 1978ஆம் ஆண்டு ரத்து செய்தது.

1976ஆம் ஆண்டு வந்த சட்டத் திருத்தம் கிடப்பில் போடப்பட்டு ஆறாண்டுகள் கழித்து எம்ஜிஆர் முதலமைச்சராக இருந்தபோது 19.1.1982 அன்றுதான் அமலுக்குக் கொண்டுவந்த அரசாணை வெளியிடப்பட்டது. அச்சட்டப்பிரிவை எதிர்த்து ரங்கா என்ற ராஜஸ்தானி வழக்கறிஞர் வழக்கு தொடுத்தார். தமிழை ஆட்சிமொழியாகக் கொண்டுவருவது அரசியலமைப்புச் சட்டத்திற்கு விரோதம் என்று அவரே வாதாடினார். அது சம்பந்தமான வழக்குகளை விசாரித்த நீதிபதி எம். சீனிவாசன் அடங்கிய மூன்று நீதிபதிகள் பெஞ்ச் அவ்வழக்குகளைத் தள்ளுபடி செய்து தமிழ் ஆட்சிமொழியாக இம்மாநிலத்தில் இருப்பதால் அதை நீதிமன்றங்களிலும் அமல்படுத்தும் சட்டத் திருத்தம் செல்லுமென்று 21.4.94இல் தீர்ப்பளித்தனர்.

இவ்வழக்குகள் நிலுவையில் இருக்கும்போதே கர்நாடக நீதிபதி கே.ஏ. சுவாமி சென்னை உயர் நீதிமன்றத்தின் தலைமை நீதிபதியாக 1–7–93இல் நியமிக்கப்பட்டார். தமிழைத் தாய்மொழியாக கொள்ளாத நீதிபதிகளும் தமிழில் சரியான பரிச்சயமில்லாத நீதிபதிகளும் அச்சட்டப்பிரிவின் கீழ் விதிவிலக்குகள் கேட்டுப் பல கோரிக்கைகள் உயர் நீதிமன்றத்திற்கு வர ஆரம்பித்தன. அவற்றின் தனித்தன்மைகளைப் பரிசீலித்து தகுதிக்கேற்ப விதிவிலக்கு அளிக்காமல் 5.1.94 அன்று தலைமை நீதிபதி கே.ஏ. சுவாமியின் உத்தரவின்படி கீழமை நீதிமன்றங்களுக்குப் பொதுச் சுற்றறிக்கை ஒன்று அனுப்பப்பட்டது. அதன்படி கீழமை நீதிமன்றங்களின் நீதிபதிகள் தங்களது விருப்பப்படி தமிழிலோ ஆங்கிலத்திலோ தீர்ப்புகளையளிக்கலாம் என்று கூறப்பட்டிருந்தது. அலுவல் மொழி சட்டத்திற்கு விரோதமான பொது விதிவிலக்கு அளிக்கும் அச்சுற்றறிக்கை தமிழ் ஆட்சி மொழிக் கொள்கையைக் குழி தோண்டிப் புதைத்துவிட்டது.

அச்சுற்றறிக்கையால் கடந்த 18 ஆண்டு காலம் பெரும்பான்மையான கீழ்நீதிமன்ற நீதிபதிகள் ஆங்கிலத்திலேயே தங்களது தீர்ப்புகளை எழுத ஆரம்பித்தனர். இதற்கு எதிர்ப்புத் தெரிவித்து பல முறையீடுகள் வந்த பிறகும் தொடர்ந்து தலைமை வகித்த வெளி மாநிலத்திலிருந்து வந்த தலைமை நீதிபதிகள் அச்சுற்றறிக்கையைத் திரும்பப்பெற எவ்வித நடவடிக்கையும் எடுக்கவில்லை.

'அழுத பிள்ளைதான் பால் குடிக்கும்' என்ற சொலவடையை நிரூபிக்கும் வகையில் வழக்கறிஞர்களின் போராட்டம் தீவிரமடைந்த பிறகே தற்போது வாக்குறுதி கொடுக்கப்பட்டுள்ளது. மேலும் காலதாமதமில்லாமல் 37 ஆண்டுகளுக்கு முன்னால் வந்த சட்டத் திருத்தத்தை நிறைவேற்றவும் எல்லாத் துறைகளிலும் தமிழ்நாட்டின் ஆட்சி மொழி தமிழென்று உறுதிப்படுத்தவும் தலைமை நீதிபதி நடவடிக்கை எடுத்து அச்சுற்றறிக்கையை உடனடியாகத் திரும்பப் பெறுவாரா?

சமீபத்தில் சினிமா பைனான்சியர் போத்ரா இந்தியில் வாதாட முற்பட்டதை மறுத்த தற்காலிக தலைமை நீதிபதி 1994ஆம் ஆண்டு சுற்றறிக்கையைத் திரும்பப் பெறாமல் மறுபடியும் கீழமை நீதிமன்ற நீதிபதிகளின் கருத்தையறிய முற்பட்டுள்ளது போகாத ஊருக்கு வழி தேடும் செயலாகும்.

கனம் கோர்ட்டாரே!

மூடர்கூடம்

மராட்டிய மாநிலத்தில் மூடநம்பிக்கைகளுக் கெதிராக இயக்கம் நடத்திய தபோல்கரின் படுகொலை அறிவியல் பூர்வமாகச் சிந்திக்கும் அனைவரையும் அதிர்ச்சியில் ஆழ்த்தியது. நாடெங்கும் மூடர்கூடமாக உருவாகுவதை தடுக்கச் சட்டங்கள் கொண்டுவர வேண்டுமென்ற குரல் அதிகரித்துள்ளது. மராட்டிய மாநிலத்தில் மூடநம்பிக்கைகளை எதிர்த்துப் பிரச்சாரம் செய்வோரைப் பாதுகாக்கும் வகையில் புதிய சட்டம் இயற்றப்பட்டுள்ளது.

மூடநம்பிக்கைகளுக்கெதிராக பிரச்சாரம் செய்பவர்களை அரசே தண்டித்த வரலாறுகளும் உண்டு. 19ஆம் நூற்றாண்டின் இறுதியில் இங்கிலாந்தில் மக்கள் பெருக்கத்திற்கெதிராகச் சிறிய குடும்பங்களே சுகமான வாழ்க்கையின் ஆதாரம் என்று பிரச்சாரம் செய்த அன்னிபெசன்ட் அம்மையார் மீது குற்றவியல் வழக்கு தொடுக்கப்பட்டது. கிறித்துவ மத நம்பிக்கைகளுக்கெதிராகக் குடும்பக் கட்டுப்பாட்டை அவர் ஆதரிப்பதாகக் குற்றம் சாட்டினர். அவரைச் சிறையிலும் அடைத்தனர்.

டார்வினின் 'பரிணாம வளர்ச்சி விதியை' அறிவியல் பாடம் நடத்தும் போது விளக்கிய ஸ்கோப்ஸ் என்ற ஆசிரியர் மீது 'மதவிரோத' போதனை நடத்தியதாக வழக்கு தொடரப்பட்டது. இறைவனின் படைப்பு விதியை மறுக்கும் எவ்வித அறிவியல் சிந்தனைகளுக்கும் கல்விக்கூடத்தில் இடமில்லை என்று கூறப்பட்டது. அவ்வாசிரியரும் நீதிமன்றத்தால் 1925இல் தண்டிக்கப்பட்டார். இன்றும் சில அமெரிக்க மாநிலங்களில் அப்படிப்பட்ட போதனை செய்பவர்களைத் தண்டிக்கச் சட்டங்கள் உண்டு.

இந்தியாவும் இவ்விஷயத்தில் பின்தங்கியிருக்கவில்லை. அரசு அதிகாரத்தில் பெரிய மட்டங்களில் பதவி வகிப்போரும் மூடநம்பிக்கைகளைப் பொது இடங்களில் கடைப்பிடிப்பதை நாம் பார்க்காத நாளில்லை. சமீபத்தில், உத்தரகாண்ட் வெள்ளத்தில் மிதந்தது. கடவுளின் சீற்றத்தின் வெளிப்பாடாகக் கருதி அதற்குப் பரிகார பூஜை செய்வது பற்றி அம்மாநில அரசே முழுப்பக்க விளம்பரங்களைப் பத்திரிகைகளில் கொடுத்தது. வெள்ளத்தில் ஏற்பட்ட பாதிப்பு அங்கு வரம்பு மீறிய கட்டிடங்களும் அதற்கனுசரணையாகச் செய்த வன அழிப்பும்தான் உண்மையான காரணம் என்பது மறைக்கப்படுகிறது. அறிவியல் வளர்ச்சியில் உச்சகட்டம் என்று கருதப்படும் அணு உலைகள் திறப்பின்போது தேங்காய் உடைத்துப் பழம் வைத்துப் பூஜை செய்வதையும் நாம் பார்க்கிறோம்.

நீதிமன்றங்களும் இந்நடவடிக்கைகளைத் தடுப்பதற்குப் பதிலாகப் பல நேரங்களில் அவற்றிற்கு உறுதுணையாக இருப்பதைப் பார்க்கிறோம். அரசு அலுவலகங்களில் ஒரு மதத்தின் சார்பாகக் கடவுள் சிலைகளையும் படங்களையும் வைத்து பூஜைகள் நடத்துவதை எதிர்த்துப் போடப்பட்ட வழக்குகள் அநேகமாகத் தள்ளுபடியே செய்யப்பட்டுள்ளன. நீதிமன்றக் கட்டிடங்களைக் கட்டும்போது பூமி பூஜையுடன் தொடங்குவதும், அவ்விழாக்களை ராகுகாலம் பார்த்து நேரம் குறிப்பதும் தமிழ்நாட்டில் பலமுறை நடந்தேறியுள்ளது.

1976ஆம் ஆண்டு அரசியலமைப்புச் சட்டம் திருத்தப்பட்டு இந்தியக் குடிமக்கள் ஆற்ற வேண்டிய அடிப்படைக் கடமைகள் பிரிவு 51-Aவில் வரையறுக்கப்பட்டுள்ளன. ஒவ்வொருவருக்கும் அறிவியல் ரீதியாக விசாரணை செய்வதும் அறிவியல் மனப்போக்கும் அடிப்படைக் கடமையாக விதிக்கப்பட்டுள்ளது. ஆனால் அவ்விதக் கடமைகளை மறந்து தினந்தோறும் பல மூடநம்பிக்கைகளை நாம் கடைப்பிடித்து வருகிறோம்.

பல்கலைக்கழக மான்யக் குழு (UGC) ஜோதிடத்தையே பல்கலைக்கழகப் படிப்புக்கு அங்கீகரித்தபோது அதையெதிர்த்து, ஜோதிடம் விஞ்ஞானமே அல்ல என்று வழக்குத் தொடுத்ததை உச்ச நீதிமன்றம் 2004இல் தள்ளுபடி செய்தது.

மூடநம்பிக்கைகளையெதிர்த்து பிரச்சாரம் செய்வோரைப் பாதுகாக்க சட்டமியற்றினால் அதனால் என்ன பயனிருக்கப் போகிறது, என்று வாதாடுவோருமுண்டு. அப்படியொரு சட்டம் கொண்டுவரும்போது அறிவியல்பூர்வமான விசாரணைக்கு பிரச்சாரம் செய்வோருக்கு மனதைரியமும் அவற்றை எதிர்க்க முனைவோருக்கு ஒரு அச்ச உணர்வும் ஏற்படுமல்லவா?

கனம் கோர்ட்டாரே! 145

பர்தாவிற்கு வந்த சோதனை

திருவல்லிக்கேணியிலுள்ள கஸ்தூரிபாய் காந்தி மகப்பேறு மருத்துவமனையை இன்றும் பொதுமக்கள் 'கோஷா ஆஸ்பத்திரி' என்றழைக்கின்றனர். கோஷன் என்ற ஆங்கில கவர்னரின் பெயர் மருவி அவ்வாறு அழைக்கப்படுகிறது என்று ஒரு தரப்பினரும், அப்பகுதியிலுள்ள இசுலாமியத் தாய்மார்கள் அம்மருத்துவமனைக்கு வந்து போவதால் அப்பெயர் வந்ததென்று மற்றொரு தரப்பினரும் விளக்கமளிக்கின்றனர்.

இசுலாமியப் பெண்கள் அணியும் முகத் திரையே 'பர்தா' என்பது. அப்பெயர் பாரசீக மொழியிலிருந்து வந்தது. தமிழில் அதையே 'கோஷா' என்றழைக்கிறார்கள். இசுலாமியப் பெண்கள் பொது இடங்களில் தங்களது முகத்தை மறைத்துக் கொள்ள வேண்டுமென்பது அவர்களுக்கு மதக் கட்டாயமாக்கப்பட்டுள்ளது.

இன்று பல ஐரோப்பிய நாடுகளில் இசுலாமியப் பெண்கள் பர்தா அணிவதற்குத் தடை விதிக்கப் பட்டுள்ளது. பெண்கள் பள்ளிக்கூடத்திற்கு பர்தா அணிந்து வரக் கூடாதென்று பிரான்சு நாடு தடை விதித்துள்ளது. கடந்த வாரம் இங்கிலாந்து நாட்டு நீதிமன்றம் குற்ற வழக்குகளில் குற்றம் சாட்டப்பட்ட பெண் நீதிமன்றத்தில் சாட்சியளிக்க வேண்டுமென்றால் முகத்தை மூடி பர்தா அணிந்துகொண்டு வரக் கூடாது. அப்படி பர்தா அணிந்து சாட்சியளிக்கும்போது நீதிமன்றத்திற்கும், ஜூரிகளுக்கும் அச்சாட்சியத்தின்

கே. சந்துரு

உண்மைத்தன்மையை அறிந்துகொள்ள வாய்ப்பிருக்காது என்று கூறியுள்ளது. பெரும்பான்மையான இசுலாமியப் பெண்கள் இங்கிலாந்தில் பொதுவிடங்களில் பர்தா அணிவதில்லையென்றும், அதே சமயத்தில் மதக்கட்டுப்பாடுடன் நடக்க வேண்டுமென்று நினைக்கும் சிறுபான்மையினரின் உரிமையை இத்தீர்ப்பு பாதிக்காதென்றும் நீதிமன்றம் குறிப்பிட்டது.

இந்தியாவில் அது போன்ற ஒரு வழக்கு இதுவரை வந்ததாகத் தெரியவில்லை. ஆனால் இந்திய சாட்சிச் சட்டத்தின் (Indian Evidence Act) கீழ் சாட்சியங்களைப் பதிவுசெய்யும் நீதிபதி சாட்சியின் உடல் மொழியையும், அவர்கள் முழிக்கும் பாங்கையும் (demeanour) சாட்சியப் பதிவேட்டில் குறித்துக்கொண்டு பின்னர் அச்சாட்சியங்களின் நம்பகத்தன்மையை ஆராயும்போது அவற்றைக் கணக்கில் கொள்ளலாமென்று கூறப்பட்டுள்ளது. இங்கிலாந்திலுள்ள சட்டத்தைப் பார்த்து காப்பியடிக்கப் பட்ட சட்டம்தான் நமது சான்றியல் சட்டம். ஒருவேளை அதன் காரணமாக இங்கிலாந்து நீதிமன்றம் அப்படித் தீர்ப்பளித்திருக்கலாம்.

2006ஆம் ஆண்டு மதுரை மத்திய சட்டமன்றத் தொகுதிக்கு வாக்காளர் சீரமைப்புப் பட்டியல் வெளியிடப்பட்டது. தேர்தல் ஆணையம் முதன்முறையாக அப்பட்டியலை வாக்காளர் புகைப்படங்களுடன் வெளியிட்டது. இசுலாமியப் பெண்கள் முகத்தைக் காட்டாமல் பர்தா அணிவதால் அவர்களது புகைப்படங்களைப் பட்டியலில் வெளியிடக் கூடாதென்றும் தேர்தல் ஆணையத்தின் செயல் அவர்களது மத உரிமையைப் பறிப்பதாகவும், அஜ்மல்கான் என்பவர் பொதுநல வழக்கு தொடர்ந்தார். அதை விசாரித்த தலைமை நீதிபதி ஏ.பி. ஷா உள்ளிட்ட டிவிஷன் பெஞ்ச் அவ்வழக்கைத் தள்ளுபடி செய்து 2006இல் தீர்ப்பளித்தது. ஊழலற்ற தேர்தல் நடக்க வாக்காளர் புகைப்படங்கள் பட்டியலில் இருப்பது அவசியமென்றும், அப்படிச் செய்வது மத உரிமையில் குறுக்கிடும் செயலாகாது என்றும் உயர் நீதிமன்றம் குறிப்பிட்டது. அந்த அஜ்மல்கான் தான் மதுரையில் வழக்கறிஞர் தொழில் நடத்தும் மூத்த வழக்கறிஞர் அஜ்மல்கான் என்ற நுண்ணறிவுத் துறையின் அறிக்கைகளால் மதுரை வழக்கறிஞருக்குக் கிடைக்கவிருந்த உயர் நீதிமன்ற நீதிபதி பதவி மறுக்கப்பட்டது ஒரு சோகம். 'என் பெயர் கான்! ஆனால் நான் தீவிரவாதியல்ல' என்று சினிமா பாணியில் வருத்தத்துடன் அவர் அளித்த நேர்காணல் நமது நுண்ணறிவுத் துறையின் லட்சணத்தைப் படம்போட்டுக் காட்டியது.

இருப்பினும் பர்தா அணியும் உரிமை பற்றிய விவாதங்கள் உலகமெங்கும் தொடர்கின்றன.

வீதி நடுவில் நீதி

கடந்த ஆறு மாதங்களில் நாளிதழ்களில் நீதித்துறை நடுவர்கள் பற்றி வந்த செய்திகள் அதிர்ச்சி அளிக்கிறது. அவற்றில் சில:

சிவப்பு விளக்கு சுழல அரசாங்கக் காரில் சென்ற ஒரு நடுவரின் காரைப் பின்பற்றிச் சென்ற இரு இளைஞர்கள், அந்த கார் சிக்னல் விளக்கில் நிற்கும்போது காரின் கண்ணாடியைத் தட்டி, அவரது பதவியின் அந்தஸ்து பற்றிக் கேட்டதற்காகக் காவல் துறையிடம் ஒப்படைக்கப்பட்டு வழக்கு தொடரப்பட்டது.

நடுவரின் வாகனத்தொடரணியை முந்திச் சென்று குறுக்கீடு விளைவித்ததற்காகக் காவல் துறையினரால் ஒருவர் கைதுசெய்யப்பட்டார். இவ்விரு வழக்குகளிலும், வழக்கை விசாரிக்கும் பொறுப்பு காவல் துறையினரிடமே விடப்பட்டது. ஆனால், கடந்த வாரம் நெல்லையில் நடைபெற்ற நிகழ்வொன்று அதையும் தாண்டி ஒரு படி மேலே சென்றுவிட்டது.

நாளிதழில் வந்த செய்தி ஒன்றின்படி நாங்குநேரி குற்றவியல் நீதிமன்ற நடுவர் மதுரையிலிருந்து நாகர்கோவில் சென்ற விரைவுப் பேருந்தில் பயணம் செய்ய விழைந்தார். அவர் நாங்குநேரிக்குப் பயணச் சீட்டு கேட்டபோது முருகன் என்ற நடத்துநர், வண்டி நாங்குநேரியில் நிற்காதென்றும் வேண்டுமென்றால், அவர் நெல்லை வரை சென்று அங்கிருந்து பேருந்து மாறி நாங்குநேரிக்குச் செல்லலாமென்றும் கூறினார். இதனையொட்டி அவ்விருவருக்கும் வாக்குவாதம் ஏற்பட்டது. நெல்லையில் இறங்க முயன்ற நடுவரை அதே பேருந்தில் ஏற முயன்ற நீதிமன்ற ஊழியர் ஒருவர் தடுத்து நிறுத்தி அதே பேருந்தில்

கே. சந்துரு

தொடர்பயணம் செய்ய இருவரும் முற்பட்டனர். அவருக்கும், பேருந்து நடத்துநருக்கும் வாக்குவாதம் ஏற்பட்டது. மறுபடியும் வள்ளியூர்வரை பயணச் சீட்டு எடுத்து, அதே வண்டியில் பயணித்த நடுவர், காவல் துறையினருடன் தொடர்புகொண்டார். பேருந்து நாங்குநேரி சுங்கச்சாவடியினருகே காவலர்களால் தடுத்து நிறுத்தப்பட்டு, காவலர்களின் உதவியோடு வண்டி நீதிமன்றத்திற்கருகே நிறுத்தப்பட்டு, நடுவரும் அவரது உதவியாளரும் இறங்கிக்கொண்டனர். நடுவரின் உத்தரவின் பேரில் நடத்துநர் மீது குற்றவியல் குற்றம் பதிவுசெய்யப்பட்டு அதே நீதிமன்றத்தில் அவர் ஆஜராக உத்தரவிடப்பட்டு வழக்கும் தொடர்கிறது.

ஒரு நீதித்துறை நடுவரே குற்றத்தைப் பார்த்த சாட்சியாகவும், புகார்தாரராகவும் இருக்கும் பட்சத்தில் அவரது நீதிமன்றத்திலேயே அவ்வழக்கை விசாரித்து அவரே நடுவராகத் தீர்ப்பளிக்க முடியுமா என்ற கேள்வி எழுகிறது.

நாங்குநேரி போலவே ஒரு சம்பவம் 32 ஆண்டுகளுக்கு முன்பே (1981) இதே செப்டம்பர் மாதத்தில் கள்ளக்குறிச்சி அருகில் நடைபெற்றது. சேலம் - சென்னை செல்லும் விரைவுப் பேருந்தில் திருக்கோவிலூர் குற்றவியல் நீதிமன்ற நடுவர் கள்ளக்குறிச்சியில் ஏறினார். அப்போது அவர் உட்கார்ந்து செல்ல வண்டியில் இடமில்லை. நின்றுகொண்டே சென்ற அவர் திருக்கோவிலூர் நீதிமன்றம் அருகில் நிறுத்தக் கோரியும், வண்டி தொடர்ந்து சென்று பேருந்து நிலையத்தில் நிறுத்தப்பட்டது. பேருந்தை விட்டு இறங்கிய நடுவர், பேருந்து ஊழியரிடம் R.C. புத்தகத்தைக் கேட்டார். அரசுப் பேருந்துகளின் புத்தகங்கள் தலைமை நிலையத்தில் இருக்கும் என்று சொன்ன பிறகும் அவர் விடாப்பிடியாக நீதிமன்றத்திற்குச் சென்று நடத்துநர் செல்வராஜின் மீது வழக்குப் பதிவுசெய்து சம்மன் அனுப்பினார். அதைப் பெற்றுக் கொண்ட செல்வராஜ், நீதிமன்றத்தில் ஆஜரானபோதும் அவர் வரவில்லையென்று சொல்லிக் கைது செய்யப்பட்டார். அந்தக் கைதைக் கண்டித்துப் பேருந்து ஊழியர்கள் வேலை நிறுத்தத்தில் ஈடுபட்டனர்.

நடுவரின் நடவடிக்கையை எதிர்த்துப் போடப்பட்ட வழக்கில் சென்னை உயர் நீதிமன்றம் நடுவரின் செயலைக் கண்டித்து அவ்வழக்கில் அனுப்பிய சம்மனை ரத்து செய்தது. நடுவரே சாட்சியாகவும், புகார்தாரராகவும் இருக்கும் பட்சத்தில் அவரே வழக்கை விசாரணைக்கு எடுத்துக்கொண்டு சம்மன் அனுப்பியது தவறு என்று கூறியது. 32 ஆண்டுகளுக்கு முன்னால் ஒரு செல்வராஜ். தற்போது ஒரு முருகன்.

நடுவர்களே! வீதி நடுவில் நீதி தேவையா?

சேதுவைப் பிடித்த கேது

நாடுகின்றது என்? வேறு ஒன்று? நாயகன்
தோடு சேர் குழலாள் துயர் நீங்குவான்
'ஓடும் என் முதுகிட்டு' என ஓங்கிய
சேடன் என்னப் பொலிந்தது, சேதுவே!

சேதுபந்தனத்தைக் கம்பர் தனது இராமாயணத்தில் இவ்வாறு விவரிக்கிறார். கட்டிய சேதுவின் மேல் தனது படைபலத்துடன் சென்று ராவணனை வீழ்த்தியதாகக் கூறுகிறது அவர் எழுதிய இதிகாசம். எது எப்படியோ? இன்று இந்தியாவிற்கும், ஸ்ரீலங்காவிற்குமிடையேயுள்ள பாக். நீரிணையில் சேதுக் கால்வாய்த் திட்டம் கொண்டுவர மத்திய அரசு போட்ட திட்டத்திற்கு ஆதரவும் எதிர்ப்பும் ஒருசேரக் கிளம்பியுள்ளது. வழக்கு உச்ச நீதி மன்றத்தில் சில ஆண்டுகளாகக் கிடப்பிலுள்ளது. தமிழக அரசின் சார்பில் போடப்பட்ட மனுவில் அத்திட்டத்தைக் கைவிட வேண்டுமென்றும், திமுகவும் மற்றும் இதர சில கட்சிகளும் கட்டாயம் அத்திட்டம் நிறைவேற்றப்பட வேண்டுமெனப் பொதுமேடைகளில் கூறிவருகிறார்கள். தாமதமாவதைப் பற்றி எரிச்சலுற்ற திமுக தலைவர் கொடுத்த அழுத்தத்தில் வழக்கு தற்போது விசாரணைப் பட்டியலில் சேர்க்கப்பட்டுள்ளது.

சேதுக் கால்வாய்த் (அதற்குத் தமிழன் கால்வாய் என்று பெயரிட வேண்டுமென்றும் கோரிக்கை எழுந்துள்ளது). திட்டம் நிறைவேறினால் கொச்சியிலிருந்து தூத்துக்குடி துறைமுகத்திற்குக்

கே. சந்துரு

கப்பல்கள், கொழும்பு, திருகோணமலை துறைமுகங்கள் வழியாக இலங்கைத் தீவைச் சுற்றி வருவது தவிர்க்கப்பட்டு பொருளாதார வளம் கூடுமென்றும் ஆதரிப்பவர்கள் கூறிவருகின்றனர். எதிர்ப்பவர்களோ மூன்று வகையினர்; ராமன் ஆணைப்படி கட்டிய சேதுபந்தனம் (நாசா வெளியிட்டிருந்த புகைப்படத்தில் அதன் தற்போதைய எச்சங்கள் இப்போதும் தெரிகிறது) என்று கூறும் மதவாதிகள் முதல் வகை. சேதுக் கால்வாயை ஆழப்படுத்தும்போது பவளப் பாறைகள் தகர்க்கப்பட்டு, அரிய கடல்வாழ் தாவரங்களும், உயிரினங்களும் அழிந்து போய்விடுமென்றும் அக்கடற்பகுதியிலுள்ள மீனவர்களின் வாழ்வாதாரம் பாதிக்கப்படுமென்றும் வாதாடுவோர் இரண்டாம் வகை. (இக்கருத்தையொட்டியே மத்திய அரசு அமைத்த பச்சோரி தலைமையிலான நிபுணர் குழு நீதிமன்றத்திற்குத் தனது அறிக்கையைச் சமர்ப்பித்துள்ளது) சேதுக் கால்வாயால் வரவு எட்டணா, செலவு பத்தணா. அது ஒரு 'வெள்ளை யானை'. ஏற்கனவே செலவழித்த கோடிக்கணக்கான ரூபாய் வீணாகிவிட்டாலும், எதிர்காலத்தில் அடையப்போகும் நஷ்டத்தைத் தவிர்ப்பதே மேல் என்று கூறுவோர் மூன்றாம் வகை. இனித் தமிழன் கால்வாயின் முடிவு நீதிமன்றத் தீர்ப்பின் கையில்.

அவ்வழக்கில் மத்திய அரசு சார்பாக வாதாட சொலிசிட்டர் ஜெனரல் மோகன் பராசரன் மறுத்துவிட்டார். தன் தந்தையும், முன்னாள் அட்டர்னி ஜெனரலுமான பராசரன் அத்திட்டத்தை எதிர்க்கும் சிலருக்கு வாதாடிக்கொண்டிருப்பதால், தனக்கு இக்கட்டான சூழ்நிலை ஏற்படும் என்றும், தனது மனசாட்சி சேதுக் கால்வாய் அமைக்க இடந்தராது என்பதாலும் அவர் வாதாட மறுத்துவிட்டதாகத் தெரிகிறது.

1961ஆம் ஆண்டு நாடாளுமன்றம் 'வழக்கறிஞர் சட்டத்தை' உருவாக்கியது. அதன்படி அமைக்கப்பட்ட இந்திய பார் கவுன்சில், அவ்வமைப்பின் கீழ் பதிவுசெய்து தொழில் நடத்தும் வழக்கறிஞர்கள் நடந்துகொள்ள வேண்டிய விதிகளை வகுத்துள்ளது. வழக்கறிஞர் ஒருவர் வழக்கு நடத்தும்போது அவ்வழக்கில் முழுமையான ஈடுபாடு கொள்ள முடியாது என்றாலோ, வழக்கின் வெற்றி தனது தனிப்பட்ட கொள்கைக்கு முரணாக இருக்கும் என்று எண்ணினாலோ, அதில் தான் ஆஜராவதில் சில சிக்கல்கள் ஏற்படுமென்றாலோ அவ்வழக்கை நடத்தும் பொறுப்பை எடுத்துக்கொள்ளக் கூடாது. இவ்விதியின்படி, மோகன் பராசரன் வழக்கிலிருந்து தன்னை விடுவித்துக்கொண்டது சரியே.

ஆனால் மத்திய அரசு வழக்கில் தனக்கு வாதாட மற்ற அரசு வழக்கறிஞர்களைத் தவிர்த்து, தனிப்பட்ட முறையில் மூத்த வழக்கறிஞரான ராஜீவ் தவானை நியமித்துள்ளது. ஏற்கனவே தற்போதைய தமிழக முதலமைச்சருக்குப் பல வழக்குகளில் தனிப்பட்ட முறையில் அவர் ஆஜராகியுள்ளார்.

ஆனால் அத்திட்டத்தை தீவிரமாக ஆதரித்துப் பிரச்சாரம் செய்துவந்த மதிமுக தலைவர் வைகோ திடீரென்று அடித்த பல்டிதான் தற்போதைய செய்தி. பச்சோரி அளித்த அறிக்கையைப் பரிவுடன் ஆராயவேண்டும் என்பதே அவரது தற்போதைய நிலைப்பாடு.

திமுக தலைவரின் எதிர்ப்பு இனி எப்படியிருக்குமென்று தெரியவில்லை?

ஆனையை வாங்கியாச்சு அங்குசம் எங்கே?

ஆமை வேகத்தில் வழக்குகள் நடந்து செல்லும் இந்திய நீதிமன்றங்களின் வேகத்தைத் துரிதப்படுத்தும் வகையில் மத்திய அரசு புதிய மின்னியல் படுத்தும் கொள்கையை 2007இல் வகுத்தது. அதற்கு E-Courts Mission Mode Project என்று பெயரிடப்பட்டது. அதன் நோக்கம் இந்தியாவிலுள்ள அனைத்து நீதிமன்றங்களும் மின்னியல் மயமாக்கப்பட்டுக் கணினிகள் மூலம் அவற்றின் செயல்பாடுகளை இணைப்பதாகும். அதற்குண்டான தொடக்க முதலீட்டுச் செலவினங்களை மத்திய அரசு ஏற்றுக்கொண்டது. பின்னர் தொடரும் செலவினங்களுக்கு உயர் நீதிமன்றங்கள் சம்பந்தப்பட்ட மாநில அரசுகளை அணுகி நிதி பெற்றுக்கொள்ளுமாறு அறிவுறுத்தப்பட்டன.

கணினி ஆட்சியைத் தமிழகத்தில் அமல்படுத்த சென்னை உயர் நீதிமன்றம் நடவடிக்கை எடுத்தது. தமிழகத்திலுள்ள 799 நீதிமன்றங்களில் 669 நீதிமன்றங்களில் கணினிகள், அதற்குண்டான வன்பொருள்கள் ஆகியவை இதுவரை நிறுவப்பட்டுள்ளன. 575 நீதிமன்றங்களில் தங்களிடம் உண்டான ஆவணங்களை எண்ணியலாக்கும் (data entry) பணி ஆரம்பித்துள்ளது. இப்பணி நிறைவடைந்தால் தமிழக நீதிமன்றங்களில் நடைபெறும் வழக்குகளின் விவரங்களை அறிய விழைவோர் எந்த மூலையிலிருந்தும் கணினி மூலம் தகவல்களைப் பெறலாம். ஆவணங்களும், தீர்ப்புகளும் கணினி மென்பொருள்களில்

பதிவுசெய்யப்படுவதால் வழக்கறிஞர்களுக்கு நகல்கள் கிடைப்பது எளிதாக்கப்படும்.

தமிழகத்தில் சில ஆண்டுகளாகக் கடுமையான மின் தட்டுப்பாடுகள் உள்ளதால் கணினி வழங்கி மையங்களில் டீசல் ஜெனரேட்டர்கள் 2010இல் 64 இடங்களில் பொருத்தப் பட்டுள்ளன. 79 இடங்களில் பொருத்தப்படுவது பாக்கி உள்ளது. ஜெனரேட்டர்களை இயக்கத் தேவைப்படும் வருடாந்திர டீசல் செலவுத்தொகைக்கான ஏற்பாடு செய்யப்படவில்லை. டீசல் இல்லையென்றால் ஜெனரேட்டர்கள் இயங்காது. மின்சாரம் இல்லையென்றால் கணினிகள் அஞ்சறைப்பெட்டிகளாக அலுவலகங்களில் தூங்கும். இதையுணர்ந்து ஆகஸ்ட் 2010இல் சென்னை உயர் நீதிமன்றம் மாநில அரசுக்கு ஆண்டொன்றுக்கு 14 லட்சம் ரூபாய் டீசல் வாங்க நிதி ஒதுக்குமாறு கேட்டுக் கொண்டது. வழக்கம்போல் அக்கோப்புகளும் சிவப்பு நாடாக்களில் சுற்றப்பட்டுத் தேங்கிக் கிடந்தன. இரண்டு ஆண்டு கழித்து விழித்துக்கொண்ட அரசு அதிகாரிகள் சில விசித்திரமான கேள்விகளை எழுப்பினர். வருடாந்திர டீசல் செலவீனம் நீதிமன்றங்கள் 365 நாட்கள் நடைபெறும் என்ற அனுமானத்தில் கேட்கப்பட்டுள்ளதாகவும், ஆனால் நீதிமன்றங்களுக்கு வாராந்திர, மற்றும் பண்டிகை விடுமுறைகளும், கோடை விடுமுறைகளும் உள்ளதால் அவை ஆண்டுக்கு 240 நாட்களுக்கு இயங்கும். எனவே நிதிக்கோரிக்கையை மறுபரிசீலித்து உண்மையான வேலை நாட்களுக்கு மட்டும் டீசல் செலவீனங்களைக் கணக்கிட்டுப் புதிய நிதிக்கோரிக்கையை அனுப்புமாறு கேட்டுக்கொள்ளப்பட்டது.

அதிர்ச்சியான உயர் நீதிமன்றம், விடுமுறைகளிலும் கணினிகளைத் தொடர்ந்து உயிரோட்டமுடன் வைத்துக் கொள்ளவும் மற்றும் சர்வர் அறைக்கும் (server room) தொடர் மின் விநியோகம் தேவைப்படுவதாலும் கேட்டுக்கொண்ட நிதியை அளிக்குமாறு பதில் அனுப்பியது.

டீசல் விநியோகம் இல்லாததால் மையங்களுக்களித்த டீசல் ஜெனரேட்டர்கள் தூங்கிக்கொண்டிருக்கின்றன. சென்னை நகருக்கு வெளியே உள்ள நீதிமன்றங்களில் கணினிகள் சேவை தொடர்ச்சியான மின்வெட்டுகளால் முடக்கப்பட்டுள்ளன. இதனால் மத்திய அரசு உருவாக்கிய கணினி ஆட்சிக் கொள்கை கானல் நீராகப் போய்விட்டது. நீதிமன்ற நடவடிக்கைகளைத் துரிதப்படுத்தும் ஏற்பாடுகள் கோப்புகளில் முடங்கிவிட்டன. கடைசிச் செய்தி:

ஜூலை 2013இல் கோப்புகள் ஆட்சியின் உச்ச மையத்தின் ஒப்புதலுக்கு அனுப்பப்பட்டுள்ளதாகத் தெரியவருகிறது.

ஆனையை வாங்கிவிட்டு அங்குசம் வாங்க முடியவில்லையா?

குடிக்கப் பதினெட்டு, வாங்க இருபத்தியொன்று

இருபத்தியொரு வயதிற்குட்பட்ட இளைஞர்கள் டாஸ்மாக் கடைகளில் மதுபானங்களை விற்கவோ விநியோகிக்கும் பணியில் ஈடுபடவோ கூடாது என்ற சட்ட விதியைக் கறாராக அமல்படுத்தக்கோரி சமீபத்தில் பொது நல வழக்கொன்று தொடுக்கப் பட்டு அரசுக்கு விளக்கம் கேட்டு நோட்டீஸ் அனுப்பியுள்ளது உயர் நீதிமன்றம்.

1937ஆம் ஆண்டு மதுவிலக்குச் சட்டம் கொண்டு வரப்பட்டது. 1950ஆம் ஆண்டு நடைமுறைக்கு வந்த இந்திய அரசியலமைப்புச் சட்டத்தின் 47ஆவது பிரிவில் மருத்துவக் காரணங்களைத் தவிர வேறு எக்காரணத்திற்கும் போதையூட்டும் பானங்களைப் பருகுவதை தடைசெய்து பூரண மதுவிலக்கு அமல்படுத்த வேண்டுமென்று கூறப்பட்டுள்ளது. குஜராத் தவிர வேறு எம்மாநிலத்திலும் மது விலக்கு இல்லை. மாறாக, மாநில அரசுகளே மதுவிற்பனையைச் செய்யும் போக்குதான் உள்ளது. தமிழக அரசோ உச்சகட்டமாகத் 'தமிழ் மாநில வாணிபக் கழகம்' (TASMAC) என்ற அரசு நிறுவனத்தைத் தொடக்கி, மது விற்பனை பட்டி தொட்டிகளிலெல்லாம் கொடிகட்டிப் பறக்கிறது. ஆண்டு கலால் வரி மற்றும் விற்பனை வரி வசூல் மட்டும் 23,000 கோடி ரூபாய் என்றால் மொத்த மது விற்பனை எவ்வளவென்று நீங்களே கணக்கிட்டுக்கொள்ளலாம்.

இன்று பத்திரிகைகளைப் புரட்டினால் பள்ளி மாணவர்கள் கூடப் போதைக்கு ஆளாகி வருவது தினசரிச் செய்தி. மதுக்கடைகளில் முழு பாட்டிலும், அத்துடனுள்ள மதுக் கூடங்களில் சில்லறைக்கும் மது விற்கப்படுகிறது. இக்கடைகள் 2003ஆம் ஆண்டு 'தமிழ்நாடு சில்லறை (கடை மற்றும் மதுக்கூடம்) விற்பனை விதி'களின் படிதான் இயங்க வேண்டும். 1937ஆம் ஆண்டு மது விலக்குச் சட்டத்தின் கீழ்தான் இவ்விதிகளும் இயற்றப்பட்டுள்ளன என்பது கொடுமையிலும் கொடுமை.

இந்தியப் பொருளாதாரம் தாராளமயமாக்கப்படுவதை வரவேற்று 2006இல் கொடுக்கப்பட்ட தீர்ப்பு ஒன்றில் உச்ச நீதிமன்றம் இவ்வாறு குறிப்பிட்டது:

"மாநிலங்களெல்லாம் சாராயபானங்களைச் சிறு மளிகைக் கடைகளில் விற்பனை செய்வதை அனுமதிக்கின்றன. நிர்வாக அதிகாரிகள் விமான நிலையங்களில் மது விற்பனைக் கடைகளைத் திறக்கத் திட்டமிட்டுள்ளனர். சமூகமே நகரங்களில் மதுக்கூட கலாச்சாரத்தை (Pub Culture) ஏற்றுக்கொண்டுவிட்டது."

2003ஆம் ஆண்டு விதிகளில் விதி எண் 15இன் கீழ் இருபத்தியொரு வயதிற்குட்பட்டவர்களுக்கு மதுபானம் விற்பது தடை செய்யப்பட்டுள்ளது. ஆனால், அவ்விளைஞர்கள் மது அருந்துவதைச் சட்டம் தடை செய்யவில்லை. தில்லியிலிருந்து வந்த ஒரு சட்ட மாணவர் இவ்விதியை எதிர்த்து வழக்கு தொடுக்கப்போவதாக என்னிடம் கூறினார். அவர் கூறிய காரணமோ விசித்திரம்:

இந்திய அரசியலமைப்புச் சட்டம் 1989இல் திருத்தப்பட்டுப் பதினெட்டு வயதிற்கு மேற்பட்ட இந்தியர் எவரும் தேர்தலில் ஓட்டுப் போட உரிமை வழங்கப்பட்டுள்ளது. மதுவிலக்கு கொள்கையை உருவாக்கும் அமைச்சரவையை நாங்கள் தேர்ந்தெடுக்கலாம், ஆனால் மதுபானம் வாங்கக் கூடாது என்பது எவ்விதத்தில் நியாயம்? பதினெட்டு வயதிற்கு மேற்பட்டோர் மது அருந்துவதைத் தடுக்காத சட்டம் எப்படி வாங்குவதை மட்டும் தடை செய்ய முடியும்? அந்த மாணவர் சொன்னதில் லாஜிக்கும், வேகமும் இருந்தன. அவரிடம் சொன்னேன், முதலில் சட்டம் படியுங்கள். வழக்கறிஞர் தொழில் செய்யப் பதிவு பெற்று *Bar*-க்கு(சட்ட அறைக்கு) வாருங்கள், பிறகு அந்த *BAR*-க்கு (மதுக்கூடம்) போகலாம் என்றேன்.

அம்மாணவர் கூறிய பிறகுதான் அரசு விதிகளின் விசித்திரம் புரிய ஆரம்பித்தது. பல நாடுகளிலும் இப்படிப்பட்ட விசித்திர விதிகள் நடைமுறையிலுள்ளன. அமெரிக்காவில் உடா மாநில

சட்டத்தில் குடிபோதை தலைக்கேறியவர் மீண்டும் மதுபானம் வாங்குவதற்குத் தடை உள்ளது. (போதை தலைக்கேறியவருக்கு தான் எக்கதியிலுள்ளோம் என்பது எப்படித் தெரியும்?) அதே போல் மிசிகன் மாநிலத்தில் இறந்துவிட்ட அமெரிக்கக் குடியரசுத் தலைவர்களின் படத்தைப் போட்டு மது விற்பனை செய்யக் கூடாது என்ற விதியுள்ளது. அப்படியானால் எதிர்கால குடியரசுத் தலைவர்களின் படம் போடலாமா என்று சிலர் கேட்கிறார்கள். அரிசோனா மாநிலத்தில் டெம்பே என்ற நகரத்தில் மூன்று ஏக்கர் நிலப்பரப்பிலுள்ள பூங்காக்களில் மட்டுமே மது அருந்தலாம் என்ற விதி உண்டு. இன்ச் டேப் வைத்து பூங்காவை அளந்துவிட்டுத்தான் குடிக்க வேண்டும் போல!

எது எப்படியோ! இளைஞர்கள் குடிக்கலாம், ஆனால் வாங்கக் கூடாது என்ற விதியில் லாஜிக் உதைக்கிறது.

கத்தியைத் தீட்டாதே, புத்தியைத் தீட்டு

பச்சையப்பன் கல்லூரியில் அறிவியல் படிக்கச் சென்ற மாணவன் கைப்பையில் திருப்பாச்சி அருவாள் ஒன்று கடந்த வாரம் கண்டெடுக்கப்பட்டு காவல் துறையிடம் அம்மாணவன் ஒப்படைக்கப் பட்டான். மாணவர்கள் வெட்டருவாளுடன் வீதியில் உலாத்தும் செய்திகள் வந்த வண்ணம் இருக்கின்றன. 'கத்தியைத் தீட்டாதே, புத்தியைத் தீட்டு' என்ற பாடல் வரிகள் அவர்கள் செவியில் பட்டதாகத் தெரியவில்லை.

2008ஆம் ஆண்டு நவம்பரில் அம்பேத்கர் சட்டக் கல்லூரியில் மாணவர் குழுக்கள் பட்டப் பகலில் கத்தி கம்புகளுடன் மோதிக்கொண்டதையும், காவலர்கள் மௌனம் காத்ததையும் தொலைக்காட்சிகளில் பார்த்தோரின் ஈரக்குலைகள் நடுங்கின. காரணங் களை அறிய அரசு நியமித்த நீதிபதி சண்முகம் கமிஷன் தனது அறிக்கையை ஜூன் 2009இல் சமர்ப்பித்தது. பரிந்துரைகளை ஏற்றுக்கொண்ட அரசு தனது நடவடிக்கைக் குறிப்பு ஜூலை 2009இல் அரசாணையாக வெளியிடப்பட்டது.

தேசிய சட்டப் பள்ளி அமைக்கும் பரிந்துரை தமிழகப் பேரவையில் 2012இல் சட்டமாக்கப்பட்டு அப்பள்ளியும் முதல்வரின் தொகுதியான ஸ்ரீரங்கத்தில் 100 கோடி ரூபாய் செலவில் உருவாகி 2013 ஆகஸ்ட்டில் தொடங்கியுள்ளது.

கமிஷனின் மற்ற பரிந்துரைகள் என்னவாயிற்று? மற்ற பரிந்துரைகள் சட்டத் துறையுடன் இணைந்து

கே. சந்துரு

கலந்தாலோசிக்கப்படும் என்று அரசாணையில் கூறப்பட்டது. அப்பரிந்துரைகளின் கதியென்ன என்று தெரியவில்லை. கட்சிகள் மாறினாலும் அரசு இயந்திரம் ஒன்றே என உணர வேண்டும்.

கமிஷனின் பரிந்துரையொன்று பாரிமுனையிலுள்ள அம்பேத்கர் சட்டக் கல்லூரியை மூன்றாகப் பிரித்து தாம்பரம், திருவள்ளூர், எண்ணூர் (அ) பூந்தமல்லி ஆகிய இடங்களில் அமைக்க வேண்டுமென்பது. தற்போதுள்ள கல்லூரி வளாகமும், கிள்ளியூர் மாணவர் விடுதியும் பட்ட மேற்படிப்புக்குப் பயன்படுத்தப் பரிந்துரைக்கப்பட்டது. 2008ஆம் ஆண்டு சட்டத்தேர்வில் 36 சதவீதமே தேர்ச்சிபெற்றதைச் சுட்டிக்காட்டி, ஆசிரியர்கள் பற்றாக்குறையே காரணம் எனவும் குறிப்பிட்டது. 33 பேர்களுக்குப் பதிலாக 18 முழுநேர ஆசிரியர்களும், 25 பேர்களுக்குப் பதிலாக 14 பகுதி நேர ஆசிரியர்களும் பணி புரிவதைக் குறிப்பிட்ட கமிஷன் உடனடியாகத் தகுதிவாய்ந்த ஆசிரியர்களை நியமிக்கப் பரிந்துரைத்தது.

அரசு சட்டக் கல்லூரிகளில் மட்டுமல்லாமல், அம்பேத்கர் பல்கலைக்கழகத்திலும் முழுத்தகுதி வாய்ந்த ஆசிரியர்களைப் பல்கலைக்கழக மான்யக்குழுவின் பரிந்துரைகளின்படி நியமிப்பதில்லை. இதுபற்றிய வழக்கு ஒன்றில் (ஜூலை 2008) உயர் நீதிமன்றம் தனது அதிருப்தியைத் தெரிவித்தது. முறையான சட்டக்கல்வி அளிக்கப்படுவதில்லை என்று வந்த புகாரையொட்டி தலைமை நீதிபதி ஏ.கே. கங்குலி அடங்கிய டிவிஷன் பெஞ்ச் அம்பேத்கர் பல்கலைக்கழகத் துணைவேந்தர் தலைமையில் ஒரு குழு அமைத்து, தற்போதுள்ள குறைகளைப் பற்றி அறிக்கை அனுப்பவும், பின்னர் தக்க நடவடிக்கைகளுக்கு உத்தரவிடப்போவதாகத் தீர்ப்பளித்தது. சட்டக் கல்வியை மேம்படுத்தவில்லையென்றால், 'அரை வேக்காடுகள்' நீதி மன்றத்தின் மீது திணிக்கப்படும் அபாயத்தைப் பற்றி சட்டக் கமிஷன் தெரிவித்த அச்சத்தையும் குறிப்பிட்டது. இவ்வுத்தரவின் மேல் என்ன நடவடிக்கைகள் எடுக்கப்பட்டதென்பது யாருக்கும் தெரியாது.

அம்பேத்கர் பல்கலைக்கழகத்திலும் ஸ்ரீரங்கம் தேசிய சட்டப் பள்ளியிலும் உள்ள ஆட்சிக் குழுக்களிலும், பொதுக்குழுக்களிலும் உயர் நீதிமன்ற நீதிபதிகள் தலா இருவர் பதவி வகிக்க வழிவகுக்கப்பட்டுள்ளது. அதனால் இனிமேலும் சட்டக்கல்வியை முன்னேற்றுவது அரசின் கடமையே என்று உயர் நீதிமன்றம் ஒதுங்கிவிட முடியாது.

சட்டம் என்ற இருட்டறையில் வழக்கறிஞர்களின் வாதங்களால் ஏற்றப்பட வேண்டிய ஒளி விளக்குகள் என்று பிரகாசிக்கும்?

கனம் கோர்ட்டாரே!

‘ஓ’ போடு

‘ஓ போடு’ என்ற வார்த்தையுடன் சினிமா பாடலொன்று வந்தது. எதற்காக ஓ போடச் சொன்னார்கள் என்று தெரியாது. ஆனால், தேர்தலின்போது ‘ஓ போடு’ என்று சொல்லிச் சிலர் பிரச்சாரம் செய்தனர். எவ்வேட்பாளரும் தமக்குப் பிடித்தமில்லையென்று ஓட்டுப் பதிவு செய்யும் மக்கள் பிரதிநிதித்துவ விதி எண் 49(O)ஐப் பரப்புவதற்குத்தான் அம்முழக்கம் எழுப்பப்பட்டது. இவ்வாறு பிரச்சாரம் செய்ததில் எழுத்தாளர் ஞாநி முன்னிலையில் இருந்தார். ‘ஓ’ என்ற அடையாளத்துடன் ‘ஓ பக்கங்கள்’ என்ற தலைப்பில் பல அரசியல், சமூக, பொருளாதாரக் கட்டுரைகளை எழுதி வருகிறார்.

இந்திய அரசியலமைப்புச் சட்டத்தில் 18 வயதிற்கு மேற்பட்ட ஒவ்வொரு இந்தியனுக்கும் தேர்தலில் ஓட்டுப் போடும் உரிமை வழங்கப்பட்டுள்ளது. தேர்தல் முறைகள் மக்கள் பிரதிநிதித்துவச் சட்டம் மற்றும் அதன் கீழ் வகுக்கப்பட்ட விதிகளின்படி செயல்படவும் தேர்தலை நடத்தும் பொறுப்பை அரசியலமைப்புச் சட்டத்தின்படி ஏற்படுத்தப்பட்டுள்ள தேர்தல் ஆணையத்தின் பொறுப்பில் விடவும்பட்டுள்ளது. விதி எண் 49(O) வழிசெய்யல் வேட்பாளர்களில் யாருக்கும் தமது ஓட்டில்லையென்றால் அதைத் தனியே பதிவு செய்து வழிவகை செய்யலாமென்று கூறப்பட்டுள்ளது. இதற்கான பதிவேடு தேர்தல் அலுவலரிடம் இருக்கும். அப்பதிவேட்டில் விருப்பமின்மையைக்

குறித்தபின் அவரது ஓட்டு ரத்து செய்யப்படும். இதன் மூலம் அதிருப்தி தெரிவிக்கும் வாக்காளரின் வாக்கைப் பயன்படுத்தி கள்ள ஓட்டு போடுவது தவிர்க்கப்படும்.

இப்படி ஒரு விதி இருக்கிறதென்பதே பலருக்குத் தெரியாது. அப்படித் தெரிந்து ஓட்டளிக்கச் சென்றாலும் ஓட்டுச்சாவடியிலுள்ள தேர்தல் அதிகாரி 49(O)ஐப்பற்றித் தனது அறியாமையைக் கூறி ஓட்டளிக்கும் உரிமையை மறுத்த நிகழ்வுகளும், ஓட்டளித்தாலும், சாவடியிலுள்ள வேட்பாளர்களின் பூத் ஏஜெண்டுகள் அவ்வாக்காளரின் அடையாளமறிந்து மிரட்டிய சம்பவங்களும் நடைபெற்றன. வாக்காளரின் விருப்பு பற்றிய ரகசியம் காப்பாற்றப்பட சட்ட விதியிருந்தாலும் 49(O)இன்படி வாக்களிக்கும்போது அதில் அத்தகைய ரகசியம் பேணப்படவில்லை. மேலும் அச்சுறுத்தலின் காரணமாக வாக்களிக்கும் ரகசியம் பேணும் கடமை மீறப்பட்டது. பின்னர், மின்னணு இயந்திரங்கள் மூலம் ஓட்டுப் போடும் முறை அறிமுகப்படுத்தப்பட்ட பிறகு இந்நிலை மிகவும் மோசமானது. வேட்பாளர்களின் தேர்தல் சின்னங்களுக்கு எதிரே தனித்தனி பொத்தான்கள் இருப்பது போல், 'யாருக்கும் என் வாக்கில்லை' என்பதைப் பதிவு செய்யத் தனி பொத்தான்கள் வைக்கப்படவில்லை. அவர்கள் தனியாக ஒரு பதிவேட்டில் தங்களுடைய விருப்பைத் தெரிவிக்க வேண்டியிருந்ததால் தனிமைப்படுத்தப்பட்ட பூத் ஏஜெண்டுகளின் கோபத்திற்கு ஆளாக வேண்டியிருந்தது

மின்னியல் வாக்குப்பதிவு இயந்திரங்களில் 49(O) விதிப்படி ஓட்டுப் பதிவுசெய்ய ஏதுவாகத் தனிப் பொத்தான் அமைக்க வேண்டுமென்று மேனாள் அரசுச் செயலர் வெங்கடசுப்ரமணியம் (இ.ஆ.ப) சில ஆண்டுகளுக்கு முன் வழக்கு தொடர்ந்தார். விதிகளைத் திருத்தினால் அதன்படி தேர்தல் நடத்தத் தயாராக இருப்பதாகத் தேர்தல் ஆணையம் நீதிமன்றத்தில் கூறியது. ஆனால் அரசு அதற்கான விதித்திருத்தங்களைச் செய்ய முன்வராததால் வழக்கு 10 ஆண்டுகளாக இழுத்தடிக்கப்பட்டது.

தற்போது உச்ச நீதிமன்றம் வாக்கு இயந்திரங்களில் 49(O) விதியின்படி 'யாருக்கும் எம் வாக்கில்லை' *(None Of The Above) (NOTA)* என்ற வசதியுடன் பொத்தானை அமைக்கும்படி உத்தரவிட்டுள்ளது.

இவ்விதியைப் பற்றி இவ்வளவு காலம் எவ்வித அச்ச உணர்வுமின்றி இருந்த அரசியல் கட்சிகள் தற்போது கூக்குரலிடுகின்றன. ஒரு கட்சித் தலைவர், உச்ச நீதிமன்றம்

எக்கட்சியையும் கலந்தாலோசிக்காமல் உத்தரவிட்டது தவறு என்றும் மற்றொரு தலைவர், அரசியல் கட்சிகள் தேர்தலில் நிற்கும் ஜனநாயத்தில் இப்படியொரு வசதி ஏற்படுத்துவது தேவைதானா? என்றும் கேள்வியெழுப்பியுள்ளனர்.

உளுத்துப்போன அரசியலில் செல்லாக் காசாகிவிட்ட வேட்பாளர்களுக்கெதிராக எதிர்ப்பைத் தெரிவிக்க 'நோடா' பொத்தானை அழுத்தப் பலரும் தயாராகி வருகின்றனர்.

பெரும்பான்மையான தொகுதி வாக்காளரின் விருப்பு எவருக்கும் ஓட்டில்லை என்றால் அடுத்த கட்டமாக என்ன செய்ய வேண்டுமென்பதே உண்மையாகக் கேட்கப்பட வேண்டிய கேள்வி.

தேர்தலில் அடுத்த கட்ட சீர்திருத்தத்திற்குண்டான விவாதத்திற்குத் தற்போதைய உச்ச நீதிமன்றத் தீர்ப்பு நம்மை இட்டுச் செல்லட்டும்.

பாட்டில் உங்கள் கையில், சட்டம் எம் கையில்

ஜெர்மனியிலிருந்து தொழிலாளர் நீதிமன்ற நீதிபதிகள், வழக்கறிஞர்கள் அடங்கிய குழு ஒன்றுடன் இந்தியாவில் தொழிலாளர் சட்டங்கள் அமல்படுத்துவதைப் பற்றிய கலந்துரையாடல் சமீபத்தில் நடைபெற்றது. அக்குழுவினர் நமது சட்டங்களைப் பற்றி காட்டிய ஆர்வம் திகைக்க வைத்தது. அவர்களுக்குள்ள ஆர்வத்தில் 10 சதவீதம் கூட நமது அரசு அதிகாரிகளுக்கில்லை. அரசு நிறுவனங்கள் பலவற்றில் தொழிலாளர் சட்டங்கள் முழுமையாகப் பின்பற்றப்படுவதில்லை. சட்டங்களை நிறைவேற்றுவதில் அவை மாதிரி நிர்வாகங்களாக (Model Employer) இருக்க வேண்டுமென்று நீதிமன்றங்கள் பலமுறை அறிவுறுத்தியுள்ளன.

தமிழ்நாட்டில் உள்ள ராட்சத அரசு நிறுவனம் தமிழ்நாடு வாணிபக் கழகம்தான் (TASMAC). ஒரு லட்சம் கோடி ரூபாய்வரை புழக்கத்திலிருக்கும் அந்நிறுவனத்தின் ஊழியர்கள் கொத்தடிமைகளாகத்தான் உள்ளனர். விற்பனைக் கடைகளில் மேற்பார்வையாளர்களாகவும், விற்பனையாளர்களாகவும் இருப்பவர்களில் பலர் பட்டதாரிகள், ஆசிரியர் பயிற்சி மற்றும் பட்ட மேற்படிப்புப் படித்தவர்களாகயிருப்பது பரிதாப நிலை. கொடுக்கும் ஊதியத்தில் யாரும் குடும்பம் நடத்த முடியாது. சம்பளம் சொற்பமென்றாலும் கிம்பளத்திற்கு ஆசைப்பட்டுப் பணிபுரிபவர்கள்தான் அதிகம்.

கனம் கோர்ட்டாரே!

'மது – நாட்டுக்கு, வீட்டுக்கு, உயிருக்குக் கேடு'

என்று மதுபாட்டில்களிலும், விற்பனைக் கடைகளிலும் பதித்துவிட்டு வியாபாரம் செய்யும் நிறுவனத்தில் தவறான முறையில் சம்பாதிப்பதில் மேலிருந்து கீழ்வரை உள்ளோர்க்குப் பஞ்சமில்லை. தமிழ்நாட்டில் 7434 டாஸ்மாக் கடைகள் உள்ளன. கடைகளில் மூன்றிலிருந்து ஐந்து ஊழியர்கள், சேமிப்பு கிட்டங்கி ஊழியர்கள், சரக்கை ஏற்றி அடுக்கும் சுமைக்கூலிகள், சரக்கு லாரிகளின் ஊழியர்கள் என்று பணிபுரிவோர் ஆயிரக்கணக்கில் அங்குண்டு. கடைகளில் வேலைபார்க்கும் ஊழியர்களின் நிலைமை சிறைக்கைதிகளையொத்தது. இரும்புக் கம்பி வலைகளுக்குள் காற்றும், வெளிச்சமுமில்லாத கூண்டுகளில் 12 மணி நேரத்திற்கு மேல் பணிச்சுமை. வேலை செய்வோரது தேக நலன், சுகாதாரம், பாதுகாப்பு ஆகியவை குறித்து 1947ஆம் ஆண்டின் கடைகள் மற்றும் வணிக நிறுவனங்கள் சட்டம் வரையறுத்துள்ளது. அச்சட்டத்தில் ஒரு நாளில் எட்டு மணி நேரத்திற்கு மேல் வேலை வாங்கக் கூடாதென்று இருந்தாலென்ன? 1990ஆம் வருடமே அச்சட்டத்திலிருந்து மதுபானக் கடைகளை ஆளுங்கட்சி ஆதரவு பெற்ற தனியார்கள் நடத்தியபோது விதிவிலக்கு கொடுக்கப்பட்டிருந்தாலும், அவை அரசு நிறுவனமான பின்னரும் விதிவிலக்கு தொடர்வதுதான் பரிதாபம்.

எட்டு மணி நேர வேலை கேட்டுப் போராடிய சிகாகோ தொழிலாளர்களின் தியாகம்தான் மே தினமாக உலகமுழுதும் கொண்டாடப்படுகிறது. 'தொழிலாளர்களின் காவலன்' என்று கூறிக்கொண்ட கலைஞர் அரசு, 1979ஆம் ஆண்டு விடுமுறைகளுக்கான சட்டத்தைத் திருத்தி மே தினத்தைக் கட்டாய விடுமுறை நாளாக அறிவித்தும் டாஸ்மாக் தொழிலாளர்களுக்கு அன்று விடுமுறையோ (அ) இரட்டிப்பு சம்பளமோ கிடையாது. மே தின விடுமுறை அவர்களுக்களிக்க உயர் நீதிமன்றம் மாலை 4 மணிக்கு வழங்கிய தீர்ப்பையெதிர்த்து அரசு மேல்முறையீடு செய்து 6 மணிக்குத் தடையுத்தரவு பெற்றது. தற்போது மே தினத்தன்று வேலை செய்தால் இரட்டிப்பு சம்பளம் உண்டென்று அறிவிக்கப்பட்டுள்ளது.

வேலையாள் இழப்பீட்டுச் சட்டத்திலிருந்தும் (Employees State Insurance Act) டாஸ்மாக்கிற்குத் தமிழக அரசு ஆண்டுதோறும் விதிவிலக்களித்து வருகிறது. 1981ஆம் ஆண்டின் பணி நிரந்தரப்படுத்தும் சட்டத்தின் கீழ் இரு ஆண்டில் 480 நாட்கள் வேலை செய்த ஊழியர்கள் நிரந்தரப்படுத்தப்படுவதில்லை.

கடந்த ஐந்தாண்டுகளில் சென்னை மற்றும் மதுரை உயர் நீதிமன்றத்தில் தற்காலிக வேலை நீக்கத்தையும், நிரந்தரப் பணி நீக்கத்தையும் எதிர்த்து டாஸ்மாக் ஊழியர்கள் போடப்பட்ட வழக்குகள் மூவாயிரத்திற்கும் மேல். வேலையிலிருந்து நீக்கப்படுமுன் காரணம் கோரவோ குற்றச்சாட்டுகளை நிரூபிக்க விசாரணை வைப்பதோ கிடையாது. இது பற்றி உயர் நீதிமன்றம் டாஸ்மாக்கிற்கு விடுத்த உத்தரவுகள் மதிக்கப்படுவதில்லை.

ஒரு டாஸ்மாக் ஊழியர் குடல் சீரழிவால் பாதிக்கப்பட்டு மருத்துவ செலவிற்கு இரண்டு லட்ச ரூபாய் நிதியுதவி கேட்டதற்குப் பாதியை மட்டும் வழங்கிவிட்டு மீதியை மறுத்த நிர்வாகத்தை உயர் நீதிமன்றம் கடிந்துகொண்டு முழுத்தொகையையும் வழங்க உத்தரவிட்டது. எதிர்காலத்தில் குடல் பாதிக்கப்படப்போகும் குடிமகன்களின் எண்ணிக்கை பெருகி வருவதால் அவர்களது மருத்துவச் செலவிற்கும் டாஸ்மாக்கே பொறுப்பேற்க அந்நிறுவனத்திற்குக் குழும சமூகப் பொறுப்பு *(Corporate Social Responsibility)* உண்டென்று உத்தரவிடும் நிலை விரைவில் ஏற்படும் என்றும் தீர்ப்பில் எச்சரிக்கை விடப்பட்டது.

கருப்புக் கோட்டுக்கு உண்டா கவசம்?

குஜராத் மாநிலத்தில் காவல் துறையினர் நாடியட் மாவட்ட நீதிபதி ஒருவரின் வாயில் மதுவை ஊற்றி நடுத்தெருவில் விலங்கிட்டு அழைத்துச் சென்றதையறிந்த நீதித்துறை அதிர்ந்தது. அக்காவலர்களைத் தண்டிக்க நீதிபதிகள் சங்கம் உச்ச நீதிமன்றத்தில் தொடுத்த நீதிமன்ற அவமதிப்பு வழக்கின் தீர்ப்பால், நீதித்துறை நடுவர்கள் கைதுசெய்யப்படும்போது அங்குள்ள மாவட்ட நீதிபதிக்கோ அல்லது உயர் நீதிமன்றத்திற்கோ முன்தகவல் அளிக்க வேண்டுமென்று கட்டளை யிட்டது. அத்துமீறிய காவலர்களும் நீதிமன்றத்தால் தண்டிக்கப்பட்டனர்.

அதேபோல் உயர் நீதிமன்ற நீதிபதிகளின் மீது ஊழல் குற்றத்திற்காகக் குற்றவழக்கு தொடுப்பதற்கு உச்ச நீதிமன்றத் தலைமை நீதிபதியின் முன் அனுமதியும் பெற வேண்டுமென்று மேனாள் தலைமை நீதிபதி வீராசாமி தொடுத்த வழக்கில் நீதிமன்றம் தீர்ப்பளித்தது. சட்டத்தில் இதுபற்றிய தெளிவுரை இல்லாவிட்டாலும் இவ்விரு வழக்குகளில் நீதித்துறையின் சுதந்திரத் தன்மையைப் பாதுகாக்க உச்ச நீதிமன்றம் இவ்வாறான தீர்ப்பையளித்து நீதிமன்றம் ஏற்படுத்திக் கொண்ட சட்டக் கவசம் இது என்று சொல்லலாம்.

இத்தீர்ப்புகளையொட்டியே ‘காஜியாபாத்’ நீதிமன்ற நடுவர்கள்மீது (பின்னர் சிலர் உயர்

நீதிமன்ற நீதிபதிகளாகிவிட்டனர்) ஊழியர்களின் சேமநல நிதி முறைகேட்டையொட்டி வழக்கு தொடர அனுமதியளிக்கப்பட்டது. நிர்மல் யாதவ் என்ற பஞ்சாப் உயர் நீதிமன்ற நீதிபதியின் மீதும் ஊழல் வழக்கு தொடர இந்தியத் தலைமை நீதிபதி அனுமதியளித்தார்.

சமீபத்தில் பெண் காவலரின் புகாரின் பேரில் கைது செய்யப்பட்ட குன்னூர் குற்றவியல் நடுவரை உயர் நீதிமன்றம், திருப்பூர் மாவட்டக் காவல் துறையினர் உச்ச நீதிமன்றத்தின் வழிகாட்டுதலைப் பின்பற்றவில்லையாதலால் அவரை விடுதலை செய்தது. ஊர் மாற்றம் செய்யப்பட்ட அவருக்கு உயர் நீதிமன்ற வளாகத்திலேயே பதவியளிக்கப்பட்டது. காவலதிகாரிகள் மீது தொடுக்கப்பட்ட அவமதிப்பு வழக்கு இன்னும் நிலுவையி லுள்ளது. திருப்பூர் மாவட்டக் காவலதிகாரிகள் இன்றும் நீதிமன்றத்திற்கு வாய்தா, வாய்தாவாக அலைந்து வருகின்றனர். ஆனால் சம்பந்தப்பட்ட நடுவர் மீது தொடுத்த வழக்கு என்னவாயிற்றென்றே தெரியவில்லை.

சட்டத்தின் அடிப்படையிலும், நீதிமன்றத் தீர்ப்புகளின் அடிப்படையிலும் இப்படி நீதிபதிகளுக்குக் கொடுக்கப்பட்ட பாதுகாப்புக் கவசம் வழக்கறிஞர்களுக்கு உண்டா?

1980களில் வழக்கறிஞர் சிலர் கைது செய்யப்பட்டபோது, சென்னை உயர் நீதிமன்ற வழக்கறிஞர் சங்கம் தீர்மானமொன்றை நிறைவேற்றி, வழக்கறிஞர்களும் நீதிமன்ற அலுவலர்களே; ஆகவே அவர்களைக் கைதுசெய்யும்போது சம்பந்தப்பட்ட நீதிமன்ற நடுவரிடம் முன்அனுமதி பெற வேண்டிய ஒரு சட்டத்தை ஏற்படுத்த, அரசுகளுக்கு வேண்டுகோள் விடுத்தது.

19.2.2009 உயர் நீதிமன்ற வளாகத்தில் நடைபெற்ற நிகழ்ச்சிகளின், பின்னணியை ஆராயத் தனி வழக்காக எடுக்கப்பட்டு அவ்வழக்கை நீதிபதி இப்ராஹிம் கலிபுல்லா தலைமையிலான டிவிஷன் பெஞ்ச் விசாரித்தது. குற்றவியல் குற்றங்களில் சம்பந்தப்பட்ட வழக்கறிஞர்களைக் கைதுசெய்ய, நீதிமன்றங்களில், முன்அனுமதி பெறாமல் நுழைய காவலர்களுக்கு அனுமதி தேவை என்பதற்கும் நீதித்துறைக்கும், நாடாளுமன்ற மற்றும் சட்டமன்றங்களுக்குமுள்ளது போல் தடை காப்புரிமை *(Immunity)* நீதிமன்றங்களுக்கும் வழங்க வேண்டுமென்ற வழக்கறிஞர்களின் வாதத்திற்குச் சட்ட ஆதாரமில்லை என்று நிராகரித்தது. ஆனால் நீதிமன்றங்கள் அரசியலமைப்புச் சட்டத்தால் உருவாக்கப்பட்டவையாதலால் அவற்றின் புனிதம் கெடாமலிருக்க, காவல் துறையினர் நீதிமன்ற வளாகங்களினுள்

நடவடிக்கைகள் எடுக்கும்போது நீதிமன்றத்தினிடம் முன் அனுமதி பெற்றுக்கொள்ள அறிவுரை வழங்கியது.

இம்முன்னுதாரணத்தைக் காட்டியே சமீபத்தில் குற்ற வழக்கில் வழக்கறிஞர் ஒருவரை நீதிமன்ற வளாகத்திற்குள் கைதுசெய்வது தடுத்து நிறுத்தப்பட்டு, காவலதிகாரி மீதே வழக்கும் பதியப்பட்டுள்ளது.

ஆனால், குற்றவியல் குற்றங்களில் ஈடுபட்ட வழக்கறிஞர்களைத் தகுந்த ஆதாரத்துடன், முறைப்படி கைதுசெய்து காவலர்கள் நடவடிக்கைகள் எடுக்க சட்டத்தில் தடையேதுமில்லை என்பதுதான் உண்மை.

புண்ணாக்கு முறைகேட்டின் புதிய வரையீடுகள்

‘போடா போடா புண்ணாக்கு, போடாதே தப்புக்கணக்கு’ என்ற சினிமாப்பாட்டைக் கேட்டவர்கள் மாட்டுத்தீவனம் வாங்கியதில் 37 கோடி கொள்ளை என்றறிந்தால் அப்பாடலின் வரிகளை மாற்றச் சொல்வார்கள்.

லல்லு பிரசாத் யாதவ் மாணவராக ஜெயப் பிரகாஷ் நாராயணனின் பாரத புனர்நிர்மாண இயக்கத்தில் சேர்ந்து சிறை சென்றவர். ஜெ.பியின் சீடனாக அறிமுகமாகி இலட்சியங்களை முதலீட் டாக்கி, தன் தியாகங்களைத் துருப்புச் சீட்டாக்கி ஓட்டு அரசியலில் பீகாரின் முதலமைச்சரானார்.

பீகார் புனரமைப்பு வெற்று முழக்கமாகி தனது குடும்பத்தை வளமாக்கியதுதான் அவரது சாதனை. மாட்டுத் தீவன ஊழல் பொதுநல வழக்கால் சி.பி.ஐ. விசாரணைக்கு வந்தது. 16 ஆண்டு நீண்ட வழக்கில் திருப்பங்கள் பல. பதவியிலிருந்து விலகி மனைவி ராப்ரி தேவியை அரியாசனத்திலமர்த்தி ரிமோட் கன்ட்ரோல் ஆட்சி நடத்தினார். வழக்கை விசாரித்த நீதிபதியின் தூரத்து உறவினர் ஆளுங்கட்சி அமைச்சர் என்று அவர் தொடுத்த வழக்கில் உச்ச நீதிமன்றம் தீர்ப்பளிக்கத் தடை விதித்தது. பின்னர், லல்லுவின் உண்மை சொரூபமறிந்து வழக்கு தள்ளுபடியாகி அவர் குற்றவாளியென நீதிமன்றம் கூறியுள்ளது. அவருக்கு அதிகபட்ச தண்டனை விதிக்கப்பட்டால் அவரது எம்.பி. பதவி பறிபோகுமா?

ஏற்கனவே உச்ச நீதிமன்றம், பதவியிலிருக்கும் எம்.பி./ எம்எல்ஏக்கள் குற்ற வழக்குகளில் 2 ஆண்டுகள் தண்டனை பெற்று, 90 நாட்களுக்குள் மேல்முறையீடு செய்தால், அவர்களது பதவி பறிபோகாது என்ற மக்கள் பிரதிநிதித்துவச் சட்டத்தின் பிரிவு 8(4) அரசியலமைப்புச் சட்டத்திற்கு விரோதமென்று கூறி அப்பிரிவை ரத்து செய்துவிட்டது. மத்திய அரசு தாக்கல் செய்த சீராய்வு மனு தள்ளுபடி செய்யப்பட்டுவிட்டது. எனவே 2014 நாடாளுமன்றத் தேர்தலை முன்னிட்டு கட்சியினருக்கும், தேர்தல் கூட்டாளிகளுக்கும் உதவ அவசரச் சட்டம் (ordinance) பிறப்பிக்கப்பட்டது. அதையெதிர்த்துப் பொதுநலன் கருதிய வழக்குகளும் தாக்கல் செய்யப்பட்டுள்ளன.

அவசரச் சட்டமென்பது நாடாளுமன்ற அவைகள் கூடாதபோது, அமைச்சரவை அறிவுரையின்படி, குடியரசுத் தலைவர் இயற்றும் சட்டமாகும். அதனுயிர் 6 மாதமோ (அ) நாடாளுமன்றக் கூட்டம் தொடங்கியதிலிருந்து 6 வாரங்கள் மட்டுமே. புதிய சட்ட நிழலில் ஒதுங்கவெண்ணிய லல்லுவுக்கோ புதுப்பிரச்சினை. காங்கிரஸ் கட்சியிலிருந்தே சட்டத்தின் மீது ஷெல் ஒன்று விழுந்தது. அவசரச் சட்டத்தை nonsense என்ற ராகுல் காந்தியின் பேட்டிக்குப் பிறகு விவாதங்கள் சூடுபிடித்துள்ளது. Nonsense என்ற வார்த்தைக்கு 'அர்த்தமற்றது', 'அபத்தம்', 'வெட்டிப்பேச்சு', 'சல்லிப் பேச்சு' என்று அகராதிகள் அர்த்தம் போடுகிறது.

அன்று மாநிலங்களவையில் ஒருமுறை அண்ணாவின் பேச்சுரையில் குறுக்கிட்ட பிரதமர் நேரு, nonsense என்று கூறவும், பின்னர் நேருவின் தமிழகப் பயணங்களின்போது, அவரைக் கண்டித்து கறுப்புக் கொடி ஆர்ப்பாட்டங்கள் நடைபெற்றன. இன்றைய பிரதமர் சார்பாக ராகுலுக்கெதிராக யாரும் கொடிபிடிக்கத் தயாராகவில்லை. அவருக்கு ஒரே ஆதரவு குரல், அவரை இதைவிட கேவலமாக விமர்சித்த நரேந்திர மோடி மட்டுமே. அதுவே இவ்வாண்டின் மிகப்பெரும் நகைச்சுவை.

ராகுலின் குண்டுவீச்சுப்பட்ட அவசரச் சட்டம் ரத்தாகி விட்டது.

உச்ச நீதிமன்றத்தில் மேல் முறையீடு செய்து ஜாமீன் பெற்று விட்ட லாலுவும், அவருடைய மனைவி ராப்ரிதேவியும், அவருடைய மகள் மிசாபாரதியும் தற்போது நாடாளுமன்றத் தேர்தல் களத்திலிறங்கியுள்ளனர். அவர்களுக்கு காங்கிரசுடன் கூட்டுவேறு. புண்ணாக்கு வழக்கு. இனி என்னாகும்?

எங்கே போகிறோம்?

கோரிக்கைகளுக்காக நீதிமன்றப் புறக்கணிப்பு களில் வழக்கறிஞர்கள் ஈடுபடுவதை என்றைக்கும் சட்டம் அனுமதித்ததில்லை. முன்னாள் ராணுவ அதிகாரி ஹரீஷ் உப்பல் என்பவர் தொடர்ந்த வழக்கில் உச்ச நீதிமன்றம் நீதிமன்றப் புறக்கணிப்புகளை அனுமதிக்கவே முடியாதென்றும், அவை சட்ட விரோதமென்றும் அறிவித்தது. அரிதினும் அரிதான காரணங்களுக்கு ஒரு நாள் புறக்கணிப்பில் ஈடுபடுவதற்காக அலட்டிக் கொள்ளத் தேவையில்லையென்றும், வழக்கறிஞர்கள் ஆஜராகவில்லையென்றாலும் கோப்புகளின் தன்மையறிந்து அவர்களில்லாமலேயே வழக்குகளைப் பைசல் செய்ய நீதிமன்றங்களுக்கு உத்தரவிட்டது. தமது தொழில் கடமைகளைக் கருதி, வழக்கறிஞர்கள் நீதிமன்றப் புறக்கணிப்புகளைத் தீவிரமாக எதிர்க்க வேண்டுமென்றும் கூறியது.

2002ஆம் ஆண்டின் அத்தீர்ப்பிற்குப் பின்னரும், தமிழகத்தில் நீதிமன்றப் புறக்கணிப்புகள் தொடர்ந்த வண்ணமேயுள்ளது. ஸ்தல, மாவட்ட, மாநில, தேசிய அல்லது சர்வதேசப் பிரச்சினைகள் ஏதேனுமொன்றுக்காக ஆண்டில் 30 முதல் 40 நாட்கள் புறக்கணிப்புகள் நடந்துள்ளன.

தமிழை நீதிமன்ற ஆட்சி மொழியாக்க சமீபத்தில் நடந்த புறக்கணிப்புப் போராட்டத்தில், வேலைக்குச் சென்ற வழக்கறிஞர் ஒருவர் நீதிபதியின் முன்பே தாக்கப்பட்டதாகக் கூறி நீதிமன்றமே சுயமாக *(sue moto)* நீதிமன்ற அவமதிப்பு நடவடிக்கையை வழக்கறிஞர் சங்க முன்னாள் தலைவர் மீது எடுத்து

அவ்வழக்கு தற்போது மூன்று நீதிபதிகளடங்கிய பெஞ்சின் விசாரணைக்குட்படுத்தப்பட்டு சம்மந்தப்பட்ட வழக்கறிஞர் ஓராண்டு நன்னடத்தை நிபந்தனையுடன் விடுவிக்கப்பட்டுள்ளார்.

நீதிமன்ற அவமதிப்பு வழக்கில் தண்டிக்கப்படும் வழக்கறிஞரின் சன்னத் (அ) உரிமம் பறிக்கப்பட்டு அவர் தொழில் நடத்தத் தடைவிதிக்க வழக்கறிஞர் சட்டம், பிரிவு 34இன்கீழ் சென்னை உயர் நீதிமன்றம் உருவாக்கிய விதிகளில் வழியுண்டு.

வி.சி. மிஸ்ரா என்ற அன்றைய பார் கவுன்சில் தலைவர் அலகாபாத் நீதிமன்றத்தில் ஒரு நீதிபதிக்கெதிரே ஒழுங்கீன முறையில் நடந்துகொண்டது குறித்து உச்ச நீதிமன்றமே சுயமாக நீதிமன்ற அவமதிப்பு நடவடிக்கை எடுத்து அவர் தண்டிக்கப்பட்டார். அவருக்குக் கொடுத்த தண்டனையையெதிர்த்து போடப்பட்ட சீராய்வு மனுவில், ஒழுங்கு நடவடிக்கை அதிகாரம் பார் கவுன்சில்களுக்கு மட்டுமே உண்டு என்று கூறித் தீர்ப்பு மாற்றிக் கொள்ளப்பட்டது.

தில்லியில் நந்தா என்பவர் வெளிநாட்டுக் காரை வேகமாக ஓட்டி ஏற்பட்ட சாலை விபத்தில் இறந்தோர் பற்றிய வழக்கில் ஆர்.கே. ஆனந்த் என்ற மூத்த வழக்கறிஞர் ஆஜரானார். அவர் சாட்சிகளைப் பணங்கொடுத்து மாற்ற முற்படுகையில் 'தெஹெல்கா' என்ற ஊடகம் மறைமுகமாக அதை ஆவணப்படுத்தி வெளியிட்டது. இதையொட்டி தொடரப்பட்ட வழக்கைத் தில்லி உயர் நீதிமன்றமும், உச்ச நீதிமன்றமும் விசாரித்து தண்டனை வழங்கி அவரது வழக்கறிஞர் உரிமம் பறிக்கப்பட்டது. பின்னர் தொடுக்கப்பட்ட சீராய்வு மனுவில் அவரது தண்டனை குறைக்கப்பட்டு 14 லட்சம் ரூபாய் அபராதமும், ஒரு ஆண்டு ஏழைகளுக்குச் சட்ட உதவி வழக்குகளில் மட்டும் ஆஜராகும்படி உத்தரவிடப்பட்டது.

2009ஆம் ஆண்டின் அத்தீர்ப்பில் உச்ச நீதிமன்றம் எல்லா உயர் நீதிமன்றங்களுக்கும் ஒரு உத்தரவிட்டது. வழக்கறிஞர் சட்டம் 34ஆம் பிரிவின்படி நீதிமன்றங்களுக்குள் தவறிழைக்கும் வழக்கறிஞர்களைத் தண்டிக்கும் வகையில் இரு மாதங்களுக்குள் தக்க விதிகளை வகுக்க உயர் நீதிமன்றங்களுக்கு உத்தரவிடப்பட்டது.

2004ஆம் ஆண்டு சென்னை உயர் நீதிமன்றம் அதுபோன்ற விதிகளை வகுத்திருந்தாலும் வழக்கறிஞர்களின் எதிர்ப்பால் அவை 25 நாட்களில் திரும்பப் பெற்றது.

உச்ச நீதிமன்றக் கெடுவிற்குப் பின்னரும் சென்னை உயர் நீதிமன்றம் விதிகளை உருவாக்கி, இன்னமும் அரசிதழில் வெளியிடப்படவில்லை என்பது வேதனைக்குரிய செய்தி.

அல்ப ஆயுசில் போன அவசரச் சட்டம்

இந்திய அரசியலமைப்புச் சட்டத்தில் சட்டமியற்றும் அதிகாரம் நாடாளுமன்றத்திற்கும், மாநிலங்களில் சட்டப் பேரவைகளுக்கும் மட்டுமே வழங்கப்பட்டுள்ளது. அவ்வவைகள் கூடாதபோது உடனடி நடவடிக்கையெடுக்கவும், அதற்கான சூழ்நிலைகளைப் பற்றித் திருப்தியடைந்தால் அவசரச் சட்டம் இயற்ற குடியரசுத் தலைவருக்கும், மாநிலங்களில் ஆளுநர்களுக்கும் அதிகாரம் வழங்கப்பட்டுள்ளது. அமெரிக்க, ஐக்கிய நாட்டில் குடியரசுத் தலைவருக்குச் சுயமாகச் செயல்பட அதிகாரம் கொடுக்கப்பட்டுள்ளது. மத்திய அமைச்சரவையின் அறிவுரையின்படிதான் குடியரசுத் தலைவர் செயல்பட முடியும். ஏனெனில் நமது குடியாட்சி இங்கிலாந்திலுள்ள நாடாளுமன்ற அமைப்பையொத்தது. West Minister Model என்று அதைச் சொல்வார்கள்.

நாடாளுமன்ற உறுப்பினர்களால் தேர்ந்தெடுக்கப்படுபவரே நாட்டின் பிரதமராக முடியும். தேர்ந்தெடுக்கப்பட்ட பிரதமர் தனது அமைச்சரவையை அமைத்துக்கொள்ளலாம். தேர்தலுக்குப் பிறகுதான் இங்கு பிரதமர் யார் என்ற கேள்விக்குப் பதில் காணமுடியும். நாடாளுமன்றத் தேர்தலில் நிற்கும் எவரையும் பிரதமராகவிருக்கும் வேட்பாளரென்று நிறுத்த முடியாது.

இரண்டு ஆண்டிற்கு மேல் சிறைத்தண்டனை பெற்றவர்கள் தேர்தலில் நிற்க முடியாதென்று மக்கள் பிரதிநிதித்துவச் சட்டம் கூறுகிறது. தண்டனைக்கு முன்னரே தேர்ந்தெடுக்கப்பட்டிருந்தால், அவர் நீதிமன்றத் தீர்ப்பையெதிர்த்து 90 நாட்களில் மேல்முறையீடு செய்தால் அவர் தனது பதவியை இழக்க வேண்டாமென்று ம.பி. சட்டப்பிரிவு 8(4)இல் கூறப்பட்டுள்ளது. இப்பிரிவு செல்லாது என உச்ச நீதிமன்றம் உத்தரவிட்ட பிறகு, அவ்வுத்தரவின் சட்ட அடிப்படையை ரத்து செய்ய மசோதா கொண்டுவரப்பட்டது. அதை நிறைவேற்றுவதற்குள் கூட்டத்தொடர் முடிந்துவிட்டது. எனவே அவசரச் சட்டமியற்ற குடியரசுத் தலைவருக்கு அமைச்சரவை பரிந்துரைத்து, 7 நாட்களுக்குள் திரும்பப் பெற்றது இதுவே முதல் முறை.

அமைச்சரவையிலில்லாத ஒருவரின் Nonsense பேச்சுக்கு இவ்வளவு சக்தியா? கொடுத்த அழுத்தத்தில் சட்டமே திரும்பப் பெற்ற நிகழ்வால், ஆட்சிக்குதிரையின் கடிவாளம் அவரால் ஆட்டப்படுவது அதிர்ச்சியளிக்கிறது. அது ஆபத்து விளைவிக்கும் செயல்.

ராகுலின் பாட்டியான இந்திரா காந்தி அமைச்சரவையைக் கூட்டாமலேயே அன்றைய குடியரசுத் தலைவர் பக்ருதீன் அலி அகமதிற்கு நெருக்கடி நிலைமையை அமல்படுத்த ஆலோசனை கூறவும், கோப்பின் தன்மை தெரியாமல் அவர் கையெழுத்திட்டதை நீதிபதி ஷா விசாரணைக் கமிஷன் கடுமையாகக் கண்டித்தது. கார்ட்டூனிஸ்ட் அபு அப்ரஹாம் இதுபற்றிக் கேலிச்சித்திரம் போட்டதற்கு அவரைக் கைது செய்யும் முற்சிகளும் நடந்தன. அப்போது அமைச்சரவை ஒப்புதலில்லாத ஆலோசனையில் பிறந்தது நெருக்கடி. இப்போது அமைச்சரவைக்கு வெளியேயுள்ள நபரின் ஊடக நேர்காணல் பேட்டியில் இறந்தது ம.பி. சட்டத் திருத்தம். இரண்டு அதிகார மையங்களுக்கும் வித்தியாசமொன்றுமில்லை.

அவசரச் சட்டத்தை 6 மாதத்திற்கொருமுறை ஆளுநர் மூலம் புதுப்பித்து சட்டப்பேரவையையே சந்திக்காத பீகார் அரசை வாத்வா என்ற வழக்கில் குட்டிய உச்ச நீதிமன்றம் அவசரச் சட்டமியற்றுவதற்கான வரையறையையும் தனது தீர்ப்பில் வழங்கியது. மாநிலங்கள்தாம் அவசரச் சட்டங்களியற்றி அதிகார துஷ்பிரயோகம் செய்வதாகவும், மத்திய அரசு இப்படிப்பட்ட தவறுகளைச் செய்ததில்லையென்றும் அத்தீர்ப்பில் சுட்டிக் காட்டப்பட்டது. உச்ச நீதிமன்றம் கொடுத்த நற்சான்றிதழைத் தகர்த்துவிட்டது தற்போதைய மத்திய அரசின் செயல்பாடு.

திருத்தப்பட வேண்டியது சட்டமல்ல

'குழந்தையும் தெய்வமும் கொண்டாடு மிடத்திலே' என்ற ஒரு திரைப்படமுண்டு. ஆனால், தற்போது நாடெங்கும் இளம்குற்றவாளிகளுக்கான தண்டனையும் அதற்கேற்ப 2000ஆம் ஆண்டின் இளம் குற்றவாளிகளுக்கான நீதி (குழந்தைகள் கவனிப்பு மற்றும் பாதுகாப்பு) சட்டத்தைத் திருத்தக்கோரும் குரல்களெழுந்துள்ளன.

தில்லி மாணவி வல்லுறவுக்குட்பட்டுக் கொலையுண்ட செய்தி தேசத்தின் மனசாட்சியை உலுக்கியது. சம்பவத்திற்குப் பின் மாபெரும் கண்டனப் பேரணிகளால் மத்திய அரசு நீதிபதி வர்மா கமிஷனை அமைத்து அதன் பரிந்துரைகளின்படி சட்டத்திருத்தங்களும் கொண்டுவரப்பட்டன.

குற்றத்தில் இளம்சிறார் ஒருவனும் ஈடுபட்டிருந் தான். தீர்ப்பு வருவதற்கு முன்னே மும்பையில் பெண் நிருபர் வல்லுறவுக்கு உட்படுத்திய கும்பலிலும் ஓர் இளம்குற்றவாளி இருந்துள்ளான். எனவே வயது வேறுபாடின்றி இளம்சிறார்களுக்கு அதிகபட்ச தண்டனை வழங்கக் கோரும் கோரிக்கைகள் வலுப்பெற்றன.

தில்லி வழக்கில் ஈடுபட்ட ஒருவன் சிறார் களுக்கான நீதி வழங்கும் குழுமத்தின் முன் விசாரிக்கப்பட்டு 3 ஆண்டு சீர்திருத்த இல்லத்தில் வைத்துப் பராமரிக்கும்படி உத்தரவிடப்பட்டுள்ளது. இதனால் கோபமடைந்த பலரும் சட்டப் பின்னணி தெரியாமல் அதை மாற்றக் கோரி முழக்கமிட்டு வருகின்றனர்.

இளம்சிறார்களுக்கான சட்டம் 2000இல் கொண்டுவருமுன்னே அதே போன்ற சட்டமொன்று 1986ஆம் ஆண்டு முதல் இருந்து வந்தது. அச்சட்டத்தில் இளம்சிறார் குற்றவாளிகள் (Juvenile delinquent) என்பவர்கள் 16 வயதிற்கு மேற்படாத சிறார்கள் என்றிருந்தது. பின்னால் ஏற்பட்ட சில சர்வதேச மாநாட்டுத் தீர்மானங்களின் அடிப்படையில் சட்டம் புதிதாக 2000இல் இயற்றப்பட்டது. புதிய சட்டப்படி இளம்சிறார்களைத் தண்டிக்கும் விசேஷ நீதிமன்ற நடைமுறைகளை மாற்றிச் சிறுவர்களின் பாதுகாப்பு பற்றிய முப்பரிமாணச் சட்டம் உருவாகியது. இப்புதிய சட்டத்தில் இளம்சிறார் குற்றவாளிகள் என்ற வரையறையை மாற்றி 'சட்ட முரண்பட்ட இளம் சிறார்கள்' (Juvenile in conflict with law) என்றும், 18 வயதிற்கு மேற்படாதவர்களே இளம்சிறார்கள் என்றும் வரையறுக்கப்பட்டுள்ளது.

சட்டமுரண்பட்ட இளம்சிறார்களுக்கு தண்டனை வழங்கி மற்ற கைதிகளுடன் சிறையில் வைக்க சட்டம் இடந்தராது. இளம்குற்றவாளிகளுக்கு பயிற்சி அளித்து பெருஞ்சமூகத்துடன் இணைக்கும் சீர்திருத்தும் முயற்சியே தற்போதுள்ள சட்டத்தின் அடிப்படை.

நீதிபதி வர்மா கமிஷனும் இதற்கான பரிந்துரை எதையும் செய்யவில்லை. 1989இல் நடைபெற்ற ஐக்கிய நாடுகள் குழந்தைகள் உரிமைக்கான மாநாட்டுத் தீர்மானங்களை 1992இல் நம் நாடு ஏற்றுக்கொண்டுள்ளது. ஐநாவின் 1985ஆம் ஆண்டின் இளம்சிறார்கள் நீதி வழங்கும் விதிகளில் குறைந்தபட்ச நிர்வாக விதிகளையும், ஐநாவின் சுதந்திரம் பறிக்கப்பட்ட குழந்தைகளின் பாதுகாப்பு பற்றிய 1990ஆம் ஆண்டு விதிகளையும் நாம் ஏற்றுக்கொண்டுள்ளோம். அவற்றின் அடிப்படையிலேயே புதிய சட்டம் அமலாக்கப்பட்டது. எனவே இளம் சிறார்கள் என்போர் 18 வயதிற்கு உட்பட்டவர்கள். இந்திய அரசியலமைப்புச் சட்டத்தின் 51ஆவது பிரிவிலும் இந்தியா சர்வதேச சட்ட விதிகளை நிறைவேற்றும் என்றும் கூறப்பட்டுள்ளது.

சமீபத்தில் நடந்த சட்டமுரண்பட்ட இளம் சிறார்களின் சமூக பின்புலத்தை ஆராய்ந்த கணிப்பொன்று அவர்களில் பெரும்பாலானோர் வறுமைக் கோட்டின் கீழ் வாழ்வோரென்று தெரிவித்துள்ளது.

சட்டமாற்றம் கோராமல் சமூகத்தை மாற்ற முயல்வதே சரியான தீர்வு.

சமீபத்தில் உச்ச நீதிமன்றம் குற்றமிழைக்கும் இளம் சிறார் என்ற வகைப்பாட்டிலுள்ள அதிகபட்ச வயதான 18 வயதை மேலும் குறைக்க முடியாதென்று அறிவித்துள்ளது சரியான புரிதலுக்குட்பட்டது.

கலங்கரை விளக்கத்திற்கேற்பட்ட களங்கம்

150 ஆண்டு பாரம்பரியமிக்க சென்னை உயர் நீதிமன்றத்தில் பல வழக்கறிஞர் சங்கங்கள் செயல்படுகின்றன. அதோடு கட்சி, மத, சாதிகளுக்கான அமைப்புகளுமுண்டு. வழக்கறிஞர் சங்கத்திற்கும் (Bar Association) வழக்கறிஞர் குழுமத்திற்கும் (Bar Council) உள்ள வேறுபாடுகள் பலருக்குப் புரிவதில்லை. 1961ஆம் ஆண்டின் வழக்கறிஞர் சட்டத்தின்கீழ் அமைக்கப்பட்டது வழக்கறிஞர் குழுமம். பதிவு செய்யுமுன் தகுதித் தேர்வுகளை நடத்தி வழக்கறிஞராகத் தொழில் செய்ய உரிமம் (sanad) வழங்கும் அதிகாரம் பெற்றவை இக்குழுமம். வழக்கறிஞர்களின் ஒழுங்கீனம் பற்றிய புகார்களை விசாரித்து தண்டிக்கவும், சட்டக்கல்வியைக் கண்காணிக்கும் அதிகாரமும் அக்குழுமத்திற்குண்டு.

நீதிமன்றங்களில் தொழில் நடத்தும் வழக்கறிஞர்கள் தங்களுக்குள்ளேயே அமைத்துக் கொண்ட அமைப்புகள்தாம் வழக்கறிஞர் சங்கங்கள். ஸ்தலப் பிரச்சினைகளை அங்குள்ள நடுவர்களிடம் முறையிட்டுத் தீர்வு காணவும், அவர்கள் ஓய்வெடுக்கும் அறைகளையும், நூலகத்தையும் பராமரிப்பதும் மட்டுமே அவற்றின் செயல். வழக்கறிஞர் குழுமமென்பது நிர்வாக இயக்குநர்

குழுவெனவும், வழக்கறிஞர் சங்கங்கள் அவ்விடத்திலுள்ள தொழிற்சங்கங்களெனவும் கருதலாம்.

உயர் நீதிமன்றம் தோன்றியபின் பாரிஸ்டர்களாகப் பயிற்சி பெற்ற வெள்ளைக்காரர்களே பெருமளவில் அங்கு தொழில் நடத்தினர். அவர்கள் உருவாக்கிக் கொண்டதே சென்னை பார் அசோசியேஷன். அவர்கள் சேர்த்துக்கொள்ள மறுத்த இந்திய வழக்கறிஞர்கள் 1885இல் உருவாக்கியதே வழக்கறிஞர் சங்கம் *(Advocates Association)*. அது பின்னர் தன்னை சென்னை உயர் நீதிமன்ற வழக்கறிஞர்கள் சங்கம் *(MHAA)* என்றழைத்துக் கொண்டது. பழம்பெரும் இச்சங்கத்தின் பொறுப்பாளர்களில் பலர் உயர் நீதிமன்ற நீதிபதிகளாக்கப்பட்டுத் திறமையுடன் பணியாற்றியுள்ளனர். இச்சங்கத்தின் பொறுப்பாளர்களிருவர் இந்தியாவின் அட்டர்னி ஜெனரல்களானார்கள்.

சில ஆண்டுகளாக இச்சங்கத்தின் பொறுப்புகளுக்குப் பெரும்போட்டி நிலவுகிறது. வெற்றி பெற திருமங்கலம் மற்றும் ஏற்காடு பார்முலாக்களைக் கடைப்பிடிப்பதற்குப் போட்டியாளர்கள் தயங்குவதில்லை. தேர்தல் முறைகேடுகளை யொட்டி தொடர்ந்த வழக்குகளால் சில ஆண்டுகளாக உயர் நீதிமன்ற உத்தரவின்படி அமைக்கப்பட்ட தேர்தல் குழுவின் *(teller committee)* மேற்பார்வையில் தேர்தல்கள் நடத்தப்படுகின்றன. அக்டோபர் 10ஆம் தேதியன்று தேர்தல் நடக்கவுள்ளது. தேர்தல் அட்டவணை அறிவிக்கப்பட்ட ஜூலை மாதம் சந்தா பாக்கியில்லாமல் ஓட்டு போட உரிமையுள்ள வழக்கறிஞர்கள் 700 பேர்களே.

தலைமைப் பதவிக்குக் களமிறங்கியிருப்போர் நால்வர். தேர்தல் அறிவிப்புக்குப் பின்னரும் உறுப்பினர் புதுப்பிப்பும், சேர்க்கையும் களைகட்டியுள்ளது எப்படி என்ற கேள்விக்கு நீதிமன்ற அனுமதி பெற்றுள்ளதாகக் கூறப்படுகிறது. சங்கத்தின் உறுப்பினர் எண்ணிக்கை 1000 சதவீதம் (10 மடங்கு) பெருகி 7300 உறுப்பினர்கள் வாக்களிக்கும் உரிமை பெற்றுள்ளனர். சரித்திரம் காணாத வகையில் சங்கத்தின் சந்தா வரவோ ரூ. 3½ கோடியானது. வேட்பாளர்கள் சிலரே சந்தா பாக்கியைச் செலுத்தியதாகவும் வாக்காளர்களும் தக்க முறையில் கவனிக்கப்பட்டு வருவதாகவும் தகவல்கள் வந்தவண்ணமாயுள்ளன.

சங்கத்திற்குத் தலைவராக பால்கனகராஜ் தேர்ந்தெடுக்கப் பட்ட பின்னர் அவருக்கு ஆதரவாகவும், எதிராகவும் நகரமெங்கும் சுவரொட்டிகள் தோன்றின. இப்போது அவரே ஒரு அரசியல் கட்சியைத் தொடங்கி அதன் தலைவரகவும்

தன்னை அறிவித்துக்கொண்டார். அரசியல் கட்சித் தலைவர்கள் இதுவரை வழக்கறிஞர் சங்கத்தின் பொறுப்புகளில் இருந்ததில்லை என்பதுதான் அதன் வரலாறு.

வழக்கறிஞர் சங்கத்தில் முறைகேடான உறுப்பினர் சேர்க்கையை எதிர்த்துப் போடப்பட்ட வழக்கு நிலுவையிலுள்ளது.

100 ஆண்டுப் பழமையான உயர் நீதிமன்றக் கட்டிடத்திலுள்ள பழைய கலங்கரை விளக்கம் எம்டன் கப்பல் வீசிய குண்டுகளில் தப்பியது. தற்போது எம்டன் மகன்கள் செய்யும் களங்கங்களால் ஏற்படும் சேதாரங்கள் தவிர்க்கப்படுமா?

இத்தனை செலவுகள் செய்து பொறுப்புக்கு வர ஏன் சிலர் ஆசைப்படுகிறார்கள்? 125 ஆண்டு பாரம்பரிய சங்கத்தின் எதிர்காலம் என்னவாகும் என்ற கேள்விகள், அக்கறையுள்ள வழக்கறிஞர்கள் மத்தியில் எழுந்துள்ளன. நிலுவையிலுள்ள வழக்கில் நீதி கிட்டுமா?

சமூக வலைத்தளம் எதிர்கொள்ளும் ஆபத்து

சமூக வலைத்தளங்களில் (டுவிட்டர், பேஸ்புக்) தனி நபர் கருத்துப் பரிமாற்றங்கள் பெருமளவில் நடைபெற்று வருகின்றன. சர்வாதிகாரிகளுக் கெதிராக, ஆட்சி மாற்றம் கோரிப் பல நாடுகளில் சமூக வலைத்தளங்களின் பயன்பாடு வெற்றியும் கண்டுள்ளது. இத்தொழில் நுட்பம் தனி மனிதக் கருத்துச் சுதந்திரத்திற்குக் கிடைத்த வெற்றி எனக் கூறுவோருமுண்டு.

இவ்வலைத்தளங்களை நோக்குவோரின் எண்ணிக்கை பல லட்சங்களைத் தாண்டிவிட்டது. அரசியல் கட்சிகளும், தலைவர்களும் சமூக வலைத் தளத்திற்குள் நுழைந்து பிரச்சாரங்களை வலுப்படுத்த விழைந்துள்ளனர். பிரதமர் வேட்பாளரான நரேந்திர மோடியும் சமூக வலைத்தளப் பிரச்சாரத்திற்கென 3000 பேரை நியமித்துள்ளார்.

சமூக வலைத்தளங்களின் வீரியத்தையுணர்ந்து உபயோகப்படுத்தும் அரசியல் தலைவர்கள் தமது கருத்துகளைச் சுதந்திரமாகப் பதிவுசெய்யும் வேளையில், மாற்றுக் கருத்துகளையும் விமர்சனங் களையும் தாங்கிக்கொள்வதில்லை. விமர்சனக் கருத்துக்களுக்கெதிராக எதிர் விமர்சனங்களைப் பதிவு செய்யாமல் கருத்துப் பதிவுகள் செய்தவர்கள் மீதே காவல் துறையை ஏவிவிடுகின்றனர்.

சுதந்திரக் கருத்துகளைப் பதிவுசெய்வதால் ஆபத்தில்லை யென்று நினைத்த அப்பாவிகள் பலரும் சிறையில் தள்ளப்பட்டனர். கருத்துச் சுதந்திரத்தை இந்திய அரசியலமைப்புச் சட்டம் அடிப்படை உரிமையாக்கியுள்ளபோதும், முறையற்ற சட்டப் பிரிவுகளால் அவை நசுக்கப்படுகின்றன.

சிவசேனைக் கட்சி அமல்படுத்திய பந்தின் பாதிப்பால் எதிர்ப்புத் தெரிவித்த இரு மாணவிகள் கைதுசெய்யப்பட்டதோடு அதிலொருவரின் உறவினரது மருத்துவமனையும் தாக்குதலுக்கு உள்ளாகியது. மம்தா பானர்ஜியின் கேலிச் சித்திரத்தை வெளியிட்ட கொல்கத்தா பேராசிரியர் கைதானார். மத்திய நிதியமைச்சரின் மகனைப் பற்றிக் கேள்வியெழுப்பியவர் புதுச்சேரியில் கைது செய்யப்பட்டார். சமூக வலைத்தளத்தில் பதிவு செய்வதோடு பணி முடிந்துவிட்டதென்ற மகிழ்ச்சியில் வீடு திரும்பியோர் வீட்டுக் கதவுகள் காவலர்களால் தட்டப்படும் நிகழ்வுகள் ஏறிக்கொண்டே போகின்றன.

கைதுகளை நியாயப்படுத்த *2000*ஆவது ஆண்டின் தகவல் தொழில்நுட்பச் சட்டத்தின் பிரிவு *66–A* சுட்டிக்காட்டப்படுகிறது. அதன்படி ஒருவர் தகவல் தொழில்நுட்பத்தின் மூலம், மின்னஞ் சல் அல்லது மின் செய்திகள் அனுப்பி யாருக்கேனும் எரிச்சல், சுகவீனம், ஆபத்து, தடுப்பு, நிந்தை, ஊறு நேர்ந்தாலோ மிரட்டல் விடுத்தாலோ அவர் கைதுசெய்யப்பட்டு *3* ஆண்டு சிறை தண்டனை விதிக்கப்படும். தெளிவற்ற வரையறைகள் மூலம் இதர சட்டங்களிலில்லாதவற்றையும் குற்றமாக்கி, கருத்துச் சுதந்திரத்திற்கெதிரான மிகப் பெரும் சவாலாக இப்பிரிவு உள்ளது.

மும்பை மாணவிகள் இச்சட்டப்பிரிவின்கீழ் கைது செய்யப் பட்டபோது உச்ச நீதிமன்றமே தனது கசப்பை வெளிப்படுத்தியது. இச்சட்டப்பிரிவைத் தவறாகப் பயன்படுத்தக் கூடாதென்று அரசை அறிவுறுத்தியது.

தனி மனிதக் கருத்துச் சுதந்திரம் விரும்புவோரனைவரும் இச்சட்டப் பிரிவை ரத்து செய்ய ஒரே குரலில் கோரிக்கை விடுத்தும் மத்திய அரசு அதை ஏற்றுக்கொள்ளவில்லை. அதற்குப் பதிலாக மாநில அரசுகளுக்குச் சட்டத்தை முறையாகப் பயன்படுத்தும்படி சுற்றறிக்கை விட்டதுடன் தனது கடமை முடிந்துவிட்டதென நினைக்கிறது.

சமீபத்தில் உயர் நீதிமன்ற உத்தரவின் மூலம் வலைத் தளமொன்று முடக்கப்பட்டது கருத்துச் சுதந்திரம் கோரும் ஆர்வலர்களால் கடுமையாகக் கண்டிக்கப்பட்டது.

வலைத்தளங்களைச் சமூக விரோத, சட்ட விரோதச் செயல்களுக்கும் பயன்படுத்தும் போக்கு கருத்துச் சுதந்திர வாதிகளைக் கவலைகொள்ள வைக்கிறது. சமீபத்தில் உ.பி.யிலுள்ள முசாபர்பூர் நகரில் நடந்த வகுப்புக் கலவரப் பின்னணியில் சமூகவலைத்தளத்தில் பதிவுசெய்யப்பட்ட விஷமப் பிரச்சாரங்களும் காரணமென்று தெரியவருகிறது.

எனவே த.தொ.நு. சட்டம் திருத்தப்படும்போது சமூக வலைத்தளத்தில் தீய சக்திகளின் செயல்களைத் தண்டிப்பது உறுதியாக்கப்படுவதோடு நியாயமான கருத்துச் சுதந்திரத்தைப் பாதுகாக்கவும் அரசு முன்வர வேண்டும்.

'நூலகங்களை மூடுங்கள், நூல்களைக் கொளுத்துங்கள்'

சென்ற வாரம் 'சம்ஸ்கிரிய அறக்கட்டளை' சில அரசு உயர்நிலைப் பள்ளிகளுக்குப் புத்தகங்களை இலவசமாக வழங்கி, அங்கே படிக்கும் பெரும்பான்மையான ஏழை மாணவர்களுடைய வாசிக்கும் திறனை வளர்க்கும் விதமாக 'Read-a-Way' என்ற திட்டத்தைத் தொடங்கியுள்ளது. அறக்கட்டளையின் அறங்காவலர் சந்தியா ஜெயசந்திரன் திட்டத்தை விளக்கினார். பள்ளி நூலகங்களுக்குப் புத்தகங்களைப் படிப்பதற்கும், வீட்டிற்கு எடுத்துச்செல்லவும், பள்ளிகள் அனுமதிக்கும்படியான நிபந்தனையுடன் வழங்கப்பட்டுள்ளதாகக் கூறினார். இது ஒரு நல்ல முயற்சி.

இவ்வாண்டு தமிழக அரசு 92 லட்சம் மாணவர்களுக்குண்டான விலையில்லாப் பாடப் புத்தகங்களை வழங்கியுள்ளது. மாணவர்கள் தேர்வு கண்ணோட்டத்துடன் மட்டுமே படிக்கிறார்கள். பொது வாசிப்புத் திறன் குறைந்து அறிவுசார் முறையில் அவர்கள் தம்மை வளர்த்துக்கொள்ளும் வாய்ப்பும் பின்தங்கியுள்ளது. பள்ளி மாணவர்களின் மொழி பேசும் திறனை வளர்க்கும் மென்பொருட்கள் மற்றும் ஒளி,ஒலி நாடாக்கள் சந்தையில் கிடைப்பினும் அவை பள்ளி நூலகங்களுக்கு வழங்கப்படுவதில்லை.

பள்ளி நூலகங்கள் மட்டுமல்ல, பொது நூலகங்களின் செயல்பாடே சந்தி சிரிக்கிறது. மக்களிடம் வாங்கப்படும் சொத்து வரியில் ஒரு

பகுதியாகக் கல்விச் சேவை வரி வசூலிக்கப்பட்டு, நூலகச் சேவைக்கும் தொகை ஒதுக்கப்பட்டு, நூலகங்களை நிர்வகிக்க நூலக ஆணைக்குழு *(Local Library Authority)* உருவாக்கப்பட்டுள்ளது. மாவட்ட நூலகங்கள், பொது நூலக இயக்குநர் தலைமையில் செயல்படுகின்றன. கடந்த 15 ஆண்டுகளாக, நூலக அறிவியல் பட்டம் பெற்ற அதிகாரி எவரையும் நூலக இயக்குநராக நியமிக்காததைப் பற்றி உயர் நீதிமன்றம் வழக்கொன்றில் அரசைக் கண்டித்தது. தகுதியில்லாப் பள்ளிக் கல்வி இணை இயக்குனர்கள் ஓய்வு பெறுமுன், ஊதிய உயர்வு மற்றும் அதிக ஓய்வூதியம் பெறும் வகையில் தள்ளப்படும் குப்பைக் கிடங்காக இயக்குநர் பதவி மாறிவிட்டது.

நூலகங்களுக்குப் புத்தகங்கள் வாங்குவதற்கான திறமையுள்ள தேர்வுக் குழுக்களை அமைப்பதில்லை. இயந்திரரீதியில் உருவாக்கப்படும் காகிதக் கூழ் வெளியீடுகள், அட்டைகளைப் புதுப்பித்துப் புதுவெளியீடாகப் பவனி வரும் பழைய புத்தகங்கள்தாம் பெரும்பாலும் வாங்கப்படுகின்றன. கடந்த மூன்று ஆண்டிற்கான புதுப்புத்தகங்களை வாங்குவதற்கான சீரிய முயற்சிகள் இதுவரை எடுக்கப்படவில்லை. வாங்கப்படும் இதழ்களில் அரசு மையங்கள் பற்றிய விமர்சனங்கள் இருந்தால் அவ்விதழ்களுக்கு உடனே தடா. *காலச்சுவடு* மாத இதழ் வெளியிட்ட அரசியல் விமர்சனத்திற்காகப் பொதுநூலகங்களில் அதன் விநியோகம் நிறுத்தப்பட்டது. உயர் நீதிமன்றம் அச்செயலுக்குக் கண்டனம் தெரிவித்துத் தடையை நீக்கியது. ஆட்சிகள் மாறினாலும் காட்சிகள் மாறுவதில்லை.

பெரும் பொருட்செலவில் அமைக்கப்பட்ட அண்ணா நூலகத்தை அழிக்க முனைந்த அரசின் முயற்சி உயர் நீதிமன்றத் தடையால் முளையிலேயே கிள்ளி எறியப்பட்டது. தடை விதித்தால் எமக்கென்ன? புத்தகங்கள் வாங்குவதை நிறுத்திவிட்டு நூலகத்தை பகல் நேர ஓய்வுக்கூடமாக மாற்ற விழையும் அரசின் செயல்பாட்டைப் புத்தக விரும்பிகள் முறியடிக்க வேண்டும்.

ஒரு மொழியை, ஒரு கலாச்சாரத்தை முறியடிக்க வேண்டுமென்றால் நூலகங்களை மூடுங்கள்! நூல்களைக் கொளுத்துங்கள்!! என்று சொல்வார்கள். சிங்களக் காடையர்களால் யாழ்ப்பாண நூலகம் கொளுத்தப்பட்டதற்கு உலகமெங்கும் கண்டனக்குரல் எழுப்பப்பட்டது. நாம் அந்நிகழ்விற்கு எதிர்ப்பு தெரிவிக்க முற்படுமுன் நமது நூலகங்களை முறையாகப் பேண முற்பட வேண்டும். செய்வீர்களா? நீங்கள் செய்வீர்களா??

குடும்ப நீதிமன்ற நடுவர்களுக்குக் குடும்பமே கிடையாதா?

மெட்ராஸ் உயர் நீதிமன்றத்தின் 150ஆம் ஆண்டு விழா கோடி ரூபாய் செலவில் தொடங்கியது. நீதிமன்றச் சிறப்பை விளக்கும் பாடலைக் கவிஞர் வைரமுத்து எழுதி பரத்வாஜ் இசையுடன் ஒலிபரப்பப் பட்டது. அன்றைய தலைமை நீதிபதியைப் புகழும் வண்ணம் இணைக்கப்பட்ட வரிகளிவை:

தலைமை நீதிபதியின் தனிச்சிந்தனையில் பிறந்தது
இந்திய நாட்டுக்கே முன்னோடியாய் அமைந்தது
விடுமுறைக்கால்க் குடும்ப நலநீதிமன்றம் – அது
நீதியின் மாண்மை நிலை நாட்டும்

தமிழ்ப்பாடல் ஆங்கிலத்திலும் இந்தியிலும் மொழிபெயர்க்கப்பட்டது. 150 ஆண்டுகளிலிருந்த 35 தலைமை நீதிபதிகளில், 11 வெள்ளைக்காரர்களை நீக்கிவிட்டால் மீதமுள்ள 24 பேர்களில் ஒருவருக்கு மட்டும் புகழ் சேர்க்க முனைந்தவர் யாரென்று தெரியவில்லை. மீதமுள்ள 23 தலைமை நீதிபதிகளின் சிறப்புகள் கூறப்படாததன் காரணமும் புரியவில்லை.

குடும்ப நீதிமன்றச் சட்டத்தின்படி 10 லட்சம் மக்கள் வசிக்கும் மாநகராட்சிகளில் குடும்ப நீதிமன்றங்களை ஏற்படுத்த வழிவகுக்கப்பட்டுள்ளது. சென்னையில் மூன்று நீதிமன்றங்களும், சில மாநகராட்சிகளில் ஒவ்வொரு நீதிமன்றமும் உள்ளன. விவாகரத்து, ஜீவனாம்சம், வாரிசுரிமை,

குழந்தைப் பராமரிப்பு பற்றிய வழக்குகளை விசாரித்த குடிமையியல் நீதிமன்றங்களின் அதிகாரம் இந்நீதிமன்றங்களுக்கு வழங்கப்பட்டுள்ளது. வாழ்க்கைப்படி வழங்கி வந்த குற்றவியல் நடுவர் நீதிமன்றங்களின் பொறுப்பும் தரப்பட்டது. அதிகார குவிமையத்தால் வழக்குகள் பெருமளவில் குவிந்து சென்னையில் மட்டும் 20,000 வழக்குகள் நிலுவையிலுள்ளன. அவற்றில் 60 சதவீதம் வழக்குகள் வெளிநாடுவாழ் இந்தியர்களால் போடப்பட்டுள்ளவை. விரைவில் வழக்குகளை முடிக்கும் ஆலோசனை பல மட்டங்களில் நடந்து வந்தாலும் 2010ஆம் ஆண்டு தலைமை நீதிபதி இக்பால் அந்நீதிமன்றங்கள் ஆண்டு முழுதும் (விடுமுறை நாட்களிலும்) செயல்பட அதிரடி உத்தரவைப் பிறப்பித்தார். அவ்வுத்தரவைப் பாராட்டியே பாடல் வரிகள் அமைக்கப்பட்டன.

விடுமுறைகளிலும் குடும்ப நீதிமன்றங்களை செயல்பட வைக்கும் அதிகாரம் உயர் நீதிமன்றத்திற்கு, கு.நீ.சட்டத்தின் 21ஆம் பிரிவில் கொடுக்கப்பட்டுள்ளது. உயர் நீதிமன்றத்தின் அனைத்து நீதிபதிகளடங்கிய கூட்டத்தில் விதிகள் வகுக்கப்பட்டு அரசின் கெஸட்டில் அவ்விதிகள் இதுநாள் வரை வெளியிடப்படவில்லை. தன்னிச்சையான முடிவையெதிர்த்துப் பெண் வழக்கறிஞர்கள் சங்கம் தர்ணா, பேரணி நடத்தியும் இம்முடிவில் மாற்றமில்லை. வழக்கறிஞர்கள் நீதிமன்றப் புறக்கணிப்புப் போராட்டத்தில் ஈடுபடப்போவதாக அறிவித்தவுடன் அவர்களில்லாமலேயே நீதிமன்றம் செயல்படுமென்று எச்சரிக்கப்பட்டனர். கு.நீ. சட்டத்தின் 13ஆம் பிரிவால் வழக்கறிஞர்கள் உரிமையுடன் நேரடியாக ஆஜராவதற்கு வழியில்லை. சமீபத்தில் குடும்ப நீதிமன்ற நீதிபதிகளுக்கு நடைபெற்ற பயிற்சி முகாமில் விடுமுறைக் காலங்களில் பணியாற்றுவதைப் பற்றி நீதிபதிகள் ஆயாசத்தையும், அதிருப்தியையும் வெளிப்படுத்தினர். வாரம் 7 நாட்களும் வீட்டைப் புறக்கணித்தால் என் குடும்ப வழக்கே இம்மன்றத்திற்கு வரவிருக்குமென்ற அச்சத்தையும் ஒருவர் தெரிவித்தார்.

அனைத்து நீதிமன்றங்களும் ஆண்டு முழுவதும் செயல்படும் என்றறிவித்தால் என்ன நடக்குமென்று சொல்லத்தேவையில்லை. 3 ஷிப்டுகளில் ஆண்டு முழுவதும் தொடர் உற்பத்தியில் ஈடுபடும் நூற்பாலை ஊழியர்களுக்குக்கூட சட்டத்தில் வார விடுமுறைகள் உண்டு. அதற்கீடு செய்ய 30 சதவீதத் தொழிலாளர்கள் தயார் நிலையில் வைக்கப்படுவார்கள். நீதிபதிகளை மட்டும் தொடர்ந்து செயலாற்றக் கட்டாயப்படுத்துவது அநீதி மட்டுமல்லாமல் அரசியலமைப்புச் சட்டத்திற்கே விரோதம்.

இந்த அநியாயத்தை எதிர்த்து வழக்கறிஞர் சுதா ராமலிங்கம் தொடுத்த வழக்கு நிலுவையிலுள்ளபோதே தற்போதைய பொறுப்புத் தலைமை நீதிபதி அக்னிஹோத்ரி அந்நீதிமன்றங்களுக்கு ஞாயிற்றுக்கிழமைகளில் விடுமுறை அறிவித்துள்ளது நம்பிக்கை தருகிறது.

ஊழியர்களுக்கான மேய்ப்பர்களின் தகுதி பற்றிப் பரிசுத்த வேதாகமம் கூறுகிறது:

"உங்களுக்கு என் இருதயத்துக்கு ஏற்ற மேய்ப்பர்களைக் கொடுப்பேன்,

அவர்கள் உங்களை அறிவோடும் புத்தியோடும் மேய்ப்பார்கள்."

(எரேமியா 3:15)

நாமும் ஜெபிப்போம்.

ஓய்வு விழாக்களுக்கு ஓய்வளிப்போம்

உயர் நீதிமன்ற நீதிபதி சுகுணா ஓய்வு பெற்றபோது வழியனுப்பு விழாவையும், விருந்து உபசாரங்களையும் மறுத்துவிட்டார். திருச்சி வழக்கறிஞர்களிடம் நீதிமன்றங்களின் தொடர் புறக்கணிப்பு கட்டப்பஞ்சாயத்துக்களுக்கே வழி வகுக்குமென்று சில மாதங்களுக்கு முன் எச்சரித்தார். 1929இல் கடமையைச் செய்துவிட்டுப் போவதற்கு விழா வைபவங்கள் தேவையில்லையெனக்கூறி நீதிபதி ஜாக்சன் தாயகத்திற்குக் கப்பலேறினார். மாற்று மரபுகளுக்கு வழிகோலுவோருக்கு நன்றி.

உச்ச நீதிமன்றம் உருவானபோது வழியனுப்பு விழாக்களை நடத்த அட்டார்னி ஜெனரல் எம்.சி. செதல்வாட் மறுத்ததோடு அவ்வைபவங்களின் செயற்கைத் தன்மைகளை வெளிச்சம் போட்டுக் காட்டினார். பதவி முடிந்து செல்பவர் பற்றிய புகழுரைகள், வார்த்தை ஜாலங்களே! அவற்றில் உண்மையேதுமிருக்காதென்றார்.

ஓய்வு பெறுமுன் தலைமை நீதிபதி அகர்வாலுக்கு நான் எழுதிய கடிதத்தில் செதல்வாட் தெரிவித்த கருத்துகளை நினைவூட்டி விழா வைபவங்களை ஏற்க மறுத்துவிட்டேன். அவற்றால் ஏற்படும் மனித ஆற்றல் இழப்புகளையும், அரசுக்குண்டாகும் அதீத செலவினங்களைத் தவிர்க்கும் படியும்

குறிப்பிட்டிருந்தேன். அக்கடிதமெழுதி பல மாதங்களாகியும் அது எவ்வித விளைவுகளையும் ஏற்படுத்தவில்லை.

உயர் நீதிமன்ற, உச்ச நீதிமன்ற நீதிபதிகளுக்கான ஓய்வு வயது பற்றிய சர்ச்சைகள் தற்போது கிளம்பியுள்ளன. சில ஆண்டுகளுக்கு முன்னால் மாநிலங்களவையின் நியமன உறுப்பினரான சட்ட மேதை நாரிமன் தனி நபர் அரசியல் சட்டமைப்புக்கு திருத்த மசோதாவை முன்மொழிந்தார். உயர் நீதிமன்ற நீதிபதிகளுக்கு 62, உச்ச நீதிமன்ற நீதிபதிகளுக்கு 65 என்று ஓய்வு வயதிருப்பது பாரபட்சமானது, உயர் நீதிமன்ற நீதிபதிகளுக்கான வயதை உயர்த்திவிட்டால் பலர் தங்களது உச்ச நீதிமன்ற பதவிக்கான வேட்டையை நிறுத்திவிட்டு அதே உயர் நீதிமன்றத்தில் பணியாற்றி ஓய்வு பெறவே விழைவர். அதனால் உச்ச நீதிமன்றத்திற்கு சிறப்பானவர்களைத் தேர்ந்தெடுக்க வாய்ப்புண்டு என்றார்.

அன்றைய அரசு, தானே அப்படிப்பட்ட முயற்சியில் இருப்பதாகவும், தனி நபர் மசோதாவை அவர் திரும்பப்பெற வேண்டும் என்றும் அறிவுறுத்தியது. இந்நிகழ்வு நடைபெற்று ஆண்டுகள் பத்தாயினும் அப்படியொரு மசோதா இன்னும் சட்டமாக்கப்படவில்லை. தற்போதைய சட்ட அமைச்சரும் இக்கருத்தையே வெளியிட்டுள்ளார். இதற்குள் உயர் நீதி மன்றத்திலும், உச்ச நீதிமன்றத்திலும் நீதிபதிகள் வயதை உயர்த்த உத்தரவிடக் கோரிய பொதுநல மனுக்கள் தள்ளுபடி செய்யப்பட்டன.

நீதிபதிகளை நீதிபதிகளே நியமனம் செய்துகொள்வோம் என்ற 1993ஆம் ஆண்டு தீர்ப்புக்கு இன்று பல விமர்சனங்கள் எழுந்துள்ளன. நீதிபதி ஓய்வு பெறும் தேதிக்கு ஆறு மாதங்களுக்கு முன்னரே அவரது பதவியில் புதிய நபரை நியமிக்கப் பரிந்துரைத்து தொய்வேற்படுத்தாத நடைமுறைகளிருப்பினும் இன்று நாடுமுழுதுமுள்ள உயர் நீதிமன்றங்களில் 264 பதவிகள் காலியாக உள்ளன. மொத்தப் பணியிடங்களில் இவை மூன்றில் ஒரு பங்காகும். தற்போதுள்ள நீதிபதி பணியிடங்களை மேலும் 25 சதவீதம் உயர்த்த மத்திய அரசு மாநில அரசுகளின் கருத்துகளைக் கேட்டுள்ளது. அதன்படி சென்னை உயர் நீதிமன்றத்திலுள்ள நீதிபதி பதவிகள் 75 ஆக உயர வாய்ப்புண்டு.

வெளி மாநிலத் தலைமை நீதிபதி நியமனக் கொள்கையால் விபரீதமான விளைவுகளே ஏற்பட்டுள்ளன. தலைமையேற்கும் புதிய நீதிபதிகளுக்கு உள்ளூர் நிலைமைகள் புரிவதற்கே ஆண்டுக்கணக்காகும். அதன்பின்னர் உரிய நபர்களைக் கண்டெடுத்து நீதிபதிக் குழுவின் மூலம் பரிந்துரை செய்வதில்

தாமதமும், மாநில, மத்திய அரசுகளுடன் கலந்தாலோசனைகளும் தேக்க நிலையை உண்டாக்கிவிட்டன.

மத்திய அரசின் முன்னுள்ள சவாலை முறியடிக்க உயர் நீதிமன்ற நீதிபதிகளின் ஓய்வு வயதை 65ஆக உயர்த்தவும், காலியிடங்களைத் தாமதமின்றி நிரப்ப புதிய நியமன நடைமுறைகளைக் கொண்டுவரவும் அரசியலமைப்புச் சட்டம் உடனடியாகத் திருத்தப்பட வேண்டும்.

உடலும் உள்ளமும் நலந்தானா?

அக்டோபர் 10 அன்று உலக மனநல தினம். மனநோய் பற்றிய விழிப்புணர்வுக்காக அத்தினம் ஒதுக்கப்பட்டாலும், அந்நோய் பற்றிய புரிந்துணர்வு நம்மிடையேயில்லை. இப்பிரச்சினை மேலை நாடுகளுக்கு உரித்தானவையென்ற அலட்சியம் இங்குண்டு. மக்கட்தொகை லட்சம் பேருள்ள ஊர்களில் குறைந்தது 300க்கும் மேற்பட்டோர் மனநோயால் பாதிக்கப்பட்டுள்ளனர். மன நோயைக் குணப்படுத்த ஏர்வாடி, குணசீலம் என்றலைவதும் தப்பித்தவறி மனநோய் நிபுணரிடம் கலந்தாலோசனை செய்வோருக்குப் பைத்தியப் பட்டம் கட்டுவதுமே நடப்பிலுள்ளது. கன்னியாகுமரியில் பிச்சையெடுத்தவர்களை அகற்ற நினைத்த ஆட்சியர் அவர்களை ஊர் கடத்தி, சென்னை மனநல மருத்துவமனையில் சேர்த்த சம்பவமும் இங்கு நடந்தது.

நம்மால் எவரது மனநலனையும் விசாரிக்க முடிவதில்லை. 'உடலும் உள்ளமும் நலந்தானா?' என்று தில்லானா மோகனாம்பாக்கள் மட்டுமே கேட்க முடியும்.

காலனி ஆதிக்கத்தில் 1912ஆம் ஆண்டு கொண்டுவரப்பட்ட 'இந்திய பைத்தியக்காரர்கள் சட்டம்' ரத்து செய்யப்பட்டு, 1987ஆம் ஆண்டு மனநலச் சட்டம் நாடாளுமன்றத்தால் இயற்றப் பட்டது. இச்சட்டம் மனநோயாளிகள் யார் என்பதைத் தீர்மானிக்கும் அதிகாரத்தை மனநல

மருத்துவரடங்கிய மருத்துவக் குழுவிடம் ஒப்படைத்தது. அம்மருத்துவக் குழு அளிக்கும் சான்றிதழே இறுதியானது. மனநோயென்பது பலவகைப்பட்டாலும், மனநோயாளியென்பவர் நோயால் பாதிக்கப்பட்டுத் தீவிர சிகிச்சை பெறப்பட வேண்டிய நபர் என்றுதான் சட்டம் வரையறுத்துள்ளது.

தூத்துக்குடி கிராமமொன்றில் அங்கன்வாடி ஊழியராகப் பணியாற்றிய தமிழரசி என்ற பெண், மாவட்ட ஆட்சியரின் உத்தரவின் பேரில் பணிநீக்கம் செய்யப்பட்டார். பட்ட மேற்படிப்பு பெற்ற அவர் வேலை நேரம் தவிர தன்பகுதி ஏழைப் பிள்ளைகளுக்குப் படிப்புதவி செய்தார். மாவட்ட திட்ட அதிகாரிக்கும், அவருக்கும் ஏற்பட்ட மனக்கசப்பில் முரண்மூளைநோய் (schizophrenia) அவருக்கு இருப்பதாகக் கூறி தற்காலிகப் பணிநீக்கமும் பின்னர் சட்ட அதிகாரம் பெறாத மருத்துவரளித்த சான்றிதழின் பேரில் வேலை நீக்கமும் செய்யப்பட்டார். உயர் நீதிமன்றத்தில் முறையிட்ட அவரது வழக்கை விசாரித்த நீதிமன்றம், மதுரை அரசு ராஜாஜி மருத்துவமனையிலுள்ள மனநோய் பிரிவின் தலைவரிடம் அவரது நோய் பற்றி விளக்கம் கேட்டது. உள்நோயாளியாக 4 வார கண்காணிப்பிற்குப் பிறகு, வேலை செய்ய முடியாத அளவிற்கு முற்றிப்போன நோய் அவரிடமில்லையெனவும் தக்க மருந்துகளை உட்கொண்டால், சாதாரண மனிதர் போல வேலை பார்க்க முடியுமென்றும் பிரிவுத் தலைவர் சான்றிதழ் வழங்கினார்.

உயர் நீதிமன்றம் 2007ஆம் ஆண்டு உலக மனநலத் தினத்தன்று ஒரு முக்கிய தீர்ப்பை வழங்கியது. எவ்வித ஆதாரமுமில்லாமலும், விசாரணையின்றியும் தமிழரசி நீக்கப்பட்டதைக் கண்டித்து மறுபடியும் வேலை, பின்சம்பளத்துடன் அவரைச் சேர்த்துக் கொள்ள உத்தரவிட்டது. மனநோய் பற்றிய புரிதலற்ற மாவட்ட ஆட்சியருக்கு ரூ. 5000 அபராதமும் விதிக்கப்பட்டது.

அரசு ஊழியர் பதவியிலிருக்கும்போது மனநோய் ஏற்பட்டுத் தொடர்ந்து பணியாற்றவியலாத நிலை (mental disability) ஏற்பட்டாலும் அவரைப் பதவியிலிருந்து அரசு நீக்க முடியாது ஏனெனில் 1995ஆம் ஆண்டின் ஊனமுற்றோர் (சம வாய்ப்பு, உரிமைகள் பாதுகாப்பு மற்றும் முழுப்பங்காற்றும்) சட்டத்தின் 47ஆம் பிரிவின்படி மனநலன் குன்றியோரைப் பதவி நீக்கம் செய்யத் தடையுள்ளது என்பதும் தீர்ப்பில் முதன்முறையாகச் சுட்டிக்காட்டப்பட்டது.

இன்று தமிழரசி உயிருடனில்லையெனினும் அவர் நடத்திய சட்டப் போராட்டம் அதிகாரிகளின் கண்களைத் திறந்தது.

மாற்றுத் திறனாளிகளை (ஏ)மாற்றும் சட்டம்

உச்ச நீதிமன்றம் மாற்றுத் திறனாளிகளுக்கு வேலை வாய்ப்பளிக்க அரசுப் பதவிகளில் 3 சதவீத இட ஒதுக்கீட்டை கட்டாயமாக அமல்படுத்த மத்திய மாநில அரசுகளுக்குக் கடந்த வாரம் உத்தரவிட்டுள்ளதைப் பலரும் வரவேற்றுள்ளனர். அத்தீர்ப்பு புதிய உரிமை ஒன்றையும் ஏற்படுத்தவில்லை. 1995ஆம் ஆண்டின் ஊனமுற்றோர் (சம வாய்ப்பு, உரிமைகள் பாதுகாப்பு மற்றும் முழுப்பங்காற்றும்) சட்டம் அளித்த உரிமைகளைச் செயல்படுத்த வலியுறுத்தப்பட்டுள்ளது. அச்சட்டத்தின் 33ஆம் பிரிவில் மாற்றுத் திறனாளிகளுக்கு 3 சதவீத இட ஒதுக்கீடு மட்டுமே வழங்கப்பட்டுள்ளது. 32ஆம் பிரிவில் எத்தகைய பதவிகளில் இட ஒதுக்கீடு சாத்தியமென்பதை அதற்கான குழுவின் மூலம் ஆராய்ந்து, அரசுகளுக்கு உத்தரவிட அதிகாரமுள்ளது. 3 சதவீத இடஒதுக்கீடு செய்து மத்திய மாநில அரசுகள் அரசாணைகளை ஏற்கனவே வெளியிட்டுள்ளன. உத்தரவுகளை அமல்படுத்த மாநிலங்களில் தனியாக ஆணையர்கள் நியமிக்கப்பட்டுள்ளனர். இருப்பினும் ஏன் அதிருப்தி நிலவிவருகிறது?

மாற்றுத் திறனாளிகளுக்கான இட ஒதுக்கீடு மறுக்கப்பட்ட பதவிகள் குறித்துப் பல

வழக்குகள் வந்துள்ளன. இந்திய ஆட்சிப் பணித் தேர்வில் பார்வையற்ற மாற்றுத் திறனாளிகளும் பங்கெடுக்கலாமென்று உச்ச நீதிமன்றம் உத்தரவிட்டுள்ளது. உரிமையியல் நீதிபதி களுக்கான தகுதித் தேர்வில் பார்வையற்ற மாற்றுத் திறனாளிகள் பங்கெடுக்கவும் உயர் நீதிமன்றம் உத்தரவிட்டுள்ளது.

செவித்திறன் கேளாத மாணவரொருவர் ஆரம்ப கட்டத்தில் அதற்கான தனிப்பள்ளியில் படித்து, பின்னர் பொதுப் பள்ளியொன்றில் இடம் மறுக்கப்பட்டபோது அப்பள்ளியின் உத்தரவை உயர் நீதிமன்றம் ரத்து செய்தது. மாற்றுத் திறனாளிகளுக்கான ஒதுக்கீட்டில் மருத்துவக் கல்லூரிகளில் தவறான சான்றிதழ்களின் அடிப்படையில் சேரும் முயற்சிக்கு முற்றுப்புள்ளி வைக்க அச்சான்றிதழ்களை மறுபரிசீலனை செய்ய தமிழக அரசு அமைத்த உயர்மட்டக் குழுவிற்கு உயர் நீதிமன்றம் ஒப்புதலும் அளித்தது.

ஆனாலும் மொத்தப் பதவிகளில் 3 சதவீத இட ஒதுக்கீடு என்பது 100 பதவிகளுக்கு விண்ணப்பங்கள் கோரும்போது மட்டுமே நடைமுறைப்படுத்தப்படும். 3 சதவீத ஒதுக்கீட்டிலும் உடல் ஊனமுற்றோர், செவித்திறனற்றோர் மற்றும் பார்வையற்றோருக்குத் தலா 1 சதவீத இடஒதுக்கீடு மட்டுமே செய்யப்பட்டுள்ளது. தற்போது அரசு மற்றும் அரசு சார்ந்த நிறுவனங்களில் அப்படிப்பட்ட வேலை வாய்ப்புகள் அருகி வருவதால் மாற்றுத் திறனாளிகளுக்கான பணி ஒதுக்கீடுகள் கானல் நீராகிவிட்டன. குறிப்பிட்ட சில பதவிகளில் செவித்திறன் கேளாத அல்லது பார்வையற்ற மாற்றுத் திறனாளிகளுக்கு வாய்ப்பளிப்பதில்லை. பெரும்பாலும் உடல் ஊனமுற்ற மாற்றுத் திறனாளிகளே இவ்வொதுக்கீட்டு அடிப்படையில் பணி நியமனம் பெறுகின்றனர். எத்தனை சதவீதம் உடல் ஊனம் இருந்தால் அவ்வொதுக்கீட்டில் அவர்களுக்குப் பதவி கிடைக்குமென்பதைப் பற்றியும், அவர்கள் கொண்டுவரும் சான்றிதழ்களின் நம்பிக்கையின்மை பற்றியுமே பல வழக்குகள் நீதிமன்றத்திற்கு வந்துள்ளன.

அரசு சார்ந்த பதவிகள் தவிர்த்து வேலை வாய்ப்புள்ள தனியார் நிறுவனங்களில் பணியாற்றவும் வழியில்லை. டால்கோ இன்ஜினியரிங் கம்பெனி வழக்கில் இச்சட்டம் தனியார் நிறுவனங்களுக்குப் பொருந்தாதென்று 2010இல் உச்ச நீதிமன்றம் தீர்ப்பளித்தது. இச்சட்டத்தைத் தனியாருக்குப் பொருந்துமாறு திருத்த மத்திய அரசு முன்வரவில்லை.

வேலை வாய்ப்புகள் தவிர அச்சட்டத்தின் 38ஆம் பிரிவில் மாற்றுத் திறனாளிகளுக்கு உதவ பல்வேறு திட்டங்களை அரசுகள் உருவாக்க வேண்டுமெனக் கூறப்பட்டுள்ளது. மதுரை மாநகராட்சிக்குச் சொந்தமான கடைகள் (அ) சந்தைகளில் மாற்றுத் திறனாளிகளுக்கு இட ஒதுக்கீடு செயல் திட்டம் வகுக்கும்படி உயர் நீதிமன்றம் போட்ட உத்தரவு இன்னும் நிறைவேற்றப்படவில்லை. வேலை வாய்ப்புகள் அருகி வரும்போது வேறு திட்டங்களை அரசு உருவாக்கினால் மட்டுமே மாற்றுத் திறனாளிகளின் வருத்தம் ஓரளவுக்குத் தணியும். மனமிருந்தால் மார்க்கமுண்டு.

கனம் கோர்ட்டாரே!

‘அங்கத்திலே குறை இருந்தாலும் அன்பு குறைவதுண்டோ?’

திரைப்படப் பாடலொன்றின் இவ்வரிகளைப் புரிந்துகொள்ளும் அவசியம் காவல் துறைக்குத் தேவை. ஆசிரியர் பயிற்சி பெற்ற பார்வையற்ற மாற்றுத் திறனாளிகள் ஆசிரியர் தகுதித் தேர்வில் அரசு நிர்ணயித்த குறைந்தபட்ச மதிப்பெண்ணான 60 சதவீதத்தைக் குறைக்கும்படி பல்வேறு போராட்டங்களைச் சென்னையில் நிகழ்த்தினர். முன்னறிவிப்பின்றிப் போராடியவர்களைச் சமாளிக்கத் தெரியாமல் காவலர்கள் பெண்களிடம் கடுஞ்சொற்களைப் பிரயோகித்ததுடன் போராடியவர்களை வாகனங்களில் ஏற்றிச்சென்று தொலை தூரப் பகுதிகளில் நிர்க்கதியாக இறக்கி விட்டனர். வெள்ளைக் குச்சி உதவியுடன் வழக்கமான பாதையில் செல்பவர்களைத் தவிக்க விட்ட அங்கதர்களான காவலர்களுக்கு உடனடித் தேவை உளரீதியியல் பயிற்சியே.

பார்வையற்ற மாற்றுத்திறனாளிகளின் கோரிக்கைகளுக்குச் செவிகொடுக்க சமூக நலத் துறையினருக்கு நேரமில்லை. இறுதியில் நசுரூல்லா என்ற பார்வையற்ற வழக்கறிஞர் விடுத்த வேண்டுகோளை சுயமான ரிட் மனுவாக நீதிமன்றம் ஏற்றபின் போராட்டம் தள்ளி வைக்கப்பட்டுள்ளது. முதலமைச்சரும் தனிப்பட்ட நிகழ்வாக அவர்களுக்கு

மீண்டுமொரு தகுதித்தேர்வு வைக்க உத்தரவிட்டுள்ளது வரவேற்கத்தக்கது.

குழந்தைகளுக்குக் கட்டாய இலவசக் கல்வி சட்டமியற்றிய பின் ஆசிரியர் பயிற்சி பெற்றிருப்போரின் தகுதியை அறிந்துகொள்ள தகுதித்தேர்வு முறை அறிமுகப்படுத்தப்பட்டது. ஆசிரியர் பயிற்சிப் பள்ளிகளில், அரசு நிதி உதவி பெறும் பள்ளிகள் தவிர, நூற்றுக்கணக்கான சுயநிதிப் பள்ளிகளிலும் பயின்று பட்டயப் படிப்பில் தேர்ச்சி பெறும் அனைவரின் திறனும் சோதிக்கப்பட வேண்டும். ஆசிரியர் பதவிகளுக்கு வேலைவாய்ப்பகப் பதிவு மூப்பின் அடிப்படையில் மட்டுமே தேர்ந்தெடுக்கப்படும் வழக்கம் நம்நாட்டில் மட்டுமே உண்டு. மேல்நிலைப் பள்ளியாசிரியர் பதவிகளுக்குக் கோரப்படும் விண்ணப்பத்தில் 57 வயது வரை விண்ணப்பிக்கலாமென்று அறிவிக்கப்பட்டுள்ளது. 57 வயதில் நியமனம் செய்யப்படுபவர் ஓராண்டு மட்டுமே சேவையாற்ற முடியும். ஆசிரியர் பயிற்சியில் பட்டம் (அ) பட்டயம் பெற்றதை மட்டுமே வைத்து வேலையளிப்பது முறையற்றது. கல்வித் தகுதி பெற்ற அனைவருக்கும் போதிக்கும் திறன் *(teaching skill)* இருக்குமென்று நம்பமுடியாது. அரசுப் பள்ளிகளிலுள்ள மாணவர்களில் 5ஆம் வகுப்பைத் தாண்டிய பின்னும் அரிச்சுவடி படிக்க முடியாதவர்கள் பலருண்டு.

உள்கட்டமைப்பு வசதியின்றி மாட்டுக் கொட்டகைகளில் நடத்தப்படும் பயிற்சிப் பள்ளிகளில் தேர்ச்சி பெற்றோரின் உண்மையறிவைச் சோதிக்கவே தகுதித்தேர்வு அறிமுகப்படுத்தப் பட்டுள்ளது. லட்சக்கணக்கானோர் பங்கேற்றும் 0.67 சதவீதம் மட்டுமே முதல் தேர்விலும், இரண்டாவது வாய்ப்பில் மூன்று சதவீதத்திற்கும் குறைந்தவர்களே தேர்வு பெற்றனர். பயிற்சி பெற்ற லட்சக்கணக்கானோரில் ஆசிரியர் பதவிக்குத் தகுதியானோர் ஒரு சில விழுக்காடென்பது அதிர்ச்சியளிக்கிறது. இத்தேர்வு பதவிக்கான போட்டித் *(competition)* தேர்வல்ல, தரத்தேர்வு *(standardization)* மட்டுமே.

பட்டியலினத்தைச் சேர்ந்த சிலர் தேர்வுக்கு நிர்ணயிக்கப்பட்ட குறைந்தபட்ச 60 சதவீதம் மதிப்பெண்ணைக் குறைக்கக் கோரிய வழக்குகளை உயர் நீதிமன்றம் நிராகரித்தது. மதிப்பெண்ணைக் குறைக்கும் சமரசத்திற்கு இடம் கொடுக்கவில்லை. தகுதித் தேர்வின் நோக்கம் ஒடுக்கப்பட்ட சமுதாயத்திலிருந்து வரும் ஏழை மாணவர்களுக்கும் தரமான கல்வி *(quality education)* அளிப்பதேயென்று உச்ச நீதிமன்றமே கூறியுள்ளது. சென்னை உயர் நீதிமன்றத்தின் உத்தரவை உச்ச நீதிமன்றம் உறுதிப்படுத்தியுள்ளது. ஆனாலும் தேர்தலை மனதில் வைத்து மாநில அரசு தகுதித்

தேர்வுகளுக்கும் இடஒதுக்கீட்டுச் சலுகைகளை வழங்கியுள்ளது அத்திட்டத்தின் தொலை நோக்குப் பார்வைக்குத் தடங்கல் ஏற்படுத்தியுள்ளது.

மாற்றுத்திறனாளிகளுக்கு உதவவிழையும் சட்டத்தின் நோக்கம் அவர்களுக்கு அனைத்திடங்களிலும் சம வாய்ப்பு அளிப்பதற்கே, சலுகைகளுக்கல்ல. எனவே மதிப்பெண்ணைக் குறைக்க அவர்களில் சிலர் போட்ட ரிட் மனுக்களும் உயர் நீதிமன்றத்தால் தள்ளுபடி செய்யப்பட்டது.

இப்பிரச்சினையின் முழுப் பரிமாணத்தையுணர்ந்து தனி நிகழ்வாக நடத்தவிருக்கும் தகுதித் தேர்வில் வெற்றிபெற மாற்றுத்திறனாளிகள் முயல வேண்டும்.

போக்குவரத்தால் ஊனமுற்றோர்

பேருந்துகளை ஓட்டிச் சென்றபோதே இரு ஓட்டுநர்களுக்கு நெஞ்சுவலி ஏற்பட்டு உயிரிழந்த செய்திகள் சமீபத்தில் வெளியாயின. அவ்வோட்டுநர்களின் சமயோஜித முயற்சியால் பயணிகள் உயிர்தப்பினர். விமான ஓட்டிகள் மருத்துவ, போதைக்கான சோதனைகளுக்குப் பின்னரே விமானங்களை இயக்க அனுமதிக்கப்படுவர். அது போன்ற முயற்சிகளைப் போக்குவரத்துக் கழகங்கள் எடுத்தால் பயணிகளின் உயிர் – உடமைகளுக்கும் பாதுகாப்பேற்படும்.

ஓட்டுநர்களுக்கான உடற்பரிசோதனைகள் குறிப்பிட்ட கால இடைவேளைகளில் கட்டாய மாக்கப்பட வேண்டுமென்றெடுத்த முயற்சிகளும், பார்வைத் திறனைச் சோதிக்க முற்பட்ட முயற்சிகளும் தோல்வியடைந்தன. அப்படிப்பட்ட சோதனைகளுக்குப் பிறகளிக்கப்படும் மருத்துவச் சான்றிதழ்களின் பேரில் உடற்தகுதித் திறனில்லை யென்று நிர்வாகங்கள் பணியிலிருந்து நீக்கிவிடுமென்ற அச்சத்தில் ஊழியர்கள் அப்படிப்பட்ட முயற்சிகளைத் தவிர்த்தனர்.

சாலை விபத்துகளுக்கும் பயணிகளின் உடலூறுக்கும் ஓட்டுநர்களின் கவனக்குறைவே காரணமென்று அவர்கள்மீது ஒழுங்கு நடவடிக்கைக

ளெடுத்துத் தண்டிக்கப்பட்டதும், அவர்கள்மீதுள்ள குற்றவியல் வழக்குகளில் அவர்களையே தற்காத்துக்கொள்ளும்படி கூறப்படுவதும் நடைமுறையாகிவிட்டது. பாதிக்கப்பட்ட பயணிகள் நஷ்டஈடு கோரிய வழக்குகளில் கழகங்கள் தங்களது ஓட்டுநர்கள் கவனமாகவே பேருந்தைச் செலுத்தினரென்று வாதாடுவதும், பின்னர் துறை விசாரணைகளில் அவர்களது கவனக் குறைவால் மட்டுமே விபத்து ஏற்பட்டதென்று கூறுவதும் விசித்திரச் செயல்களே.

பயணிகளைப் போலவே விபத்துகளில் ஓட்டுநர்களும் நடத்துநர்களும் ஊனமுறுவது அன்றாட நிகழ்வுகளாகிவிட்டன. 1995ஆம் ஆண்டின் ஊனமுற்றோர் (சம வாய்ப்பு, உரிமைகள் பாதுகாப்பு, மற்றும் முழுப்பங்காற்றும்) சட்டம் வரும்வரை ஊனமுற்ற ஊழியர்கள் உடல் தகுதியின்மை கருதி பணியிலிருந்து நீக்கப்பட்டனர். அன்றிருந்த ஒரே உரிமை வேலையாள் இழப்பீட்டுச் சட்டத்தின்படி நஷ்ட ஈடு கோரிப் பெறுவதே.

1995ஆம் ஆண்டு சட்டம் வந்தபின் நிலைமையே தலைகீழாக மாறிவிட்டது. பதவியிலிருக்கும் ஊழியர்களைப் பணிக்காலத்திலேற்படும் உடல் (அ) உள்ளக் குறைபாட்டால் வேலையை விட்டு நீக்கத் தடையும், அதே பணியைத் தொடர முடியாதென்றால் மாற்றுப் பணியில், பழைய ஊதியத்திலேயே பணி தொடரச் சட்டத்தின் 47ஆவது பிரிவு நிர்ப்பந்திக்கிறது. ஊனமுற்ற ஊழியர்களால் மாற்றுப் பணியையும் செய்யமுடியாவிட்டால் ஓய்வடையும்வரை அவர்களுக்கு முழு ஊதியமளிக்க உத்தரவாதமுள்ளது. விபத்துகளைத் தவிர பணியிலுள்ளபோது செவித்திறனிழப்பு, பார்வை குன்றல், மனநிலை பாதிப்பு போன்ற குறைபாடுகளுக்கும் இச்சலுகையுண்டு.

கடந்த 10 ஆண்டுகளில் உயர் நீதிமன்றத்தில் இச்சட்டப் பிரிவின் கீழ் நிவாரணம் கேட்டு ஆயிரக்கணக்கான வழக்குகள் போடப்பட்டன. ஊழியர்களுக்களிக்கப்பட்ட சாதகமான தீர்ப்புகளுக்கெதிராகப் பெரும் பொருள்செலவில் நூற்றுக்கணக்கான மேல்முறையீடுகளையும் கழகங்கள் தாக்கல் செய்தன. பல உத்தரவுகள் அமல்படுத்தப்படுத்தாத நிர்வாக இயக்குநர்கள் பலர்மீது நீதிமன்ற அவமதிப்பு வழக்குகளும் நிலுவையிலுள்ளன. இவற்றைத் தவிர்க்க உள்துறை கண்காணிப்புக் குழுக்களை ஏற்படுத்தி, சட்ட நிவாரணமளித்து, ஊழியர்களை நீதிமன்ற உத்தரவு பெற்றுவந்தால்தான் நிவாரணமளிக்கப்படுமென்று நிர்ப்பந்திக்கக்கூடாதென்று ஒரு தீர்ப்பில் கூறப்பட்டது.

நிரந்தர நிகழ்வுகளாகிவிட்ட சாலை விபத்துகளுக்கு ஊழியர்கள்மீது மட்டும் பழி போடாமல், தங்களது நிர்வாகச் சீர்கேடுகளைக் களைய போக்குவரத்துக் கழகங்கள் முன்வரவேண்டும். அதே சமயத்தில், ஊனமுற்ற ஊழியர்களை மாற்றுப்பதவி என்ற பெயரில் அதே ஊதியத்துடன் ஊழியர்களை எவ்வேலையுமின்றி வைத்துக்கொள்வது நிர்வாகத்திற்கு மேலும் நஷ்டத்தையே உண்டாக்கும். இப்படிப்பட்ட சிக்கலைத் தவிர்க்கச் சட்டத்தை உரிய முறையில் திருத்தவும் அதே சமயத்தில் பணியின்போது ஊனமுற்ற ஊழியர்களுக்குப் பாதுகாப்பளிப்பதற்கும் நாடாளுமன்றம்தான் முன்வர வேண்டும்.

கனம் கோர்ட்டாரே!

மாயாண்டி தொடுத்த வழக்கு

'பஸ் தினம்' என்று பேருந்துகளின் கூரையின் மேல் களிநடனம் புரியும் மாணவர்களின் புகைப்படங்கள் தினசரி வந்தவண்ணமுள்ளன. இதையெதிர்த்துப் போடப்பட்ட பொதுநல வழக்கில் உயர் நீதிமன்றம் கொடுத்த உத்தரவுகளை அமல்படுத்த அரசு என்ன முயற்சிகள் எடுத்துள்ளது என்று தெரியவில்லை. புளி மூட்டைகள் போல தொங்கிச் செல்லும் பயணிகளின் அவல நிலையைக் களைய பேருந்துகளின் சேவை அதிகரிக்கப்படுவதில்லை. பீகார், மேற்குவங்க மாநிலங்களில் பேருந்துகள், ரயில் வண்டிகளில் பயணிகளின் கூரைப் பயணம் நிரந்தரக் காட்சி.

ஏர்–இந்தியா விமானங்களிலுள்ள நெருக்கமான இருக்கைகளைப் பார்த்து கால்நடை வகுப்புகள் (cattle class) என்றழைத்த மத்திய அமைச்சர் சசிதரூர் பதவி விலக நேரிட்டது. கோழிகளையும் ஆடுகளையும் பேருந்தில் ஏற்றிச் செல்ல அனுமதித்த வடிவேலுவின் நகைச்சுவையைத் திரையரங்குகளில் ரசித்துவிட்டு நிஜ வாழ்க்கையில் அவதிப்படுவது நம்மவர்களின் 'ஸ்டைல்'.

1970களுக்கு முன்பு பேருந்துகளை அரசுப் போக்குவரத்துத் துறை இயக்கியது. அன்றைய ஊழியர்களின் மாத ஊதியம் ரூ. 150க்கும் குறைவு. பேருந்தில் எத்தனை இருக்கைகள் இருக்கலாமென்பதும், நகரப் பேருந்துகளில் நின்ற வண்ணம் (standees) எத்தனை பயணிகள் செல்லலாமென்பதும் மோட்டார் வாகனச்

கே. சந்துரு

சட்டத்தால் வரையறுக்கப்பட்டுள்ளது. 25 பேர் நின்றபடி பயணிக்க மட்டுமே அனுமதியுண்டு. மீறுபவர்களுக்குச் சிறைத் தண்டனையும், பேருந்துக்கான உரிமத்தை ரத்துசெய்யவும் சட்டத்திலிடமுள்ளது.

மாயாண்டி 1960களில் அரசுத் துறையில் ஓட்டுநராக ஒரு நாள் மாலை சைதையிலிருந்து பாரிமுனைக்கு ஓட்டிச் சென்ற பேருந்து, ஜெமினி ஸ்டூடியோ அருகில் வரும்போது பேருந்தில் அனைத்து இருக்கைகளும் பயணிகளால் நிறைந்திருந்தது. அந்நிறுத்தத்தில் கூடுதல் பயணிகளை ஏற்ற முனைந்த ஆய்வாளரின் செயலுக்கு அவர் எதிர்ப்புத் தெரிவித்தார். மோட்டார் வாகனச் சட்டத்தைச் சுட்டிக்காட்டி 25 பயணிகளுக்கு மேல் ஏற்றமாட்டேனென்று அதிகாரிகளிடம் வாதாடினார். அதற்காகக் குற்றம் சாட்டப்பட்டு துறை விசாரணைசெய்து போக்குவரத்து இயக்குனரால் அதிகாரிகளின் உத்தரவை மீறினாரென்று வேலையிலிருந்து நீக்கப்பட்டார்.

மாயாண்டி உயர் நீதிமன்றத்தை நாடினார். அதிகாரிகளின் சட்டபூர்வ உத்தரவிற்கு மட்டுமே ஊழியர்கள் பணிய வேண்டுமென்றும் சட்ட விரோத உத்தரவுகள் அவர்களைக் கட்டுப்படுத்தாதென்றும் தனிநீதிபதி தீர்ப்பளித்தார். அதையெதிர்த்த இயக்குனரின் மேல்முறையீட்டை டிவிஷன் பெஞ்ச் ஏற்றுக்கொண்டு தீர்ப்பு ரத்துசெய்யப்பட்டது. தளர்ந்து போகாத மாயாண்டி உச்ச நீதிமன்றத்தின் கதவுகளைத் தட்டினார். மேல்முறையீட்டை விசாரித்த நீதிபதி டி.ஏ. தேசாயின் 22.1.1981 அன்று அளிக்கப்பட்ட சரித்திரம் வாய்ந்த தீர்ப்பில் மேலதிகாரிகளின் சட்ட விரோத உத்தரவுகளுக்கு ஊழியர்கள் கட்டுப்பட வேண்டாமென்றும், மீறிய செயல்களைக் கீழ்ப்படியாமையென்று கூற முடியாதென்றும் கூறப்பட்டது. முழுச் சம்பளம் மற்றும் சர்வீஸ் தொடர்ச்சியுடன் பணிக்குத் திரும்பிய மாயாண்டி திருச்சியில் சில காலம் பணியாற்றினார்.

மாயாண்டி போலவே அவரது வெற்றியும் அல்ப ஆயுசில் மரணித்தது. அவ்வுத்தரவை முறியடிக்கும் வண்ணம் போக்குவரத்து நிர்வாகம் ஊக்க ஊதியங்களை (collection bata) அமல்படுத்தியது. பேருந்தின் தினசரி வருவாயில் குறிப்பிட்ட விழுக்காட்டை நடத்துநரும், ஓட்டுநரும் பகிர்ந்துகொள்ள உத்தரவிடப்பட்டது. பிறகு கேட்பானேன்? புளி மூட்டையாகப் பயணிகளின் தொங்கல்களில் சென்ற பேருந்துகளின் நிறுத்தங்களில் டபுள் விசிலோ 'ரை, ரைட்ஸ்' சத்தங்களோ கேட்பது மறைந்தே விட்டது.

சட்டம் ஓர் இருட்டறை

திருட்டு வழக்கு சம்பந்தமாக இரு சட்டக் கல்லூரி மாணவர்கள் நெல்லையில் கைது என்ற செய்தி திடுக்கிட வைத்தது. 'களவும் கற்று மற' என்பதைக் கடைபிடித்தார்களோ என்னவோ?

தமிழகத்திலுள்ள பல்வேறு சட்டக் கல்லூரி மாணவர்களைப் பற்றி இவ்விரு மாதங்களில் வந்த செய்திகள் பதைபதைக்க வைக்கிறது. சட்டக் கல்லூரி மாணவரொருவர் சொத்துத் தகராறில் நெல்லையில் கொலை செய்யப்படுகிறார். சட்டக் கல்லூரிக்கு சென்று வரும் மாணவர்களைத் திருப்பூர் வரை வந்து தாக்கிய கோவைச் சட்டக் கல்லூரி மாணவர் கும்பலொன்றைக் காவல் துறையினர் கைது செய்கின்றனர். காமன்வெல்த் கூட்டத்திற்குச் செல்லக்கூடாதென்று சென்ட்ரல் ரயில் நிலையத்தில் சட்டக் கல்லூரி மாணவர்களின் ரயில் நிறுத்தப் போராட்டம், அதே கோரிக்கைக்கு செங்கை சட்டக் கல்லூரியில் சாகும் வரை உண்ணாவிரதம். அம்பேத்கர் சட்டப் பல்கலைக்கழகத்தால் நடத்தப்படும் தனிச்சிறப்பு பள்ளியில் முதலாண்டு தேர்வு பெறாமல் அடுத்த ஆண்டு செல்லத் தடைவிதிக்கெதிராகப் போராட்டம்.

சமீபத்தில் கோவைச் சட்டக் கல்லூரி ஆசிரியர்களுடன் கலந்துரையாடலில் கலந்துகொண்டேன். மாணவர்களின் அமைதியின்மையையும் அவர்களது சட்ட விரோத செயல்களைப் பற்றியும் ஆசிரியர்கள் பட்டியலிட்டனர். மருதமலையிலுள்ள அக்கல்லூரி மாணவர்கள் சிலரது செயலால் ஆசிரியர்களுக்கும் வாடகை வீடு கொடுக்கக் கூடாதென்றும்

சட்டக் கல்லூரியை மருதமலையை விட்டு இடம்பெயர்த்து செல்லவேண்டுமென்றும் கிராமத்தினர் தீர்மானங்கள் நிறைவேற்றினராம். சமூக விரோதச் செயல்களில் ஈடுபடும் மாணவர்கள்மீது நடவடிக்கை எடுக்கவிடாத அரசு தலையீட்டைப் பற்றியும் கூறினர். நடவடிக்கை எடுக்க முடியாமல் நெல்லைக்கு ஊர்மாற்றம் செய்யப்பட்ட மாணவரொருவர்தான் கோயில் நகைத் திருட்டு வழக்கில் நெல்லையில் கைதுசெய்யப்பட்டுள்ளார்.

அரசு சட்டக் கல்லூரிகளுக்கும், பல்கலைக்கழகத்தால் நடத்தப்படும் பள்ளிக்கும் செய்யப்படும் அனுமதிச் சேர்க்கைகள் மேனிலைப் பள்ளித் தேர்வு மதிப்பெண்கள் அடிப்படையில் மட்டுமே செய்யப்படுவதும், சட்டக் கல்வி பயில்வோருக்கு அக்கல்வி பயில நாட்டமின்மையும் *(aptitude)* காரணமென்று முன்னாள் துணைவேந்தர் ஒருவர் கூறியது நினைவிற்கு வருகிறது. சட்டக் கல்லூரிகளில் அனுமதிபெற்ற பலர் மேனிலைப் பள்ளிகளில் தொழிற்கல்வி *(vocational stream)* படித்தவர்களே. பொறியியல் கல்லூரிகளில் சேருமெண்ணத்தில் பாடப்பிரிவில் சேர்ந்து மதிப்பெண் குறைவால் கடைசி இருப்பிடமாகச் சட்டக் கல்லூரிகளில் நுழைகின்றனர். மற்ற பாடப் பிரிவுகள் (குறிப்பாக கலைப்பிரிவு) படித்த மாணவர்கள் மேனிலைப் பள்ளித் தேர்வில் அதிக மதிப்பெண்கள் எடுக்க முடியாமையால் சட்டக் கல்வி பயில ஆர்வமிருப்பினும் அவர்களுக்கு அனுமதி கிடைப்பதில்லை.

இக்குறையை நிவர்த்திசெய்யவும், நாட்டமுள்ள மாணவர்களை மட்டுமே அனுமதிக்க வேண்டுமென்றால் சட்டக் கல்லூரிகளுக்காவது நுழைவுத் தேர்வென்பது காலத்தின் கட்டாயம். சமூக நீதிக்கு இதனால் எவ்விதக் குந்தகமும் ஏற்படாது. சமீபத்தில் நடைபெற்ற மாவட்ட நீதிபதிகளுக்கான 22 பதவிகளுக்கான தேர்வில் தேர்வுபெற்ற பெரும்பான்மையோர் பிற்படுத்தப்பட்ட மற்றும் பட்டியலினத்தைச் சேர்ந்தோரே என்பது சான்று.

இம்முயற்சிக்கு வழிகாட்டும் வகையில் புதிதாகத் தோற்றுவிக்கப்பட்ட தேசியச் சட்டப் பள்ளியில் (ஸ்ரீரங்கம்) அனுமதிக்கப்பட்ட மாணவர்கள் (வெளிநாடு வாழ் இந்தியர் தவிர) அனைவரும் மத்தியச் சட்ட நுழைவுத் தேர்வு *(CLAT)* மதிப்பெண் அடிப்படையிலே சேர்க்கப்பட்டுள்ளனர்.

சட்டம் ஓர் இருட்டறை. அதில் வழக்கறிஞர்கள் வாதம் ஏற்றி வைக்கும் ஒளிவிளக்கென்று அண்ணா சொன்னார். முதலமைச்சர் மனது வைத்தால் சட்டக் கல்லூரிகளிலும் நுழைவுத் தேர்வு வைத்து நாட்டமுள்ள மாணவர்கள் சேர்ப்பின் மூலம் இருட்டறையில் ஒளி படரச் செய்ய முடியும். செய்வார்களா?

பிண ஊர்திகளைத் துரத்துவோர்

கடந்த வாரம் கரூரில் மோட்டார் வாகன விபத்து வழக்கில் வழங்கப்பட்ட நஷ்ட ஈட்டுத் தொகையில் பங்கு பிரிப்பதைப் பற்றி எழுந்த தகராறில் நீதிமன்ற நடவடிக்கைகள்கூட பாதிக்கப்பட்டன. கரூரில் நடைபெற்ற சாலை விபத்தொன்றில், பாதிக்கப்பட்டவரும் அவரது வழக்கறிஞரும் திண்டுக்கல்லைச் சேர்ந்தவர்கள். அவர் கரூர் மாவட்ட மோட்டார் வாகன விபத்துக்கான நஷ்டஈடு கோரும் தீர்ப்பாயத்தில் வழக்குத் தொடர்ந்தார். வெளியூர் நீதிமன்றங்களில் வழக்குத் தொடர உள்ளூர் வழக்கறிஞரையும் இணைத்துக் கொண்டு வக்காலத்து தாக்கல் செய்தால் மட்டுமே காரியம் முடியும் என்பது நம்மூரின் விசித்திரம். விதேசி வழக்கறிஞர்களை இந்தியாவில் தொழில் நடத்த அனுமதிக்கக் கூடாதென்று போராடும் சுதேசி வழக்கறிஞர்கள் உள்ளூர் நீதிமன்றங்களில் வெளியூர் வழக்கறிஞர்கள் வழக்குப் போட தடங்கல்களை ஏற்படுத்துவர். உயர் நீதிமன்ற வழக்கறிஞர் எழும்பூர் நடுவர் மன்றத்தில் பிணைமனு போடுவதற்குக்கூட ஸ்தல வழக்கறிஞர்களின் தயவு தேவை. சட்டத்தில் தடை இல்லாவிட்டாலென்ன? சகோதரத் தடைகள் இருக்கவே இருக்கிறது.

திண்டுக்கல் வழக்கறிஞர் கரூர் வழக்கறிஞர்களுடன் சேர்ந்து வழக்குப் பதிவுசெய்தார். வழக்கு முடிவுற்று கொடுக்கப்பட்ட நஷ்டஈட்டுத்தொகையைப் பெற தனது உறவினரான காவலரொருவருடன் வந்து நீதிமன்றத்தில் காசோலையைப் பெற்றுத்

திரும்பும்போது அவருக்கும் உள்ளூர் வழக்கறிஞருக்கும் ஏற்பட்ட பங்கு பிரிவினைத் தகராறு காவல்நிலையத்திற்குச் சென்றது. சண்டை போட்ட இரு தரப்பினர்மீதும் வழக்குப் பதிவு செய்யப்பட்டதையெதிர்த்து வழக்கறிஞர் சங்கத் தலைவரின் தலைமையில் காவல்நிலையத்திற்குள்ளேயே தர்ணாவில் ஈடுபட்டவர்கள் கைதானதால் நீதிமன்றப் பணிகளும் பாதிக்கப்பட்டன.

இதற்கெல்லாம் காரணமென்ன? இந்தியாவில் ஆண்டுக்கு லட்சம் பேருக்கும் மேல் சாலை விபத்துகளில் மரணிக்கின்றனர். அது தவிர காயமுறுவோர் பல லட்சங்களைத் தாண்டும். சாலை வாகனங்கள் கட்டாயக் காப்பீடு செய்யப்படுவதால், போடப்படும் வழக்குகளின் நஷ்டஈடுகளைக் கொடுக்கும் பொறுப்பு இன்சூரன்ஸ் கம்பெனிகளைச் சார்ந்ததே. சாலை விபத்துகளில் பலியாவோர் பெரும்பாலும் ஏழை மக்களே. அவர்களுக்கு நஷ்டஈடு பெற்றுத் தருவதற்காக வழக்கறிஞர்கள் பல உத்திகளைக் கையாளுகின்றனர். விபத்தில் மரணித்தவரின் வாரிசுகளுக்கு அட்வான்ஸ் வழங்கிக் காவலர்களுக்குக் கையூட்டு கொடுத்து முதல் தகவல் அறிக்கை மற்றும் விபத்தறிக்கை பெற்று அவர்களே முழுச்செலவும் செய்து வழக்கு நடத்துவார்கள். கிடைக்கும் நஷ்டஈட்டுத் தொகையை விகிதாசார அடிப்படையில் பிரித்துக் கொள்வார்கள். விகிதாசாரங்கள் மாறிக்கொண்டேயிருப்பதால் வழக்குத் தொடுப்போரைவிட வழக்கறிஞர்களுக்குத்தான் வரவு அதிகம். இப்படித் தொழில் நடத்தும் வழக்கறிஞர்களை 'பிண ஊர்தியைத் துரத்துவோர்' *(ambulance chasers)* என்று அமெரிக்காவில் கேலி செய்வதுண்டு. வழக்கின் வெற்றிக்குப் பிறகு கிடைக்கும் தொகையில் பங்கு பிரிப்பதை *(contingency fee)* அங்கு சட்டம் தடுப்பதில்லை. அப்படிப்பட்ட வழக்கறிஞர் கட்டணங்களை வாங்குவது இந்திய பார் கவுன்சில் விதிகளின்படி குற்றமாகக் கருதப்படுகிறது.

வாகன விபத்துகளில் நஷ்டஈட்டுத் தொகைகளை வழங்கும் நீதிமன்றங்கள் தங்கள் தீர்ப்பிலேயே வழக்கறிஞர்களுக்குண்டான கட்டணத்தைத் தெரிவிக்கும்படி விதிகள் திருத்தப்பட்டன. அதையெதிர்த்துப் போடப்பட்ட வழக்கில் உயர் நீதிமன்றம் விதித்த தடையுத்தரவிற்கு உச்ச நீதிமன்றம் தடை விதித்தது. ஆனாலும் தடைகளை மீறித் தவறுகள் தொடர்ந்து கொண்டுதானிருக்கின்றன. கரூரில் நடைபெற்ற பங்குப் பிரிவினைச் சண்டை இரு வழக்கறிஞர் களுக்கிடையே ஏற்பட்டதுதான் செய்தியாயிற்று. உண்மையிலேயே நஷ்டஈட்டுத் தொகையைச் சேதாரமில்லாமல் பெறவேண்டிய வழக்காடிகளின் உரிமைகளைப் பற்றிக் கவலைகொள்வார் எவருமில்லை.

ஓர் உளுத்துப்போன வாதம்

தொழிற்சங்கத் தலைமையில் வெளியாட்களை அனுமதிக்காதவாறு சட்டத்தைத் திருத்த அரசுக்கு, உயர் நீதிமன்ற நீதிபதி கிருபாகரன் ஆலோசனை வழங்கியுள்ளார். வழக்கில் மத்திய மாநில அரசுகள் கட்சிகளாக இல்லாதபோதும் இப்படிப்பட்ட கருத்தை நீதிபதி தெரிவித்திருப்பது ஆச்சரியமளிக்கிறது. வழக்கில் எழுவினாவாகப் பிரச்சினையில் தெரிவிக்கப்படும் தனிப்பட்ட கருத்துகளை 'தீர்ப்பினிடைத் தெரிவிக்கும் சட்டமுறை மதிப்பில்லாத கருத்து' (obiter dicta) என்று கூறுவர். இருப்பினும் உயர் நீதிமன்ற நீதிபதியொருவருடைய கருத்தானதால் அதனுடைய சாரத்தை ஆராயலாம்.

இந்தியாவிலேயே முதல் தொழிற்சங்கமாக 'மெட்ராஸ் லேபர் யூனியன்' உருவானது ஒரு சுவையான வரலாறு. பக்கிங்காம் – கர்நாடிக் ஆலைத் (பின்னி மில், பெரம்பூர்) தொழிலாளர்களை அதன் நிர்வாகம் கடுமையாகச் சுரண்டியது. சூரிய உதயத்திற்கு முன் மில்லுக்குச் சென்று, அதன் அஸ்தமனத்திற்குப் பிறகு வீடு திரும்பியதாகவும் தன் பிள்ளையே முகம் தெரியாமல் தன்னை யாரென்று அம்மாவிடம் கேட்டதாகவும் ஒரு தொழிலாளி தனது நினைவுக் குறிப்பைச் சங்கத்தின் விழா மலரில் பதிவுசெய்திருந்தார். சன்மார்க்கச் சங்க போதனைகளை இரவு நேரங்களில் அவர்களுக்களித்த தமிழ்த் தென்றல் திரு.வி.க. அவர்களது வேலை நிலைமைகளைக் கேட்டு

கே. சந்துரு

அதிர்ச்சியடைந்து பி.பி. வாடியா (பார்சி வழக்கறிஞர்) மற்றும் அன்னிபெசன்ட் அம்மையாரையும் பெரம்பூருக்கு அழைத்து வந்து, அவர்களது முயற்சியில் உருவானதே 'மெட்ராஸ் லேபர் யூனியன்'.

தொழிற்சங்கத் தலைமையின் கீழ் வேலை நிறுத்தம் செய்த தொழிலாளர்களுக்கெதிராக மில் நிர்வாகம் சென்னை சிட்டி உரிமையியல் கோர்ட்டில் வழக்குத் தொடர்ந்து மிகப் பெரும் நஷ்ட ஈட்டுத் தொகையைப் பெற்றது. தொகையைத் தொழிற்சங்கத் தலைவர்களிடமிருந்து மீட்க முயன்றபோது அகில இந்திய எழுச்சியேற்பட்டது. தொகையைக் கட்ட முடியாத சங்கத்தலைவரிலொருவரான சக்கரைச் செட்டியார் (இவரும் வழக்கறிஞர்தான்) உயர் நீதிமன்றத்தின் முன்னால் அளித்த வாக்குமூலம் எவரது மனத்தையும் நெகிழ வைக்கும். "சுவிசேஷ ஊழியராக வாரம் 10 ரூபாயில் வாழ்க்கை நடத்தும் தான் போட்டுள்ள உடைகளும், சில மாற்றுடைகளும் மட்டுமே தனது சொத்து. அதை வேண்டுமானால் ஏலமிட்டு வரும் பணத்தை மில் நிர்வாகத்திற்கு நீதிமன்றம் கொடுத்துக்கொள்ளலாமென்றும், அப்படிச் செய்தாலும் கட்டியிருக்கும் கோவணத்துடன் தொடர்ந்து போராடுவேன்" என்று அவர் கூறினார்.

பின்னி மில் போராட்டத்திற்குப் பின்னர்தான் 1926ஆம் ஆண்டு தொழிற்சங்கச் சட்டம் காலனியாதிக்கத்தால் இயற்றப்பட்டது. அச்சட்டத்தில் சங்கத்திற்கு வெளியாள் தலைமை அனுமதிக்கப்பட்டது. நாம் சுதந்திரமடைந்தபின் இயற்றப்பட்ட அரசியலமைப்புச் சட்டத்திலும் சங்கம் அமைக்கும் உரிமை அடிப்படை உரிமையாக்கப்பட்டுள்ளது. தொழிற்சங்கங்களுக்கு வெளியாள் தலைமையென்பது இன்றியமையாதது. புகழ்பெற்ற வழக்கறிஞர்களான பாரிஸ்டர் வி.ஜி. ராவ், மோகன் குமாரமங்கலம், எம்.ஆர்.வெங்கட்ராமன், ஆர். குசேலர், கே.எஸ். ஜானகிராமன், டி. பென்வால்டர் இவர்களெல்லாம் தொழிற்சங்கத் தலைவர்களாகச் சிறப்பாகச் செயல்பட்டு தொழிலாளர் உரிமைகளை மீட்டெடுத்தனர். வழக்கறிஞர்களாகவும் தொழிற்சங்கத் தலைவர்களாகவுமிருந்த வி.வி. கிரி, ஆர். வெங்கட்ராமன் இருவரும் குடியரசுத் தலைவரானார்கள். இன்றும் மூத்த வழக்கறிஞர்கள் என்.ஜி.ஆர். பிரசாத், வி. பிரகாஷ் பல தொழிற்சங்கங்களில் கௌரவத் தலைவர்களாகி உழைக்கும் வர்க்கத்திற்குச் சேவைபுரிகின்றனர்.

தொழிலாளர் சட்டங்களைச் சீரமைக்க ஆலோசனை வழங்க நீதிபதி கஜேந்திர கட்கர் தலைமையேற்ற தேசிய லேபர் கமிஷனும் (1969), ரவீந்திர வர்மா தலைமையேற்ற 2ஆவது

தேசிய லேபர் கமிஷனும் (1989) தொழிற்சங்கத்தில் வெளியாள் தலைமை கூடாதென்ற கருத்தை நிராகரித்தனர். 9.1.2002இல் நாடாளுமன்றத்தில் கொண்டுவரப்பட்ட தொழிற்சங்கச் சட்டத்திருத்தமும் இவ்வாதத்தை ஏற்றுக்கொள்ளவில்லை. இன்று மிகவும் சிக்கலாகிக் கொண்டிருக்கக்கூடிய தொழிற்சங்கப் பிரச்சினைகளைத் தீர்க்க வெளியாள் தலைமையென்பது காலத்தின் கட்டாயம். இதில் சமரசமென்ற பேச்சுக்கே இடமில்லை.

லக்னோ வளர்ச்சி ஆணையம் தொடுத்த வழக்கில் உச்ச நீதிமன்றம் அறிவுறுத்தியபடி நீதிபதிகள் விசாரணைக்கு வரும் வழக்குகளில் தேவைப்படாவிடினும் தங்களது தனிப்பட்ட கருத்துகளைப் பதிவுசெய்யாமலிருப்பது நன்று.

தனிநீதிபதியின் தீர்ப்பைத் தலைமை நீதிபதி அகர்வால் தலைமையிலான இரு நீதிபதிகள் அமர்வு ரத்துசெய்துள்ள செய்தி வரவேற்கத்தக்கது.

தேர்தல் வழக்குகளுக்குத் தீர்வு எப்போது?

2014 நாடாளுமன்றத் தேர்தலுக்கான தயாரிப்புகளில் அரசியல் கட்சிகள் களத்தி லிறங்கியுள்ளன. ஆனால் 2009இல் நடந்த தேர்தல்களில் வெற்றி பெற்றவர்களையெதிர்த்துப் போடப்பட்ட வழக்குகளே இன்னும் முடிந்தபாடில்லை.

சேரன்மாதேவியிலிருந்து 2006இல் தேர்வான வேல்துரைமீது போடப்பட்ட வழக்கின் தீர்ப்பு, 2011 தேர்தலில் அவர் பிரச்சாரம் செய்யும்போது தான் வந்தது. 2009இல் தேர்ந் தெடுக்கப்பட்ட ப. சிதம்பரத்திற்கெதிரான வழக்குகள் இன்னும் முடியவில்லை. சட்டமன்ற / நாடாளுமன்றங்களுக்குத் தேர்ந்தெடுக்கப்பட்டபின் அதையெதிர்த்துப் போடப்படும் வழக்குகள் குறிப்பிட்ட காலவரைக்குள் முடிவுபெறாததால் வெற்றிபெற்றோர் பதவிக் காலம் முழுவதையும் அனுபவிப்பது நடைமுறையாகிவிட்டது.

வேட்பாளர்களது தகுதிகள் பற்றி அரசியலமைப்புச் சட்டப் பிரிவுகள் 102 மற்றும் 191இல் கூறப்பட்டுள்ளது. அரசின் கீழ் ஊதியம் பெறும் பதவிகளிலிருப்பது, மனநிலை பிறழ்வது, திவால் ஆனோர் மற்றும் இந்தியக் குடியுரிமையை தன்னிச்சையாக விட்டுவிடுவது அல்லது வெளிநாட்டுடன் அரச விசுவாசம் (அ) பற்று

ஆகியவை தகுதியிழப்பிற்குக் காரணங்களாக்கப்பட்டுள்ளது. மேலும் மக்கள் பிரதிநிதித்துவச் சட்டத்தின்கீழ் தேர்தல் முறைகேடுகள், கள்ள ஓட்டு, வரையறைக்கு மீறி செலவிடுதல் போன்றவை காரணங்களாக்கப்பட்டுள்ளன.

வெற்றி பெற்றவர்கள்மீது தொடுக்கப்படும் வழக்குகள் தேர்தல் தீர்ப்பாயங்களால் விசாரிக்கப்படும். அதற்கான சிறப்புத் தீர்ப்பாயங்களேதும் உருவாக்கப்படவில்லை. உயர் நீதிமன்றங்களே தேர்தல் தீர்ப்பாயங்களாகச் செயல்படுகின்றன. அச்சட்டத்தின் 86(6) பிரிவின்படி வழக்கு விசாரணை தினசரி நடைபெற வேண்டுமென்றும் 86(7) பிரிவின்படி 6 மாதத்திற்குள் விசாரித்துத் தீர்ப்பளிக்க வேண்டுமென்றும் கூறப்பட்டுள்ளது.

பத்து ஆண்டுகளுக்கு முன் வரை இப்படிப்பட்ட வழக்குகளில் உடனடி தீர்ப்பளிக்கப்பட்டதனால் முறைகேடான பல வெற்றியாளர்களின் பதவி பறிக்கப்பட்டதில் சுவையான முடிவுகளும் வெளிவந்தன. மாநிலங்களவைக்குத் தேர்ந்தெடுக்கப்பட்ட வலம்புரி ஜான் 30 வயதிற்குட்பட்டவரானதால் பதவியிழந்தார். மலைவாழினத்தவரென்று உப்பிலியாபுரம் தொகுதியில் வெற்றிபெற்ற (1983) ரங்கராஜனின் சாதிச் சான்றிதழ் தவறென்று பதவி பறிக்கப்பட்டது. தமிழக மேலவையில் நியமன உறுப்பினராக்கப்பட்ட வெண்ணிற ஆடை நிர்மலா திவாலானது தெரிந்து அவரது பதவியைப் பறிக்க மனு போடப்பட்டது. உடனடியாகக் கடனைச் செலுத்தி, திவால் உத்தரவை ரத்துசெய்தும் அவரால் பதவியை அனுபவிக்க முடியவில்லை. ஏனெனில் மேலவையையே எம்ஜிஆர் அரசு கலைத்துவிட்டது.

ஆனால் இன்று நிலைமை தலைகீழாக மாறிவிட்டது. 2009 நாடாளுமன்றத் தேர்தலில் போடப்பட்ட 8 வழக்குகளில் 6 வழக்குகள் இன்னும் நிலுவையிலேயே இருக்கின்றன. ப. சிதம்பரம் மேல் போடப்பட்ட வழக்கில் முதல் நிலை ஆட்சேபணை பற்றிய தீர்ப்பு 2012இல் அளிக்கப்பட்டு விசாரணை இன்றும் தொடர்வதைப் பற்றி கவலைப்பட்ட *தி இந்து (ஆங்கிலம்)* நாளேடு எழுதிய தலையங்கத்தில் ப. சிதம்பரத்தின் பதவிக் காலத்திற்குள் தீர்ப்பு வருமா? என்று ஆதங்கப்பட்டது.

இதற்கெல்லாம் என்ன காரணம்?

தேர்தல் வழக்குகள் உயர் நீதிமன்ற தலைமை நீதிபதியின் உத்தரவின்படி தனி நீதிபதிகளிடம் ஒப்படைக்கப்படுகிறது. அவர்கள் மற்ற வேலைகளுக்கிடையே இவ்வழக்குகளையும்

விசாரிக்க வேண்டியிருக்கிறது. விசாரணை முதல் நிலை மற்றும் இறுதி விசாரணையென்று இரு கட்டமாக விசாரிக்கப்படுகிறது. தேவைப்பட்டால் சாட்சிப் பதிவுகளும் செய்யவேண்டியிருப்பதால் குறிப்பிட்ட காலக்கெடுக்குள் விசாரணைகள் முடிவதில்லை.

இதைத் தவிர்க்க ஒரே வழி? பலதரப்பட்ட வழக்குகளுக்கான தீர்ப்பாயங்களை மத்திய அரசு அமைத்திருப்பது போல் இந்தியா முழுதும் சட்டமன்ற / நாடாளுமன்றத் தேர்தல் வழக்குகளை விசாரிக்கச் சிறப்புத் தேர்தல் தீர்ப்பாயங்களை உருவாக்க வேண்டும்.

மூத்த வழக்கறிஞர் யார்?

'மூத்த வழக்கறிஞர் *(Senior Advocate)*' என்ற அந்தஸ்திற்கான புதிய நடைமுறைகளை உயர் நீதிமன்றம் வகுத்துள்ளது. 1961ஆம் ஆண்டின் வழக்கறிஞர்கள் சட்டப்பிரிவு 16இன் படி வழக்கறிஞர்கள் மற்றும் மூத்த வழக்கறிஞர்கள் என்று இரு வகையாக்கப்பட்டு புதிய அந்தஸ்து வழங்கும் அதிகாரம் உயர் நீதிமன்றத்திற்கு வழங்கப்பட்டுள்ளது.

வழக்கறிஞர்களின் திறமை, அனுபவம் மற்றும் தனி அறிவைப் பொறுத்து அந்தஸ்து வழங்கப்பட்டு அவர் நீதிபதிகள் அணியும் அங்கியைப் போட்டுக் கொள்ள அனுமதிக்கப்படுவர். நேரடியாகக் கட்சிக்காரருடன் பேசுவதும், கட்டணம் பெறுவதும் தடுக்கப்பட்டுள்ளது. வழக்கறிஞர் ஒருவருடன் மட்டுமே அவர் ஆஜராகலாம். இந்நடைமுறை இங்கிலாந்திலிருந்து இறக்குமதி செய்யப்பட்டது. அங்கு ராணியின் வழக்கறிஞர் *(Queen's Counsel)* (அ) ராஜாவின் வழக்கறிஞர் *(King's Counsel)* என்றழைக்கப்படுகின்றனர்.

ஒரே தொழில் புரிபவர் ஏன் வகைப்படுத்தப் பட்டனர்? என்ற கேள்வி எப்போதும் எழுப்பப்படுகிறது. நீதியரசர்களுக்குக் கட்சிக்காரர்களுடைய ஊது குழலாக இல்லாமல் சட்டச் சிக்கல்களில் முறையான ஆலோசனை வழங்கவே இப்படிப்பட்ட அந்தஸ்து வழங்கப்படுகிறது. கௌரவங்களனைத்தும் சமீப காலங்களில் சீரழிந்து வருவது போல் இவ்வந்தஸ்து

பெற்றோரும் பார் கவுன்சிலின் விதிகளின்படி செயல்படத் தவறுகின்றனர். கட்சிக்காரர்களுடன் தொடர்பு, நேரடியாகக் கட்டணம் கேட்டுப்பெறுவது, அவர்களுக்கான மனுக்களை எழுதித் தருவது, தங்கள் பெயரிலேயே வழக்கறிஞர் நிறுவனம் நடத்த அனுமதிப்பது போன்ற கௌரவமற்ற நடைமுறைகள் தொடர்கின்றன.

மூத்த வழக்கறிஞர் அந்தஸ்து வழங்க உச்ச நீதிமன்றமும் உயர் நீதிமன்றங்களும் விதிமுறைகளை வகுத்துள்ளன. மூன்று நீதிபதிகளேயுள்ள சிக்கிம் உயர் நீதிமன்றத்தில் 20க்கும் மேற்பட்டோர் இரு ஆண்டுகளுக்கு முன்பு மூத்த வழக்கறிஞர் அந்தஸ்து பெற்றனர். அவர்களில் ஒருவர் கூட சிக்கிம் மாநிலத்தில் தொழில் நடத்துபவர்களல்லர். தாங்கள் தொழில் நடத்தும் உயர் நீதிமன்றத்தில் அந்தஸ்து பெற முடியாதவர்கள் சிக்கிம் உயர் நீதிமன்றத்தில் பெற்றது எப்படியென்று உச்ச நீதிமன்றம் விசாரித்தது.

அலகாபாத் நீதிமன்றத்தில் மூத்த வழக்கறிஞர் அந்தஸ்து வழங்கும் விதிமுறைகளையெதிர்த்து வழக்கறிஞர் சங்கம் தொடர்ந்த வழக்கில் அனைத்து நீதிபதிகளடங்கிய கூட்டத்தில்தான் முடிவுகள் எடுக்கப்படவேண்டுமென்று தீர்ப்பளிக்கப்பட்டது.

சென்னை உயர் நீதிமன்றத்திலும் இதற்கான வழிமுறைகளை உருவாக்க, 7 நீதிபதிகள் குழு 1995இல் அமைக்கப்பட்டது. அதன்படி பதினைந்து ஆண்டு அனுபவமும் ஆண்டிற்கு 2 லட்சத்திற்கு மேல் வருமானமும் 2 மூத்த வழக்கறிஞர்களின் சிபாரிசுகளுடன் மனுசெய்து நீதிபதிகளின் ரகசிய வாக்குப்படி யார் 75 சதவீதம் வாக்குகள் பெறுகிறார்களோ அவர்களுக்கே மூத்த வழக்கறிஞர் அந்தஸ்து வழங்கப்படுமென்ற நடைமுறை உருவாக்கப்பட்டது.

கடுமையான இவ்வழிமுறைகளை மாற்றக் கோரிய முறையீடுகள் தலைமை நீதிபதிகள் ஏ.பி. ஷா, ஏ.கே. கங்குலி, எச்.எல்.கோகலே காலங்களில் நிராகரிக்கப்பட்டது. தலைமை நீதிபதி இக்பாலின் முயற்சியால் மூன்றில் இரண்டு பங்கு வாக்குப் பெற்றால் போதுமெனக் கூறப்பட்டது. மேலும் அவர் விரும்பினால் யாருக்கு வேண்டுமானாலும் அவ்வந்தஸ்தை வழங்கவும் உரிமையெடுத்துக்கொண்டார். சக நீதிபதிகள் சிலருடைய எதிர்ப்பிற்குப் பின்னரும் எடுத்துக்கொண்ட அதிகாரத்தை அவர் விடத் தயாரில்லை.

தற்போது ஐவர் அடங்கிய நீதிபதிகள் குழு உருவாக்கிய புதிய பரிந்துரைகளின்படி 10 நீதிபதிகள் கொண்ட குழு தகுதி, திறமை அடிப்படையில் பெயர்களைப் பரிந்துரைக்கும், குழுவினரிடையே ஒருமித்த கருத்து இல்லையென்றால் இறுதி முடிவெடுக்கக்கூடிய அதிகாரம் தலைமை நீதிபதிக்கும் வழங்கப்பட்டுள்ளது.

விதி எப்படியிருப்பினும் யார் மூத்த வழக்கறிஞர் அந்தஸ்தைப் பெற்றாலும் பார் கவுன்சிலின் விதிகளின்படி நடந்துகொண்டால் மட்டுமே கௌரவம் காக்கப்படும்.

கே. சந்துரு

புறக்கணிப்போரே, புறக்கணிக்கப்படுவீர்!

நீதிமன்றப் புறக்கணிப்பில் வழக்கறிஞர்கள் ஈடுபடும்போது குற்றவியல் வழக்குகளில் வழக்கறிஞர்களில்லாமலேயே விசாரித்துத் தீர்ப்பு சொல்ல முடியுமா?

ஈரோடு நீதிமன்றத்தால் தண்டிக்கப்பட்டவர் செய்த மேல்முறையீட்டை அனுமதித்து உயர் நீதிமன்றம் வழக்கை மறு விசாரணைக்கு அனுப்பியுள்ளது. அரசு தரப்பு சாட்சியங்களைக் குற்றவியல் நடத்துனர் (public prosecutor) முதல் விசாரணை செய்த பின் குறுக்கு விசாரணைக்காக ஒத்திவைக்கப்பட்ட தினத்தன்று குற்றவாளியின் வழக்கறிஞர் நீதிமன்றப் புறக்கணிப்பில் ஈடுபட்டதனால் குறுக்கு விசாரணையில்லாமலேயே முடிக்கப்பட்டது.

செஷன்ஸ் கோர்ட் நீதிபதி கடைபிடித்த நடைமுறையை ஆட்சேபித்து, குற்றவாளிகளுக்கு வழக்கறிஞர்களை வைத்துக்கொள்ள அரசியலமைப்புச் சட்டம் கொடுத்த அடிப்படை உரிமையைப் பறிப்பதாகுமென்று தீர்ப்பில் குறிப்பிட்டுள்ளது. 1998லேயே ராஜ் மல்லையா என்ற வழக்கில் உச்ச நீதிமன்றமும் இதேபோன்ற தீர்ப்பை வழங்கியுள்ளது.

அரசியலமைப்புச் சட்டம் 22ஆவது பிரிவின்படி குற்றம் சாட்டப்பட்டவருக்கு விசாரணையில்

போதுமான வாய்ப்பளிக்கவும், தற்காத்துக்கொள்ள விரும்பிய வழக்கறிஞரை வைத்துக்கொள்ளவும் உரிமை வழங்கப்பட்டுள்ளது. குற்ற வழக்குகளில் பெரும் பான்மையானோர் வறியோர்களாக இருப்பதனால் விரும்பிய வழக்கறிஞரை அவர்களால் வைத்துக்கொள்ள முடியாது. அனுபவமிக்க மூத்த வழக்கறிஞர்கள் வாதாடுவதற்கும், நேற்று பதிவுபெற்ற வழக்கறிஞர்கள் வாதாடுவதற்கும் மிகப்பெரும் வித்தியாசமுண்டு. விசாரணைக்குமுன் நீதிபதி குற்றவாளியிடம் அவருக்கு வழக்கறிஞர் உண்டா என்று கேட்டு, இல்லையென்றால் வழக்கறிஞர் ஒருவரை நீதிமன்றமே அமர்த்த வேண்டும். அரசு செலவில் அமர்த்தப்பட்ட வழக்கறிஞரை அரசு நியமித்த வழக்கறிஞர் State Brief என்றும், அங்குள்ள வழக்கறிஞரை அமர்த்தினால் 'நீதிமன்றத்தின் நண்பர்' (Amicus Curiae) என்றும் அழைக்கப்படுவர். அவர் வழக்கில் இலவசமாக ஆஜராக வேண்டும்.

சட்ட உதவி சேவை ஆணைக்குழு சட்டம் 1987இல் நாடாளுமன்றத்தால் உருவாக்கப்பட்டது. தாங்களே கட்டணம் செலுத்தி வழக்கறிஞர் வைத்துக்கொள்ள முடியாதோர்கூட சட்ட உதவி மையத்தின் மூலம் அமர்த்தப்படும் வழக்கறிஞர்கள் மூலம் வழக்கை நடத்திக்கொள்ளலாம். சட்ட உதவி மையத்தின் பட்டியலிலுள்ள பலர் அனுபவம் குறைந்தவராயிருப்பதால், குற்றம் சாட்டப்பட்டோர் ஏழ்மையிலும் மிகுந்த பொருள்செலவில் தனிப்பட்ட வழக்கறிஞர்களை வைத்து வாதாடும் சூழ்நிலை இன்றுள்ளது.

குற்றவாளியின் வழக்கறிஞர் வரத் தவறினாலும் அவரின்றி விசாரணையை நடத்த மாற்று வழக்கறிஞர் ஏற்பாடு செய்த பின்னரே நீதிபதி வழக்கை முடிக்க வேண்டுமென்ற நியதியின் அடிப்படையில்தான் தற்போதைய தீர்ப்பு வந்துள்ளது. ஆனால் குற்ற மேல்முறையீடுகளின் விசாரணையின்போது தக்க காரணமின்றி ஆஜராகாவிட்டால் வழக்கறிஞர்களில்லாமலேயே தீர்ப்பளிக்க உயர் நீதிமன்றத்தால் முடியும்.

வழக்குகளை விசாரிக்கும் நீதிபதி தாராளவாதியா கண்டிப்பானவரா என்றறிந்து வழக்கில் ஆஜராகாமல் வழக்கைத் தள்ளிப் போட வைப்பதும், பட்டியலிலிருக்கும் வழக்கு விசாரணைக்கு வரும்போது 'ஆஜர் மெமோவை' வாபஸ் பெற்று சிறைக் கைதிக்கு நோட்டீஸ் அனுப்பி புதிய வழக்கறிஞர் ஏற்பாடுசெய்ய அறிவுறுத்தப்பட வேண்டிய நிர்பந்தத்தால் ஏற்படும் காலதாமதம் மூலம், வழக்கு விசாரணை வேறு

நீதிபதிமுன் செல்லக்கூடிய சூழ்நிலை ஏற்படுகிறது. இச்செயல். 'தடங்களுக்கேற்ப குதிரைகளை மாற்றுவது' போன்றதே.

தக்கக் காரணமின்றி வழக்கறிஞர்கள் ஆஜராகாத சூழ்நிலையில் குற்றவியல் வழக்கு முடியாதோருக்கு வழி வகை செய்யும் வகையில், குற்றவியல் நடைமுறைச் சட்டம் பிரிவு 303இல் வழக்கறிஞர் அல்லாதவர்களையும், நீதிமன்ற அனுமதியுடன் நியமித்து வழக்கை நடத்த முடியும்.

தொடர் புறக்கணிப்பால் இனி பாதிக்கப்படப்போவது வழக்கறிஞர்களே!

காவல் நிலையத்திலா நீதி?

அண்ணா சதுக்கம், மகாகவி பாரதி நகர், பெருமாள்புரம், திருப்பூர் மற்றும் பசுபதிபாளையம் காவல் நிலையங்களுக்கே வழக்கறிஞர்கள் சென்றதும் அங்கேற்பட்ட வாய்த் தகராறுகள், அதையொட்டிய கைதுகளும் அதன்பின்னர் நீதிமன்றப் புறக்கணிப்புகளையும் நாம் படித்தோம். அஞ்சுகிராமம் காவல் நிலையத்தில் பதிவு செய்யப்பட்ட வழக்கையெதிர்த்து காவல் துறைத் தலைவர், அலுவலகத்திற்குச் சென்ற வழக்கறிஞர் சங்கத் தலைவர்களைப் பார்க்காமல் உதாசீனப்படுத்தியதற்காக அவரது பதவி நீக்கம் கோரி தொடரப்பட்ட வழக்கு உயர் நீதிமன்றத்தில் நிலுவையிலுள்ளது.

இச்சச்சரவுகளையொட்டி வழக்கறிஞர்கள் காவல் நிலையங்களுக்குப் போகலாமா? என்ற கேள்வியும் எழுந்துள்ளது. நீதிமன்ற விழா ஒன்றில் பேசிய உயர் நீதிமன்ற நீதிபதி ராமனாதன் "காவல்நிலையங்களுக்குச் சென்று வழக்கு நடத்தாதீர்கள்! நீதிமன்றத்திற்கு வந்து வாதாடுங்களென்று" வழக்கறிஞர்களுக்கு அறிவுரை வழங்கினார்.

குற்றங்களுக்காகக் கைதுசெய்யப்படுவோருக்கு அரசியலமைப்புச் சட்டத்தின் சரத்துகள் 20 – 22 பாதுகாப்புகளை வழங்கியுள்ளது. குற்றவாளிகளை தனக்கெதிராகவே சாட்சி சொல்ல வற்புறுத்தக் கூடாதென்றும், கைது செய்யப்பட்டதற்கான

காரணங்களைத் தெரிவிக்கவும், வழக்கறிஞரைக் கலந்தாலோசித்து உதவிபெறவும் வழிவகை செய்யப்பட்டுள்ளது. காலனியாதிக்கத்தில் கொண்டுவரப்பட்ட சான்றியல் சட்டத்தில் காவலரிடமளிக்கும் வாக்குமூலத்தைச் சாட்சியமாகக் கொள்ளக்கூடாதென்றும், நீதிமன்றத்திடமே ஒப்புதல் வாக்குமூலம் அளிக்க விரும்பும் கைதியிடம், கொடுக்கப்போகும் வாக்குமூலம் அவருக்கெதிராகவே பயன்படுத்தப்படுமென்று எச்சரித்த பின்னர் காவலர்கள் உட்பட எவரையும் அனுமதிக்காமல் வாக்குமூலத்தை நீதிபதி பதிவுசெய்ய வேண்டுமென்றும் பாதுகாப்புள்ளது. கைதிகளைச் சித்திரவதைக்குட்படுத்திப் பெற்ற வாக்குமூலத்தை விசாரணையில் பயன்படுத்தித் தண்டனை தரக்கூடிய வாய்ப்புகள் இருப்பதால் இத்தகைய சட்டப் பாதுகாப்புகள் ஏற்படுத்தப்பட்டன.

பம்பாய் தொடர் குண்டு தாக்குதல் கைதியான அப்துல் கசாபிற்கு இது போன்ற பாதுகாப்புகள் வழங்காததால் அவரை விடுதலை செய்யவேண்டுமென்று உச்ச நீதிமன்றத்தில் வாதாடப்பட்டது. 'மிராண்டா' என்பவர் வாக்குமூலம் அளிக்குமுன் அவருக்கு வாக்குமூலம் கொடுக்கக் கட்டாயமில்லையென்று காவலர்கள் கூறாததால் அவ்வழக்கு நிலைக்கத்தக்கதல்ல என்று அமெரிக்க உச்ச நீதிமன்றம் கூறிய தீர்ப்பை ஆதாரமாகக் காட்டியபோது நமது உச்ச நீதிமன்றம் அவ்வாதத்தை நிராகரித்து அரசியலமைப்புச் சட்டத்திலும் சான்றியல் சட்டத்திலும் கைதிகளுக்குப் பாதுகாப்புகள் இருப்பதால் 'மிராண்டா தீர்ப்பு' இங்கு பொருந்தாதென்று கூறிவிட்டது.

திருப்பரங்குன்றம் காவல்நிலையத்தில் கட்சிக்காரர்களுக்காகச் சென்ற வழக்கறிஞர் அய்யாத்துரை காவலர்களால் தாக்கப் பட்டதையெதிர்த்து நடைபெற்ற தொடர் நீதிமன்றப் புறக்கணிப்பால் நீதிபதி பால் கமிஷன் (1979) அமைக்கப்பட்டது. அவர் வழக்கறிஞர்கள் காவல்நிலையத்திற்குச் செல்வது முறையற்றது, தொழில் நெறிமுறைக்கு மாறானது என்று அறிக்கையளித்தார்.

தற்போது குற்ற வழக்குகள் மட்டுமல்லாமல், குடிமையியல் வழக்குகளும் காவல்நிலையங்களிலேயே பைசல் செய்யப் படுகின்றன. தகராறுகளை விசாரிக்கும்போது இரு தரப்பு வழக்கறிஞர்களும் ஆஜராகின்றனர். ஒரு தரப்பிற்குப் பாரபட்சம் காட்டுவதாகக் கூறி எழும் வாய்த் தகராறுகள் முற்றிக் கைகலப்பாக மாறி காவல் துறையின் மீதே குற்றம் சாட்டி எழும் பிரச்சினைகள், நீதிமன்றப் புறக்கணிப்பிற்கும் இட்டுச் செல்கின்றன. இச்செயல்கள் தனிப்பட்டவர்களின் குடிமையியல்

பிரச்சினைகளைத் தீர்க்க வல்லமையுடைய நீதிமன்றங்களின் நடவடிக்கைகளையே முடக்கிப் போடும் அவலம் உலகில் வேறெங்குமில்லை. காவலர்களின் அத்துமீறலைத் தடுக்க குற்றவியல் நடைமுறைச் சட்டத்திலும், உரிமையியல் நடைமுறைச் சட்டத்திலும் போதுமான அதிகாரங்கள் நீதிமன்றங்களுக்குள்ளது.

நீதிபதி தந்த அறிவுரையையேற்று வழக்கறிஞர்கள் நீதிமன்றத்திற்குள்ளேயே வழக்குகளை நடத்த முற்படுவதே சிக்கல்களைத் தீர்க்கும் ஒரே வழியென்று சொல்லவும் வேண்டுமா?

மதுரை அமர்வு சுழலும் பலகையா?

சங்கப் பலகை கண்ட மதுரையில் மற்றொரு பலகையுண்டு. சென்னை உயர் நீதிமன்றத்தின் மதுரைப் பிரிவிற்கு கிளை, பலகை, அமர்வு என்று அவரவர் விருப்பத்திற்கேற்ப பெயர் குறிப்பிடுவர். மதுரை – மேலூர் சாலையில் ஒத்தக் கடையருகே நூறு ஏக்கரில் மிகப்பெரும் ஏரியை உள்ளடக்கி பூஞ்சோலையாக்கப்பட்ட வளாகத்தில் பிரம்மாண்ட கட்டிடங்களில் இயங்கும் அந்நீதிமன்ற வாயிலில் 'மதுரை பெஞ்ச் ஆப் தி மதராஸ் ஹைகோர்ட்' என்ற பெயர் பலகையுள்ளது. சங்கம் வளர்த்த மதுரையிலேயே தமிழ் படும் பாடு இப்படியாவென்று சொல்லத் தேவையில்லை.

மதுரையில் உயர் நீதிமன்றக் கிளை அமைக்க வேண்டுமென்ற போராட்டக் கதை கண்ணீரால் எழுதப்பட வேண்டும். தென் மாவட்ட மக்களின் நீண்ட போராட்டத்திற்குப் பின் மத்திய அரசு 1981இல் நீதிபதி ஜஸ்வந்த் சிங் கமிஷனை அமைத்தது. 5 ஆண்டுகளுக்குப் பிறகு மதுரையில் நிரந்தரக் கிளை அமைக்க கமிஷன் பரிந்துரைத்த பின்னரும் ஏற்பட்ட தாமதத்தையெதிர்த்து மதுரை வழக்கறிஞர்களின் போராட்டத்தாலும் 2002இல் பதவியேற்ற தலைமை நீதிபதி சுபாஷன் ரெட்டியின் உறுதியான முயற்சியாலும் நிலங்கள் கையகப்படுத்தப்பட்டு நீதிமன்றக் கட்டிடங்களும் உருவாயின. குடியரசுத் தலைவரின் அறிவிக்கைக்குப் பிறகு 24.7.2004இல் நிர்ணயிக்கப்பட்ட பன்னிருவர்களுடன் நீதிபதிகள்

மதுரைக் கிளை 13 தென் மாவட்டங்களுக்கு நீதி பரிபாலனத்தைத் தொடங்கியது.

மதுரைக் கிளை சுழற்சி மன்றமா (circuit court) (அ) நிரந்தர நீதிமன்றமா (permanent bench) என்ற விவாதத்தில் நிரந்தர அமர்வு என்று முடிவானது. பம்பாய் நீதிமன்றத்தின் மற்ற அமர்வுகளான நாக்பூர், ஔரங்காபாத், கோவாவிலுள்ளதுபோல் நிரந்தரமாக நீதிபதிகளை நியமிக்காமல் சென்னையிலிருந்தே நீதிபதிகள் சுழற்சி முறையில் பணியாற்றி வருகின்றனர். ஆண்டுக்கு இரு மாதப்பணி என்றிருந்தது தற்போது மூன்று மாதங்களாகியுள்ளது. நீதிபதிகளுக்குச் சென்னையிலிருப்பதைப் போன்றே வீடு, கார், பணியாளர், பாதுகாவலர் மற்றும் ஓட்டுநர்கள் மதுரையிலுமுண்டு. தலைமை நீதிபதியாயிருந்த ஏ.பி. ஷா புதுநியமன நீதிபதிகள் சிலரை மதுரையில் தொடர்ந்து பணியாற்ற உத்தரவிட்டிருந்தார். பின்னாள் தலைமை நீதிபதிகளின் உத்தரவுகளின் மூலம் அவர்கள் சென்னைக்கே திரும்பிவிட்டனர். விதிவிலக்காக நீதிபதி செல்வம் மட்டுமே 8 ஆண்டுகளாக மதுரையில் பணியாற்றி வருவது பாராட்டத்தக்கது.

சுழற்சிக் காலத்தைக் கூட்டும் முயற்சிகள் தோல்வியடைந்து நிரந்தர நீதிமன்றம் இன்று சுழற்சி அமர்வாக்கப்பட்டுள்ளது. மதுரைக்குச் செல்லும் நீதிபதிகளுக்கு ஊதியம் தவிர தினப் படியுமுண்டு. அரசு விதிகளின்படி 89 நாட்களுக்கு மேல் தலைமையிடம் தவிர்த்து வேறிடங்களில் பணியாற்றினால் முறையான பணியிடமென்று கருதி தினப்படி மறுக்கப்படுமென்ற காரணத்தால் மூன்று மாதத்திற்கு மேற்பட்ட சுழற்சியை பெரும்பாலோர் ஏற்க மறுத்தனர். மூன்று மாதச் சுழற்சியென்றாலும் நீதிமன்ற வேலை நாட்கள் 55 – 60 நாட்களுக்கு மிகாது. வார இறுதியிலும் விடுமுறை நாட்களிலும் நீதிபதிகள் சென்னைக்குத் திரும்புவதால், அங்குள்ள பணியாளர்களும் சென்னைக்கு வந்துவிடுகின்றனர். இதனால் நிச்சயமற்ற தன்மை ஏற்பட்டுப் பணிகளும் தடைபடுகின்றன.

காஷ்மீர் முதல் குமரி வரை எங்கு வேண்டுமானாலும் பணியாற்ற சம்மதித்த நீதிபதிகள் மணி நேர விமானப் பயணத்தில் சென்றுவிடும் மதுரையில் நிரந்தரமாகப் பணியாற்றத் தயங்குகின்றனர். தலைமை நீதிபதி இச்சுழற்சி முறைக்கு முற்றுப்புள்ளி வைத்து நீதிபதிகளை நிரந்தரமாக மதுரை அமர்விற்கு அனுப்புவாரா?

இல்லையெனில் அழகர், நீரற்ற வைகையிலிறங்கும் சடங்குபோல் மதுரைக் கிளையும் அடையாளச் சின்னமாகிவிடும் அபாயம் உள்ளது.

துன்பவியலில்
தொல்லியல் சின்னம்

புனித ஜார்ஜ் கோட்டையின் கொத்தளத்தின் வடக்குப் பகுதியை விரிவுபடுத்த விழைந்தனர் காலனியாதிக்கவாதிகள். சென்னமல்லீஸ்வரர், சென்னகேசவர் கோயில்கள் தீக்கிரையாயின. கொதித்தெழுந்த மக்களை மானியமும் பூக்கடைக்கு மேற்கே நிலமும் கொடுத்து சமாதானப்படுத்தினர். அரண்மனைக்காரத் தெருவின் தெற்கேயிருந்த மணற்குன்றைத் தகர்த்தனர். ஆக்கரமித்த நிலத்தில் கலங்கரை விளக்கமொன்றை நிறுவினர். 1862இல் துவங்கி தற்பொழுதைய மாவட்ட ஆட்சியர் அலுவலகத்தில் இயங்கிய உயர் நீதிமன்றத்திற்கு 1890இல் புதிய கட்டிடம் அவ்வளாகத்தில் எழுப்பப் பட்டது. அக்கட்டிடத்திற்கு மேலேயே புதிய கலங்கரை விளக்கம் நிறுவப்பட்டது.

அதன் பிரம்மாண்டத்தைப் பார்த்து செஞ்சி ஏகாம்பர முதலியார் அலங்காரச் சிந்து எழுதியதில் சில வரிகள்:

அண்டா போல் ஒரு கூண்டு சண்டமாக கட்டி
அடுத்தசுத்திலும் பெருங் கொடத்தை போல
வெகுகூட்டி
கண்டவர் பிரம்மிக்க கலசமதிலே மாட்டி
கண்கள் சிதரும்படி தங்ககிலுட்டுவூட்டி...

இரு கலங்கரை விளக்கங்களும் உயர் நீதிமன்றக் கட்டிடமும் தொல்லியல் சின்னங்களென அறிவிக்கப் பட்ட பின்னும் விரிவாக்கமென்ற பெயரில், புதுப்புது கட்டிடங்கள் முளைத்து வளாகமே கட்டிடக் காடாக (concrete jungle) மாறிவிட்டது.

'ஹைகோர்ட் பீச்' என்றழைக்கப்பட்ட வட சென்னை கடற்கரையை துறைமுக நிர்வாகம் எடுத்துக்கொண்ட பின் பசுமை வளாகமாக இருந்த அவ்வளாகத்தில் மாலையில் காற்று வாங்க வட சென்னைவாசிகள் பயன்படுத்தினர். சட்டக் கல்லூரி, ஜார்ஜ் நகர பள்ளி மாணவர்களும் விளையாடி வந்த பெரிய மைதானம் 'சுவாச வெளி'யாக (lung space) விளங்கியது. தலைமை நீதிபதி வீராசாமி காலத்தில் தென் மேற்கில் அமைக்கப்பட்ட விரைவுப் போக்குவரத்து பேருந்து நிலையம் பலத்த முயற்சிகளுக்குப் பின் உயர் நீதிமன்றத்திடமே ஒப்படைக்கப்பட்டது. ஆனாலும் அங்கிருந்து அகற்றப்பட்ட சித்திரைத் திருநாள் மகாராஜாவின் சிலை மட்டும் அடையார் கோவிலொன்றிலேயே தங்கிவிட்டது.

வடகிழக்கிலிருந்த வனப்பகுதி அழிக்கப்பட்டு, அழகியல் தன்மையற்ற உயர் நீதிமன்றத்தின் இணைப்புக் கட்டிடம் உருவானது. வளாகம் முழுதும் கட்டிடங்களாலேயே தற்போது நிறைந்து சுவாச வெளிகள் முற்றும் அழிக்கப்பட்டுவிட்டன. ஏற்கனவேயிருந்த மூன்று நீதிமன்றக் கட்டிடங்களும், சட்டக் கல்லூரி தவிர தற்போது 20 கட்டிடங்களுக்கும் அதிகமாகக் கட்டப்பட்டுள்ளதுடன், மேலும் புதிய கட்டிடங்களும் வரவுள்ளன. விழா நினைவுகள் என்ற பெயரில் புது கட்டமைப்புகளும் உருவாகியுள்ளன. 150ஆம் ஆண்டு நினைவையொட்டி தெற்கு வாயிலில் 'யானைக்கவுனி' போன்ற நுழைவு வாயில் நிறுவ பல லட்சரூபாய்கள் செலவாயின.

தொல்லியல் சின்னங்களின் 300 மீட்டர் தொலைவிற்குள் புது கட்டிடங்களோ, அமைப்புகளோ உருவாக்கக் கூடாது என்று விதியிருப்பினும் உயர் நீதிமன்ற வளாகத்திற்கு அவ்விதி ஏன் பொருந்தவில்லை? கோட்டையெதிரில் 'சட்டமன்றத்தின் வைர விழா வளைவு' அமைக்க விழைந்த முதலமைச்சரின் திட்டமே அவ்விதியின் காரணமாக மாற்றப்பட்டது. உயர் நீதிமன்றத்தில் தொடர்ந்து பல புதிய கட்டிடங்கள் உருவாகுவது தவிர்க்கப்பட வேண்டும். தொல்லியல் சின்னங்களின் மேற்பார்வைக்கு உருவாக்கப்பட்ட நீதிபதிகள் குழு இதைப் பற்றிச் சிந்திக்க வேண்டும்.

இந்தியாவிலேயே மிக அதிகமான நீதிமன்றங்களை உள்ளடக்கியுள்ள வளாகம் என்பது பெருமைதரும் விஷயமல்ல. இன்றைய காலத்தின் கட்டாயம் அதிகார மையங்கள் பரவலாக்கப்பட வேண்டுமென்பதே! வளர்ந்து வரும் சென்னை மாநகரத்தின் அசுர விரிவாக்கத்தில் வளாகத்திலுள்ள பல்வேறு நீதிமன்றங்கள் பல திக்குகளிலும் இடம்பெயர்வதே உயர் நீதிமன்றத்தின் மாட்சியை எதிர்காலத்தில் காப்பாற்றும்.

முகமற்ற முகாம் கூலிகள்

முள்வேலி முகாம்களில் ஈழத்துமகளிர் பட்ட இன்னல்கள் கேட்டு வேதனையடையும் நாம் 21ஆம் நூற்றாண்டில் முகாம் கூலிகளாகச் சுரண்டப்படும் தமிழ்ப் பெண்களைப் பற்றி யோசிப்போமா?

ஈரோடு நூற்பாலையில் பெண் கூலிகள் 45 பேர் (சத்தீஸ்கரைச் சேர்ந்த 24 பேரும் அசாமைச் சேர்ந்த 11 பேரும்) கொத்தடிமைச் சட்டத்தின் கீழ் விடுவிக்கப்பட்ட செய்தியால் 'முகாம் கூலி' (Camp Coolies) முறையை ஒழிக்கக் குரலெழுப்பப் பட்டுள்ளது.

20ஆம் நூற்றாண்டு தொடக்கத்தில் பருத்தி ஆலைகளில் கணிசமாகப் பெண்கள் வேலைக்கமர்த்தப்பட்டனர். இது இரண்டாம் உலகப் போரின் இறுதி வரை தொடர்ந்தது. பின்னர் எழுந்த சுதந்திரக் காற்றால் உருவாக்கப்பட்ட சட்டங்களில் பெண் தொழிலாளர் பற்றிய சிறப்புப் பிரிவுகளும் சேர்க்கப்பட்டன. தொழிற்சாலைச் சட்டத்தில் பெண் தொழிலாளர்களுக்குத் தனிக் கழிப்பறை, பால்வாடி வைக்கவும் மற்றும் இரவு ஷிப்டில் பெண்வேலைக்குத் தடையும் உருவாயின. மகப்பேறு ஆதாயச் சட்டத்தில் ஊதியத்துடன் மும்மாத விடுமுறை அளிக்கப்பட்டது. பருத்தி ஆலைகளில் பெண்கள் எண்ணிக்கை குறைய இவையும் காரணமாயின.

பெண் எதிர்த்துப் பேச மாட்டாள். சங்கத்தில் இணைய மாட்டாள். கூலியும் குறைத்து வேலைத்

திறனையும் பெருக்கிக்கொள்ள ஆலை முதலாளிகள் தொழிலாளர் சட்டங்களைப் புறக்கணிக்கத் திட்டம் தீட்டினர்.

குழந்தைத் தொழிலாளர் ஒழிப்புச் சட்டம் 14 வயதிற்குட்பட்ட குழந்தைகளை வேலை வாங்குவதைக் குற்றமாக்கியதால் பெண் குழந்தைகள் பீடி மற்றும் தீப்பெட்டித் தொழிற்சாலைக்கும் போவது குறைந்ததால் 18 வயதிற்குட்பட்ட பெண்களுக்கு வலை வீச உருவானதே 'திருமகள் திருமணத் திட்டம்' (அ) 'சுமங்கலித் திட்டம்'. கல்யாணத்திற்காகும் செலவினங்களை ஈடுகட்ட மூன்று ஆண்டு பருத்தி ஆலைக்குப் பெண்ணை அனுப்பினால் ஒப்பந்தகாலத்தின் முடிவில் ரூ. 30,000 கொடுப்பதாகவும், மில் வளாகத்திலேயே தங்கி பயிற்சியாளராக மூன்று ஷிப்டுகளிலும் பணிபுரிந்தால் சொற்ப சம்பளமும் உணவும் அளிக்கப்படும். ஆண்டிற்கு இரு நாள் பெற்றோர்களையும் பார்க்க பரோல் உண்டு.

தொழிற்சாலைச் சட்டப்பிரிவு 66இல் பெண்கள் இரவு ஷிப்ட் செய்ய தடையையெதிர்த்து வசந்தா என்ற பெண் வழக்குத் தொடுத்தார். ஜனநாயக மாதர் சங்கத்தின் எதிர்ப்புக்கும் மீறி அச்சட்டம் தவறென்று சென்னை உயர் நீதிமன்றம் தீர்ப்பளித்தது. 2007இல் முகாம் கூலிகளின் எண்ணிக்கை ஈரோடு, கோவை மற்றும் திண்டுக்கல் மாவட்டங்களில் மட்டும் நாற்பதாயிரத்தைத் தாண்டியது. மேற்கு மற்றும் தெற்கிலுள்ள 17 மாவட்டங்கள் கொத்தடிமைகளைப் பணிக்கு எடுக்கும் வேட்டைக் காடுகளாயின.

12 மணி நேர வேலை, விடுமுறைகள் தவிர்ப்பு, பாலியல் தொல்லை, திட்ட முடிவில் கொடுத்த செக் மோசடி எனப் புகார்ப் பட்டியல்கள் நீளத் தொழிற்சங்கங்களும் மகளிர் அமைப்புகளும் 'முகாம் கூலி' முறையை ஒழிக்க வேண்டுகோள் விடுத்தன. தமிழக அரசோ அதைப் புறக்கணித்துக் கண்காணிப்புக் குழுக்களை மட்டுமே அமைத்துள்ளது.

தமிழகத்தை விடுத்து வட இந்திய வேட்டையில் சிக்கிய பெண்கள் கொத்தடிமைச் சட்டத்தில் விடுவிக்கப்பட்டது முகாம் கூலிகளின் பிரச்சினைகளை மீண்டும் நினைவூட்டியுள்ளது. முள்வேலி முகாம் பற்றிக் கவலைப்படும் வேளையில் தமிழக வேலிகளில் அடைக்கப்பட்ட அபலைகளைப் பற்றியும் கவனம் கொள்வோம். அதுவரை அங்கே அவதிப்படும் அபலைகளுக்குப் பாவேந்தரின் கவிதை வரிகளே சமதானம்:

கல்யாணம் ஆகாத பெண்ணே! – உன்,
கதிதன்னை நீதிச் சயம்செய்க கண்ணே!

கே. சந்துரு

தண்ணீர்... தண்ணீர்...

குப்பிகளில் 10 ரூபாய்க்கு அம்மா குடிநீர் விற்பனை சக்கை போடு போடுகிறது. கும்மிடிப் பூண்டியில் இரண்டாவது உற்பத்தி நிலையமும் அமைக்கப்பட்டு வருகிறது. இதற்கெல்லாம் நீராதாரம் எங்கே? யாரும் கேட்கக் கூடாது. ராட்சஸ போர்வெல்களில் நிலத்தடி நீரையுறிஞ்சி லாரி விநியோகம் தவிர்த்து குப்பிகளில் வாங்குவதை மக்களே ஏற்றுக்கொண்டதுபோல் தோற்றம் ஏற்பட்டுள்ளது.

1987ஆம் ஆண்டு சென்னை மற்றும் ஒருங்கிணைந்த செங்கல்பட்டு மாவட்டங்களில் நிலத்தடி நீரைக் கட்டுப்பாடில்லாமல் உறிஞ்சுவதை ஒழுங்குபடுத்தும் சட்டம் இயற்றப்பட்டது. அதன்படி கிழக்கு செங்கல்பட்டு மாவட்டங்களில் நிலத்தடி நீரை எடுப்போர் வருவாய் அதிகாரிகளிடம் முன் அனுமதி பெறவும் மீறினால் தண்ணீர் லாரிகளைச் சிறைபிடிக்கவும் அதிகாரம் கிடைத்தது. சென்னைக்குக் குடிநீர் வழங்க தென்சென்னை முதல் கோவளம் வரை 20 கி.மீ. நிலத்தடி நீரையெடுத்து குடிநீர்வாரியம் விநியோகிக்க ஐக்கிய நாடுகள் வளர்ச்சித் திட்டக்குழுவின் அறிக்கைகள் ஆதாரங்களாகக் காட்டப்பட்டிருப்பினும் 20 ஆண்டுகளில் அப்பகுதிகளில் நிலத்தடி நீர் முழுவதும் உப்பு நீராக மாறியதுதான் வரலாறு.

கனம் கோர்ட்டாரே!

குடிநீர்வாரியம் ராட்சஸ போர்வெல்களில் நீரையெடுத்தது போக தனிப்பட்ட நில உரிமையாளர்களும் தங்களது நிலங்களில் நீரையெடுத்து லாரிகளில் நட்சத்திர விடுதிகளுக்கும், அடுக்குமாடிக் குடியிருப்புகளுக்கும் விநியோகம் செய்தனர். காஞ்சிபுரத்திலுள்ள கிராம மக்கள் எதிர்ப்பை மீறி நீர் விற்பனை களைகட்டியது. கிராம ஏரிகள் தூர்ந்துவிடுவதையெதிர்த்துப் போராடிய வேங்கைவாசல் கிராம மக்களுக்கு வருவாய்த் துறை அதிகாரிகள் இச்சட்டத்தை நிறைவேற்ற முடியாதென்றும் தண்ணீரின்றித் தவிக்கும் சென்னை நகரவாசிகளுக்கு எப்படியாவது குடிநீர் வழங்குவதே அரசின் முடிவென்றும் சமாதானம் கூறியதால் அச்சட்டம் காகிதச்சட்டமாகவேயிருந்தது.

தமிழகமெங்கும் தண்ணீர் கொள்ளைகளையெதிர்த்த மக்களின் கோபத்தைத் தணிக்க 2003ஆம் ஆண்டு 'தமிழ்நாடு நிலத்தடி நீர் (வளர்ச்சி மற்றும் நிர்வாகம்) சட்டம்' முதலில் அவசரச் சட்டமாகவும் பின்னர் சட்டமன்றத்தின் ஒப்புதல் பெற்று முறையான சட்டமாகவும் இயற்றப்பட்டது. நிலத்தடி நீரை வணிக முறையில் அறுவடை செய்வது தடுக்கப்பட்டது. இச்சட்டத்தையெதிர்த்து ராமாமிர்தம் என்பவர் தொடர்ந்த வழக்கை சென்னை உயர் நீதிமன்றம் 2005இல் தள்ளுபடி செய்தது. நிபுணர் குழுவின் அறிக்கையில் இயற்றப்பட்டதென்றும் அரசின் கொள்கை முடிவில் தலையிட முடியாதென்றும் தீர்ப்பளிக்கப்பட்டது.

கடந்த பத்து ஆண்டுகளில் இதையெதிர்த்து தனிநபர்கள் நிலத்தடி நீரை உறிஞ்சும் உரிமையைக் கேட்டபோதெல்லாம் நீதிமன்றம் சட்டத்தின் பொதுநலன் கருதி தலையிட மறுத்தே வந்துள்ளது. இரண்டு கழகங்களின் ஆட்சியிலும் இச்சட்டத்தின் குறைபாடுகள் பற்றி யாரும் குரலெழுப்பவில்லை. இச்சட்டத்தின் கீழெடுக்கப்பட்ட நடவடிக்கைகளைப் பற்றி வெள்ளை அறிக்கையொன்றை அரசு சமர்ப்பிக்க வேண்டுமென்று யாரும் கோரவில்லை. சட்டப்பேரவை பலமுறை கூடியும் சட்டத்திற்கான திருத்தங்களேதும் கொண்டுவரப்படவில்லை.

திடீரென்று 14.9.2013 தேதியன்று இச்சட்டம் காணாமல் போனதற்கு ஆளுநர் அவசரச் சட்டம் பிறப்பிக்க அமைச்சரவை பரிந்துரைத்ததே காரணம். பொதுமக்களுக்கு குடிக்கத்தக்க நீரைக் குறைந்தபட்சம் அளிக்கவும் அதற்கான கட்டுப்பாட்டு முறைகளை உருவாக்கவும் விரிவான புதிய சட்டம் கொண்டுவரப்போவதாக அவசரச் சட்டத்தை மாற்ற விழையும் மசோதா குளிர்காலத் தொடரில் அறிமுகப்படுத்தப்பட்டுள்ளது. பத்து ஆண்டு

நிலுவையிலிருந்த சட்டத்தைப் பேரவை விவாதம் தவிர்க்க அவசர சட்டமாக அறிவித்ததின் காரணமென்ன? விரிவான சட்டத்தை ஏன் இப்பேரவையிலேயே நிறைவேற்ற முன்வரவில்லை?

15.9.2013 முதல் அம்மா குடிநீரை விற்க முடியாது, கும்மிடிப்பூண்டியில் 3 லட்சம் லிட்டர் நிலத்தடி நீரை உறிஞ்சவும் இரண்டாவது உற்பத்தி நிலையம் தொடங்கவும் முடியாது என்பதைத்தவிர வேறு காரணங்களைச் சொல்வாருமுண்டோ?

பெற்றால்தான் பிள்ளையா?

'பெற்றால்தான் பிள்ளையா?' என்றொரு திரைப்படமுண்டு. தத்தெடுத்தாலும் பிள்ளை தானென்று 'இந்து தத்தெடுப்புச் சட்டம்' கூறுகிறது. தலைமுறைக்குப் பின் சொத்துகளை அனுபவிக்கவும் வம்சாவளியைத் தொடரவும் இந்து மதம் தத்தெடுப்பை அங்கீகரித்துள்ளது. 1956ஆம் ஆண்டுச் சட்டம் வருவதற்குமுன் காலனியாதிக்கத்தில் 1890இல் கொண்டுவரப்பட்ட 'காப்பாளர் மற்றும் இளங்கணர்' *(Guardian and Wards Act)* சட்டத்தின் கீழ் நிவாரணம் வழங்கப்பட்டது. விதவைகளின் வேண்டுகோளின்படி மைனர் வாரிசுகளின் ஜமீன் சொத்துகளுக்குக் காப்பாளர்களாக அவர்கள் நியமிக்கப்பட்டார்கள். வாரிசில்லாத விதவை தத்தெடுத்துக்கொள்ள இந்து மதம் அனுமதித்தாலும் அந்நியர் ஆட்சி வாரிசுரிமையையேற்க மறுத்த வெள்ளை ஆட்சி அரசியல் சதுரங்கம் விளையாடியது.

இந்து மதத்தைச் சேர்ந்தவர்கள் குழந்தைகளைப் பெற்றோர்களின் ஒப்புதலுடன் தத்தெடுத்துக் கொள்வது தவிர அனாதைகளாக்கப்பட்ட குழந்தைகளையும் நீதிமன்ற நியமன காப்பாளர் மூலம் தத்தெடுத்துக்கொள்ளவும் சட்டம் அனுமதித்தது. கிறித்துவ மதத்தைச் சேர்ந்தோரும் தத்தெடுத்துக்கொள்ளலாமென்று 2009இல் சென்னை உயர் நீதிமன்றம் தீர்ப்பளித்தது. சமீபத்தில் இசுலாமியர்களும் குழந்தைகளைத் தத்தெடுத்துக்கொள்ளலாம் என்று உச்ச நீதிமன்றம்

தீர்ப்பளித்துள்ளது. 2000ஆம் ஆண்டின் இளம் குற்றவாளிகளுக்கான நீதி (குழந்தைகள் கவனிப்பு மற்றும் பாதுகாப்பு) சட்டத்தின் (*Juvenile Justice (Care & Protection) Act 2000*) 41ஆம் பிரிவின்கீழ் சமயப் பாகுபாடில்லாமல் எச்சமயத்தவரும் ஆதரவற்ற குழந்தைகளைத் தத்தெடுத்துக்கொள்ளும் உரிமை வழங்கப்பட்டுள்ளது.

பெற்றுக்கொள்ளவும் முடியவில்லை, தத்துப்பிள்ளைகளும் வேண்டாமென்பவர்களுக்குக் கிடைத்த வரப்பிரசாதம்தான் பதிலித்தாய் (*surrogate mother*) மூலம் வாரிசை உருவாக்குவது. குழந்தைப் பேறற்ற தம்பதியினர், சூலுற்ற கருவை வாடகைத் தாயின் கருப்பையில் வைத்துப் பராமரித்துப் பிரசவிக்கும் குழந்தையைத் தங்களுடையதாக்கிக்கொள்வதே இப்புதிய முயற்சி. இம்முயற்சிக்குச் சமூக வரவேற்பு பெருமளவில் இல்லாதது மட்டுமன்றி அரசுக்கும் இதுபற்றி சரியான புரிதல் இல்லாததும் வருத்தமளிக்கிறது.

இது பற்றிய சட்டவிதிகளும் நீதிமன்றத் தீர்ப்புகளும் மேலைநாடுகளில் பெருமளவிலிருப்பினும் பதிலித்தாய் மூலம் பெறப்படும் குழந்தைகளின் உரிமைகளைப் பற்றித் தெளிவான சட்டமியற்ற இதுவரை மத்திய அரசு முன்வரவில்லை. இரவல் கருப்பையிலுருவான குழந்தையின் உண்மைத்தாய் யாரென்பதும் அக்குழந்தைக்குத் தனது பெற்றோரிடமிருந்து எதிர்காலத்தில் கிடைக்கும் வாரிசுரிமை பற்றிய சட்டத் தெளிவின்மையால் சமூகத்தில் சிக்கல்கள் ஏற்படுகின்றன.

சமீபத்தில் சென்னை துறைமுகப் பொறுப்புக் கழகத்தில் வேலைபார்த்த பெண்ணொருவர் இருபது வயதடைந்த தனது ஒரே மகனை சாலை விபத்தில் பறிகொடுத்துத் தனக்கு மற்றொரு வாரிசு உருவாகாத இயற்கைப் புறக்கணிப்பால், மருத்துவர் ஆலோசனையின் பேரில் பதிலித்தாய் உதவியால் பெண்குழந்தையொன்றைப் பெற்றெடுத்தார். தன் பணிக் காலத்தின் பின் பெற்றுக்கொள்ளக்கூடிய அக்குழந்தையை வாரிசாகப் பதிவுசெய்யவும், மருத்துவ வசதிகள் அட்டை வழங்கவும் நிர்வாகத்திடம் வேண்டுகோள் விடுத்தார். மறுப்புத் தெரிவித்த நிர்வாகம் இப்பிரச்சினையில் சட்டச் சிக்கல்களும், தார்மீக மற்றும் நெறிமுறை குறித்த பிரச்சினைகளுமுள்ளதாலும், மத்திய அரசு புதிய சட்டமொன்றைக் கொண்டுவரும்வரை நிவாரணம் வழங்கமுடியாதென்றும் கூறியது.

அதையெதிர்த்து அப்பெண் ஊழியர் தொடர்ந்த வழக்கில் பதிலித்தாய் மூலம் பெற்ற குழந்தையின் உண்மைத் தாய்

அவர்தானென்றும் தத்தெடுத்துக்கொள்ளும் குழந்தைகளின் பெற்றோருக்குக் கொடுக்கப்படும் அனைத்து சலுகைகளும் பதிலித்தாய் மூலம் பெற்ற குழந்தைகளுக்கும் கொடுக்க வேண்டுமென்று சென்னை உயர் நீதிமன்றம் உத்தரவிட்டது. இது பற்றி விரிவான சட்டமியற்றவும் மத்திய அரசைக் கேட்டுக்கொண்டது.

இதயம், இரைப்பை, சிறுநீரகம், கண் என்று மாற்று உறுப்புச் சிகிச்சையை வரவேற்கும் சமுதாயம் இரவல் கருப்பையில் உருவான குழந்தையை ஏற்றுக்கொள்ள மனமாற்றமடையுமா?

'நெற்றிக்கண் திறப்பினும் குற்றமே!'

பசுமைத் தீர்ப்பாயம் புதிய கட்டிடத்திற்குக் குடிபெயர்ந்த நிகழ்வை துவக்கி வைத்து இந்தியத் தலைமை நீதிபதி சதாசிவம் ஆற்றிய உரையின் சில பகுதிகள் தமிழ்நாட்டையே அதிர்ச்சிக்குள்ளாக்கியது. "நீதிமன்றங்களும், தீர்ப்பாயங்களும் ஆறுகளில் மணல் அள்ளுவதற்கு முழுத்தடை விதித்தது வருந்தத்தக்கது மற்றும் தவறானது. ஏப்ரல் முதல் ஜூன் வரை ஆற்று நீரில்லாக் காலத்தில் *3 அடி முதல் 5 அடி வரை* மணல் அகற்றப்படாவிட்டால் வெள்ளப்பெருக்கு கடலுக்குப் போகும் என்ற அனுபவம் தனது வீடும் நிலமும் தமிழ்நாட்டில் காவிரிக்கரையில் இருந்ததால் கிட்டியது" என்று கூறினார்.

நீதிமன்றத்திற்கு வெளியே பொது நிகழ்ச்சியில், பசுமைத் தீர்ப்பாயத்தின் புது அலுவலகத்தை தொடங்கிவைக்கும் வேளையில், தீர்ப்பாய நீதிபதிகளின் முன்னிலையில் இப்படிக் கருத்துக் கூறலாமா என்ற கேள்வி எழுகிறது. விசாரிக்கும் வழக்குகளினிடையே தங்களது தனிப்பட்ட கருத்துகளை நீதிபதிகள் வெளியிடுவது தவறு. 1999 ஏ.கே. சிங் என்ற வழக்கில் கீழமை நீதிமன்றங்களில் வழக்கு நடைபெற்றுக்கொண்டிருக்கும்போது உயர் நீதிமன்றம் தனது கருத்தைப் பதிவுசெய்யக் கூடாதென்றும், 2009இல் லக்னோ வளர்ச்சிக் குழுமம் தொடுத்த வழக்கில், 'பெஞ்சமின் கார்டோசா' என்ற சட்ட மேதையின் மேற்கோளைக் குறிப்பிட்டு ஒருவருக்குச் சுதந்திரம் உண்டென்றாலும் அது முழுச்

சுதந்திரமல்ல, அவர் தனது கருத்தைச் சட்டவரைக்குள்ளடக்கியே தீர்ப்பளிக்க வேண்டுமென்றும் உச்ச நீதிமன்றம் உத்தரவிட்டுள்ளது.

உச்ச நீதிமன்றத்தின் அனைத்து நீதிபதிகளடங்கிய கூட்டத்தில் 7.5.1997இல் 'நீதிவாழ்வின் விழுமியங்களடங்கிய பிரகடனத்தை' வெளியிட்டனர். அதில் 8ஆவது பத்தியில் நீதிபதி பொது விவாதத்தில் ஈடுபடவோ, பொதுவில் தனது கருத்தை வெளியிடவோ (அ) நீதிமன்றத்தில் நிலுவையிலுள்ள வழக்குகளைப் பாதிக்கும் விதமாகவோ (அ) எதிர்காலத்தில் தன் நீதிமன்றத்தின் தீர்ப்பிற்கு வரக்கூடிய பிரச்சினைகள் பற்றியோ கருத்துகள் தெரிவிக்கமாட்டோமென்று உறுதிமொழியெடுத்துக் கொண்டுள்ளனர்.

தொடர்ந்து நடத்தப்படும் மணற்கொள்ளையால் நீராதாரங்கள் பாதிக்கப்பட்டுத் தமிழகமே பாலைவனமாக்கப்படும் சூழலிலும் பசுமைத் தீர்ப்பாயத்தின் தென் கிளையிலும், சென்னை உயர் நீதிமன்றத்திலும் இப்பிரச்சினைகள் குறித்து வழக்குகள் நிலுவையிலுள்ளபோதும் இப்படி பொத்தாம்பொதுவாக பேசியுள்ளது தவறே. பொது இடத்தில் கருத்துக் கூறியதால் அக்கருத்தை மறுத்துச் சொல்ல அனைவருக்கும் உரிமையுண்டு.

நீர்வரத்து இல்லாதபோது ஆற்று மணலை அள்ளாவிட்டால், பின்னர் வரும் வெள்ளப்பெருக்கு உபயோகமின்றிக் கடலில் சேருமென்றும், காவிரிக்கரை கிராமமொன்றைச் சேர்ந்தவனென்பதால் நீர்வரத்தற்ற பருவங்களில் மணல் எடுக்கப்பட்டதைப் பார்த்த அனுபவம் தனக்குண்டென்று அவர் கூறியுள்ளார். 'தமிழ்நாட்டின் நீர்வளமும் எதிர்காலமும்' மற்றும் 'காவிரி நதிநீர் பங்கீடு' என்ற நூல்களின் ஆசிரியரும் திருச்சி மாவட்ட காவிரி நீர்ப்பாசன விவசாயிகள் சங்கத்தின் தொழில்நுட்ப ஆலோசகரும், முன்னாள் பொதுப்பணித்துறை மேற்பார்வை பொறியாளருமான என்.நடராஜன் இக்கருத்துகளை வன்மையாக மறுத்துள்ளார். கரூர் முதல் தஞ்சை வரை மட்டுமே ஆற்றுமணல் கிட்டுமென்றும் விதிமுறைகளை மீறி காவிரியில் மணல் கொள்ளையடிக்கப்பட்டதால் நதியின் போக்குத் தடைப்பட்டு சுற்றுச்சூழல் பாதிக்கப்பட்டுள்ளதென்றும் சென்னை உயர் நீதிமன்றம் 14.7.99இல் அளித்த தீர்ப்பின்படி இதுவரை தமிழகத்திலுள்ள நதிகளில் எங்கேயுமே ஆற்று மணல் அள்ளுவதற்கான வரைமுறைகள் உருவாக்கப்படவில்லையென்றும் அவர் கூறினார்.

மணல் ஆதாரம் குறைந்தால் மாற்றுக் கட்டுமானப் பொருள்களைத் தேட முற்பட வேண்டுமேயொழிய நீராதாரங்களைச் சீரழிக்க முயலக் கூடாது என்பதே நீதி மன்றங்களின் தீர்ப்புகளாகவிருக்கட்டும்.

கடைத்தேங்காயும் வழிப்பிள்ளையாரும்

தமிழகத்தில் மத்திய நிதியமைச்சர் பேசிய கூட்டமொன்றில், கல்விக் கடனாக எழுபதாயிரம் கோடி ரூபாய் இதுவரை கடனளித்துள்ளதாகவும், அதன் விளைவுகள் பத்தாண்டுகள் கழித்தே தெரிய வருமென்றும் பெருமிதப்பட்டார். பத்தாண்டுகள் கழித்துக் கடன் வாங்கியோரெல்லாம் சிறப்பான பட்டம் பெற்றுத் தகுந்த வேலையிலமர்ந்து கடனைத் திருப்பித் தருவார்களா? (அ) கடனுக்கு ஜாமீன் கொடுத்த உற்றத்தார்கள்மீது நடவடிக்கைகள் பாயுமா? பொறுத்துத்தான் பார்க்க வேண்டும்! கடன் வாங்கியோரது எண்ணிக்கை கூடி ஓட்டு வங்கியாக மாறினால் ஜனார்த்தனன் பூஜாரி (மேனாள் நிதியமைச்சர்) அறிவுறுத்தியதுபோல் கடன்களையெல்லாம் திருப்பிச் செலுத்த வேண்டாமென்ற கோரிக்கைகளும் வலுப்பெறலாம். நாடாளுமன்றத் தேர்தல் அறிக்கைகளில் பல கட்சிகள் தாங்கள் மத்தியில் ஆட்சிக்கு வந்தால் கல்விக்கடன் முழுவதையும் ரத்து செய்வோம் என்ற வாக்குறுதியை வழங்கியுள்ளன. 'இந்தியன் வங்கி அது உங்களுடைய வங்கி' என்பது போன்ற விளம்பரங்களைத் தவறாக மக்கள் புரிந்துகொண்டார்களோ என்று தெரியவில்லை.

சுயநிதிக் கல்வி நிறுவனங்களில் சேரும் இலட்சக்கணக்கான மாணவர்களுக்குக் கல்விக்

கடனளிக்கப்படுகிறது. அதற்குண்டான விதிமுறைகளை இந்திய வங்கிகள் சங்கமும் ரிசர்வ் வங்கியும் ஏற்படுத்தியுள்ளன. தேர்வில் குறிப்பிட்ட மதிப்பெண்கள் பெற்றுவந்தால்தான் வங்கிக் கடன் தொடருமென்பதையும் அரசு நிர்ணயித்த கல்விக் கட்டணங்களுக்கு மேல் வசூலிக்கும் கல்வி நிலையங்களில் சேர்ந்தாலும் நிர்ணயிக்கப்பட்ட கட்டணத்திற்கு மேல் கடன் வழங்கப்படமாட்டாதென்பதும் அதே வங்கியில் வாராக் கடன் வைத்துள்ள நபர்களின் வாரிசுகளுக்குக் கல்விக் கடன் வழங்கப்படமாட்டாதென்பதும், பல வழக்குகளில் சோதனைக்குள்ளானது. தந்தையின் கடனுக்கு மகனின் படிப்பைப் பலியாக்கக்கூடாதென்றும் மதிப்பெண் அடிப்படையில் கடன் கொடுத்தால் அம்பேத்கர் போன்ற மேதைகள் உருவாகியிருக்க முடியாதென்றும், ரிசர்வ் வங்கியின் வழிமுறைகளுக்குச் சட்ட அடிப்படை இல்லையென்றும் தீர்ப்புகள் வழங்கப்பட்டன. வங்கிக் கடன் பற்றிய வழக்குகளில் உயர் நீதிமன்றத்தில் எத்தனை நீதிபதிகள் இருக்கின்றனரோ, அத்தனை விதமான தீர்ப்புகள் வந்துள்ளதைப் புரிந்துகொள்ள முடியாமல் மண்டை காய்ந்து போயின வங்கி நிர்வாகங்கள்.

சுயநிதி கல்வி நிறுவனங்கள் செயல்படுவதை அனுமதிக்கும் அதே வேளையில், அவர்கள் லாபம் சம்பாதிக்கும் வகையில் செயல்படக் கூடாது, நுழைவு நன்கொடை பெறக் கூடாது, மெரிட் அடிப்படையில் 'இலவச இடங்கள்' 50 விழுக்காடுகளும் மிச்சமுள்ள இடங்களை நிர்வாக விருப்பப்படியும் நிரப்பிக்கொள்ளலாமென்று 'உன்னி கிருஷ்ணன்' என்ற வழக்கில் உச்ச நீதிமன்றம் தீர்ப்பளித்தது. ஆனால் டி.எம்.ஏ. பாய் என்ற வழக்கில் அத்தீர்ப்பு ரத்து செய்யப்பட்டு நிர்வாகங்கள் தம் விருப்பப்படி மாணவர் சேர்க்கையை அமைத்துக்கொள்ளலாமென்று தீர்ப்பளிக்கப்பட்டது. நிர்வாகங்கள் தன்னிச்சையாகக் கட்டண விகிதங்களை நிர்ணயித்துக்கொள்ளவும், கட்டண நிர்ணய மேற்பார்வைக்குழுவும் அமைக்கப்பட்டன. மேற்பார்வைக்குழுவின் கீழ் வருவதைத் தவிர்க்க பல கல்வி நிறுவனங்கள் மத்திய அரசால் பல்கலைக்கழகமாகக் கருதப்படக்கூடிய *(Deemed University)* அந்தஸ்து பெற்றன. இந்நிறுவனங்கள் பெரும்பாலும் அரசியல்வாதிகளாலும் அவர்களது பினாமிகளாலும் நடத்தப்பட்டு வருவது தெரிந்ததே.

பொறியியல் கல்லூரிகளில் மாணவர் சேர்க்கைக்குக் குறைந்தபட்ச தகுதியும் குறைக்கப்பட்டு விருப்பப்படுவோர்களெல்லாம் சேர்ந்துகொள்ளும் வகையில் அரசாணைகள் பிறப்பிக்கப்பட்டன. அதிகக் கட்டணங்கள் வசூலிக்கும்

இந்நிலையங்களில் சேர்ந்துகொள்ள வசதியாக விதிமுறைகளற்ற கல்விக் கடன்களும் வாரி வழங்கப்படுகின்றன.

இவ்வரலாற்றை உற்று நோக்கின் அரசு பணத்தையெடுத்துத் தனியார் நிறுவனங்களைக் கொழிக்க வைக்கும் முயற்சியே என்பது தெரியவரும்.

கல்விக் கடன்கள் மனித ஆற்றலைப் பெருக்குமா? வாராக் கடன்களுக்கு வழிவகுக்குமா? சரித்திரம்தான் கூற வேண்டும்.

காற்றில் பறக்கும் வெடிமருந்து விதிகள்

“ஊரெங்கும் மகிழ்ந்து உல்லாசம் கலந்து உறவாடும் நேரமடா...” என்ற பட்டுக்கோட்டையாரின் பாடல்வரிகள் தீபாவளியை நினைவூட்டும். நரகாசுர வதக் கொண்டாட்டத்தின் பட்டாசு வெடிச் சத்தங்கள் உருவாக்கும் ஒலிமாசு வயதானோரையும் நோயுற்றோரையும் செல்லப் பிராணிகளையும் கால்நடைகளையும் கதிகலங்க வைக்கும்.

சிவகாசியிலும் அதன் சுற்றுப்புற ஊர்களிலுமுள்ள பட்டாசுத் தொழிற்சாலைகளில் தீபாவளிக்கு முன்னரே ஏற்படும் தீ விபத்துகளில் பல்லுயிர்கள் பலியாகும் காட்சிகள் கண்ணீர்க் கதைகள். இதைவிட பட்டாசு உற்பத்தி அதிகமாக நடக்கும் சீனத்தில் விபத்துகளும், உயிர்ச் சேதங்களும் ஏற்படுகின்றனவா என்று தெரியவில்லை.

தீபாவளிக்கு முன்பே மாதக் கணக்காக எல்.ஐ.சி., இன்ஷூரன்ஸ் வங்கிகள், மத்திய மாநில அரசு அலுவலகங்களிலெல்லாம் பட்டாசு பிரிக்க பண வசூல் நடத்தி சிவகாசியிலிருந்து மொத்த விற்பனையில் வாங்கி, தனித் தனிப் பண்டல்களாகக் கட்டி ஊழியர்களுக்கு விநியோகிக்க குழு உருவாக்கிச் செயல்படுபவர்கள். அவர்கள் வேலையை அந்நேரத்தில் அலுவலகங்களில் யார் கவனிப்பாரென்று ஒருவருக்கும் தெரியாது.

தீபாவளி வருகிறதென்றாலே போனஸ் கோரிக்கைகள் தொழிலாளர் மத்தியில் எழுந்துவிடும். 1965ஆம் ஆண்டின் போனஸ் சட்டத்தில் நிதியாண்டு முடிந்து 8 மாதங்களுக்குள் போனஸ் பட்டுவாடா செய்யவேண்டுமென்றிருப்பதே அதற்குக் காரணம்.

நவம்பரில் வரும் தீபாவளிச் செலவுகள் நெருக்குவதால் 'தீபாவளி போனஸ்' என்றே கோரிக்கை வைக்கப்படும்.

பட்டாசுகள் வருடாவருடம் விலையேற்றம் கண்டாலும் வெடிச் சத்தத்திற்குக் குறைவில்லை. இப்போது சவ ஊர்வலங்களைத் தவிர தலைவர்களை வரவேற்கவும் இன்ன பிற பல நிகழ்வுகளிலும் பட்டாசு கொளுத்திப் போடுவது வழக்கமாகிவிட்டது. புதிதாகப் பதிவுபெற்று பார் கவுன்சிலை விட்டு வெளியே வரும் இளம் வழக்கறிஞர்கள்கூட பட்டாசு வெடிகளுக்கிடையே வரவேற்கப்படுகின்றனர். இதைத் தடுக்க பார் கவுன்சில் போட்ட உத்தரவுகூட வெடிச் சத்தத்தில் மங்கிவிட்டது.

முன்பெல்லாம் பட்டாசு மொத்த/சில்லறை விற்பனைக் கடைகள் பூக்கடைக்கெதிரேயுள்ள நெரிசலான நான்கு தெருக்களில் வியாபாரம் செய்யப்பட்டது. அதற்கான விற்பனை உரிமங்கள், வெடிமருந்து விதிகளுக்குட்பட்டன. வெடிமருந்து சட்டத்தின் கீழ் உருவாக்கப்பட்ட இவ்விதிகளின் எண் 137இன்படி ஒரு பட்டாசுக் கடைக்கும் மற்றொரு பட்டாசுக் கடைக்கும் இடைவெளி 15 மீட்டர் இருக்க வேண்டுமென்றும் 1000 கிலோவிற்கு மேல் வெடி பொருள்கள் இருப்பில் வைத்துக்கொள்ளக் கூடாதென்றுமுள்ளது. பண்டிகை நேரத்தில் சில்லறை விற்பனை தேவை அதிகமிருப்பதால் மத்திய அரசின் 1984ஆம் ஆண்டின் உத்தரவின்படி சில்லறை கடைகளுக்கிடையே 3 மீட்டர் இருந்தால் போதுமென்று இடைவெளி விதி தளர்த்தப்பட்டது.

இவ்விதிகளை மேலும் தளர்த்தக் கோரி ஒரு சாராரும் பாரிமுனையிலுள்ள நெருக்கடியான தெருக்களில் பட்டாசு விற்பனை செய்யக் கூடாதென்று ஒருவரும் தொடுத்த வழக்குகளில் தீர்ப்பளித்த தலைமை நீதிபதி ஏ.பி. ஷா அடங்கிய டிவிஷன் பெஞ்ச், 2006இல் விதிகளைத் தளர்த்த முடியாதென்றும் அதிகாரிகள் வெடிபொருள் சட்டத்தைக் கறாராக அமல்படுத்தவும் உத்தரவிட்டது. வேண்டுமென்றால் அரசு வேறு சில பொது மைதானங்களை உரிமம் வழங்கிப் பண்டிகைப் பட்டாசு விற்பனை நடத்த அனுமதிக்கலாமென்று கூறப்பட்டது.

இன்று தீவுத்திடலில் பட்டாசுக் கடைகள் நடத்த உரிமம் வழங்கும் உரிமையை ஆளுங்கட்சியைச் சேர்ந்த ஒருவரின் கொள்ளைக்கு விட்டதோடு மட்டுமல்லாமல் வெடிபொருள் சட்டவிதிகளும், உயர் நீதிமன்ற உத்தரவும் புறக்கணிக்கப்பட்டுள்ளன.

வெடிமருந்து விதிகள் ஒருபுறம் காற்றில் பறக்க, வெடிச் சத்தங்களோ காதைத் துளைக்கின்றன.

கடன்பட்டார் நெஞ்சம் போல்

"கடன்பட்டார் நெஞ்சம் போல் கலங்கினான் இலங்கை வேந்தன்" என்ற அருணாசலக் கவிராயரின் பாடலையொத்து வங்கிக் கடனாளிகள் கலங்குவதில்லை. கடன் வசூல் வேட்டையிலிருக்கும் வங்கிகளோ 'இன்று போய் நாளை வா' என்ற கம்பரின் காவிய வரிகளைக் கடனாளிகளிடம் கூறுவதில்லை

வட்டிக்குக் கடன் வாங்கித் திருப்பித் தராதவர்களிடம் வசூலிக்க முன்னொரு காலத்தில் வங்கிகள் உரிமையியல் நீதிமன்றத்தையே நாடின. இறுதியுத்தரவு பெற்றுப் பின்னர் தொடரப்படும் முதல் மற்றும் இரண்டாம் மேல்முறையீடுகளையும் சந்தித்து, உச்ச நீதிமன்றத்தில் தொடுக்கப்படும் மேல்முறையீட்டையும் முறித்துப் பெற்ற இறுதித் தீர்ப்பாணையில் வழங்கப்பட்ட தொகையை வசூலிக்க நிறைவேற்று மனு அளித்து, கடனாளிகளின் சொத்துகளைப் பகிரங்க ஏலமிட்டு வரும் பணத்தையெடுத்துக்கொள்ள ஆண்டுகள் பலவாயின.

குடிமையியல் நீதிமன்றங்களில் சிக்கித் தவிப்பதை மாற்ற 1993இல் வங்கிகள் மற்றும் நிதிநிறுவனங்கள் கடன் வசூலிக்கும் சட்டத்தின்படி கடன் வசூலிக்கும் தீர்ப்பாயங்களும் மேல்முறையீட்டுத் தீர்ப்பாயங்களும் உருவாக்கப்பட்டன. இருப்பினும்,

கே. சந்துரு

கடன் வசூலில் முன்னேற்றமேதும் காணப்படவில்லை. இத்தீர்ப்பாயங்களின் இடைக்கால உத்தரவுகளையெதிர்த்து உயர் நீதிமன்றத்தில் ரிட் மனுக்கள் தாக்கல் செய்து வழக்குகளைத் தாமதப்படுத்தவே கடனாளிகள் முற்பட்டனர்.

வழக்குகள் நிலுவையிலுள்ளபோதே கடனீட்டு ஆவணச் சொத்துகள் கை மாறுவதையும், விற்கப்படுவதையும் தடுக்க இறுதித் தீர்ப்பாணைக்குக் காத்திராமல் சொத்துகளைக் கைப்பற்றி விற்பதன் மூலம் கடன் தொகையை எடுத்துக் கொள்ளவும் 2002இல் கடனீட்டு ஆவணங்கள் மற்றும் நிதி சார்ந்த சொத்துகள் புனரமைப்புச் சட்டமியற்றப்பட்டது. வழக்குத் தொடராமலேயே ஜாமீனாகக் கொடுத்த சொத்து விற்பனையைத் தடுத்து, அச்சொத்துகளைப் பொது ஏலத்தின் மூலம் விற்றுக் கடன் தொகையைப் பெற உதவியது. வங்கிகள் பல சட்ட கவசங்களைப் பூண்டும், வரவேண்டிய கடன்கள், வாராக் கடன்களாகவே நின்றுவிட்டன.

தனியார் வங்கிகள் கடைபிடித்த நெறியற்ற வசூல் முறைகள் கடனாளிகளிடமிருந்து அபயக்குரல்களை எழுப்பின. தேசியமயமாக்கப்பட்ட வங்கிகளும் நெறிமுறை தவிர்த்த கடன் வசூல் வேட்டையைக் கைவிடாததால் கட்டப் பஞ்சாயத்துகள் மூலம் கடன்கள் வசூலிக்கப்பட்டன. கமிஷன் முறையில் கடன் தொகையை வசூலிக்க நியமித்த தண்டல் முகவர்களின் (தாதாக்கள்) அடாவடித்தனமும் கடனில் வாங்கிய வாகனங்களை நடுரோட்டில் கைப்பற்றிச் சென்ற நிகழ்வுகளும் தொடர்ந்தன. இதைப் பற்றி வந்த வழக்குகளில் உச்ச நீதிமன்றமும், உயர் நீதிமன்றமும் வங்கிகளின் முறையற்ற நடவடிக்கைகளுக்குக் கண்டனம் தெரிவித்தன. 2002ஆம் ஆண்டின் சட்டத்தின் கீழ் நடவடிக்கையெடுக்கச் சொத்துகளின் ஆவணங்களை, தனியார் நிறுவனங்களிடம் வசூலிக்க ஒப்படைத்ததில் பல முறைகேடுகள் நடந்தன.

கடனாளிகளும் கடனைத் திருப்பித் தராமல் பல மோசடி உத்திகளைக் கையாண்டனர். பெரும் கடன் பெற்றும் திருப்பித் தராதோரின் புகைப்படங்களைச் செய்தித்தாள்களில் வெளியிட வங்கிகள் முன்வந்த செயலுக்கு சென்னை உயர் நீதிமன்றம் தடைவிதிக்காதது மட்டுமின்றி மோசடிப் பேர்வழிகளின் திட்டங்களை முறியடிக்க வங்கிகளும் புது உத்திகளைக் கையாள வேண்டியுள்ளதென்றும், தனிப்பட்டோரின் அந்தரங்கம் பாதிக்கப்படுவதாகக் கூறுவது ஏற்கமுடியாதென்றும் தீர்ப்பளித்தது.

கனம் கோர்ட்டாரே!

ஆனால் பம்பாய் மற்றும் கேரள உயர் நீதிமன்றங்கள் வங்கிக் கடனாளிகளின் புகைப்படங்களை வெளியீட்டு அச்சுறுத்தலுக்கு சட்ட அடிப்படையில்லையென்றும் அவர்கள் அந்தரங்கம் புனிதமானதென்றும் தீர்ப்பளித்துள்ளன. கடனாளிகளின் அந்தரங்கங்கள் புனிதமானவையா என்ற கேள்வியின் முடிவு உச்ச நீதிமன்றத்திடமேயுள்ளது.

'கொடாக் கண்டர்களுக்கும், விடாக் கண்டர்களுக்கு மிடையிலான' போட்டிகள் அதுவரை தொடரும்.

கே. சந்துரு

அதிகாரமற்ற வாளும் காசில்லாக் கைப்பையும்

ரூபாயின் மதிப்பு உலகச் சந்தையில் அதளபாதாளத்தில் விழுந்து வருவதைத் தடுத்து நிறுத்தும் நடவடிக்கையில் இறங்கிய மத்திய அரசு சிக்கன நடவடிக்கைகளைக் கடுமையாக அனுசரிக்க அதிகாரிகளுக்குச் சுற்றறிக்கையொன்றை அனுப்பியது. அவ்வறிக்கையில் துறைத் தலைவர்களுக்கு புதிய கார் வாங்கக் கூடாதென்றும், நட்சத்திர விடுதிகளில் விழாக் காணக் கூடாதென்றும் விமானப் பயணங்களில் சொகுசு வகுப்பில் பயணம் மேற்கொள்ளக் கூடாதென்றும் அறிவுறுத்தப்பட்டது. இதன் விளைவு மத்திய அரசின் தீர்ப்பாயங்களில் பதவி வகிக்கும் நீதிபதிகள் டூரிஸ்ட் டாக்சிகளில் பயணிக்கின்றனர்.

தமிழ் சினிமாவின் நூற்றாண்டைக் கொண்டாடிய சினிமா வர்த்தக சபையினருக்குப் பத்து கோடி வழங்கப்பட்டது விமர்சனத்திற்கு உள்ளானது. சினிமாவின் வரலாற்றை முறையாக ஆவணப்படுத்தாமல் உரியவர்களைக் கௌரவிக்கப் பணம் விரயமாக்கப்பட்டதாகக் கூறப்பட்டது. தற்புகழ்ச்சிகளுக்கும் பதவியேணியேறும் முயற்சிகளுக்குமான மேடைகளே விழாக்களெனக் கருதப்படுகின்றன.

உயர் நீதிமன்றத்தின் 150ஆவது ஆண்டுத் தொடக்க விழாவிற்குக் கோடி ரூபாயும், நிறைவு விழாவிற்கு மூன்று கோடியும் தமிழக அரசு அளித்தது. இருப்பினும் ஒன்றரை நூற்றாண்டின் நீதிமன்ற

வரலாறு இன்னும் அறிவுபூர்வமாக ஆவணப்படுத்தப்படவில்லை. 1890இல் உயர் நீதிமன்றத்தைக் கட்டுவதற்குப் பத்து இலட்ச ரூபாய் மட்டுமே செலவாயிற்று. ஆனால் 150ஆம் ஆண்டு விழா அழைப்பிதழுக்கு ஒன்பது இலட்ச ரூபாயும், விழா மலருக்கு ஏழரை இலட்ச ரூபாயும் செலவாயிற்றென்பது பலருக்கும் தெரியாது.

ஏழைகளுக்குச் சட்ட உதவி வழங்கும் வகையில் 1987இல் உருவாக்கப்பட்ட தேசியச் சட்ட உதவிச் சேவை ஆணையம், அனைத்து மாநில ஆணையங்களின் செயல் தலைவர்கள் மற்றும் செயலாளர்களின் இருநாள் கூட்டத்தைச் சென்னையில் மார்ச் மாதம் (2013) கூட்டியது. மாநில அரசு வழங்கிய ஒரு கோடி ரூபாயில் ஏழைகளுக்குச் சட்ட உதவிக்கான திட்டங்களை விவாதித்த அக்கூட்டம் ஏழு நட்சத்திர ஹோட்டலில் நடைபெற்றதுதான் வேதனை.

இச்சூழலில் நீதிமன்றங்களின் வாள்களுக்கு அதிகாரமில்லை, அவற்றின் கைப்பையில் காசுமில்லையென்றும் தங்களுடைய செலவினங்களை வரையறுத்து, செயல்படுத்த நிதி அதிகாரம் வழங்க வேண்டுமென்றும் குரல்களெழுந்துள்ளன. 2008இல் நீதிபதி ஜெகன்னாத ராவ் தலைமையிலான சிறப்புப் பணிக்குழு மத்திய அரசுக்கு அறிக்கையொன்றைச் சமர்ப்பித்தது. நீதிமன்றங்களுக்கு நிதியதிகாரமும் செலவினத் திட்டங்களை வகுக்க ஓய்வுபெற்ற தலைமை கணக்காயர் உள்ளிட்ட நீதித்துறைக் குழுமம் அமைக்கவும் பரிந்துரைக்கப்பட்டது. மத்திய அரசு இது பற்றிக் கருத்தேதும் தெரிவிக்கவில்லை.

நிதி சுயாட்சி கேட்கும் வேளையில் நிதி ஒதுக்கீடுகள் தகுதியான காரணங்களுக்குப் பயன்படுகிறதா என்ற கேள்வியும் எழுகிறது. நீதிபதிகளுக்குப் புத்தாக்கப் பயிற்சியளிக்க ஏற்படுத்தப்பட்ட தேசிய ஜுடிசியல் அக்காதெமிக்கு வேறெங்கும் மையங்கள் அமைக்கப்படவில்லை. ஆனால் தமிழ்நாடு ஜுடிசியல் அக்காதெமிக்கு மதுரையிலும், கோவையிலும் இரு மையங்கள் 13ஆவது நிதிக்கமிஷன் அளித்த நிதியில் உருவாக்கப்பட்டுள்ளன. உயர் நீதிமன்றத்தின் மதுரை அமர்விற்குத் தலைமை நீதிபதி ஆண்டில் ஒரு வாரம் சென்றால் பெரிது. ஆனால் மதுரையில் அவருக்கு நீதிமன்றக் கூடமும், தங்கும் மாளிகையும் தனியாக உண்டு. தலைமை நீதிபதிக்கு மதுரை அமர்வில்லாத காலங்களில் அவை பூட்டப்பட்டிருக்கும். தலைமை நீதிபதிக்கு இன்னொரு மாளிகை கட்ட தமிழக அரசு நிதி ஒதுக்கீடு செய்து, பணியும் தொடங்கப்பட்டுள்ளதன் காரணம் புரியவில்லை.

நிதிச் சிக்கன நடவடிக்கைகளென்பது ஏட்டில் மட்டுமே இருப்பின் பயனில்லை.

யாரெனது வழக்கறிஞர்?

வளர்ந்து வரும் சென்னை மாநகரத்தின் எல்லைகள் விரிந்துகொண்டே செல்ல அதன் மக்கள்தொகையும் கோடியைத் தாண்டிவிட்டது. மாநகரவாசிகளுக்குச் சட்டப் பிரச்சினைகள் ஏற்பட்டால் யாரிடம் செல்வதென்ற கேள்வி எப்போதுமே தொக்கி நிற்கும்.

1961ஆம் ஆண்டின்ள வழக்கறிஞர் சட்டத்தின்படி வழக்கறிஞர் உரிமம் பெறாத எவரும் நீதிமன்றத்தில் வேறொருவருக்கு வாதாட முடியாதென்று தெளிவுபடுத்தப்பட்டுள்ளது. இவ்விதிக்குச் சில விதிவிலக்குகளுமுண்டு. வருமான வரி, வணிக வரி, சுங்க வரி ஆகிய அலுவலகங்களில் பணியாற்றி ஓய்வுபெற்ற சிலர் அவர்களது அனுபவத்தின் பேரில் அத்துறை அதிகாரிகளின் முன்னெழும் வழக்குகளை நடத்துவதுண்டு. தொழிலாளர் நீதிமன்றங்களில் அங்கீகாரம் பெற்ற பிரதிநிதிகளாகத் தொழிற்சங்கத் தலைவர்களும், நுகர்வோர் நீதிமன்றங்களில் அங்கீகரிக்கப்பட்ட நுகர்வோர் குழுப் பிரதிநிதிகளும் ஆஜராக அனுமதிக்கப்பட்டுள்ளனர். சட்ட அறிவும், அனுபவ முதிர்வும், கால அனுகூலமும் இல்லாதபோது தங்களது வழக்கைத் தாங்களே வாதாடிக் கொள்வதென்பது விஷப் பரீட்சையே.

பெரும்பான்மையான வழக்குகளை நீதி மன்றத்தில், உரிமம் பெற்ற வழக்கறிஞர்களால்தான்

நடத்த முடியும். இந்திய பார் கவுன்சில் வகுத்துள்ள விதி முறைகளின்படி வழக்கறிஞர்கள் தங்களை ஊடகங்களில் விளம்பரப்படுத்திக்கொள்ள முடியாது. அலுவலகங்களின் முன் வைத்துக்கொள்ளும் அவர்களது விளம்பரப் பலகைக்கும் அளவுண்டு. தொலைபேசி விபரக்கொத்திலுள்ள மஞ்சள் பக்கங்களில் பெயர்போட அனுமதியுண்டென்றாலும் கைப்பேசிகள் வந்தபின் அவற்றின் பயன் காலாவதியாகிவிட்டது. அமெரிக்க வழக்கறிஞர்கள் தொலைக்காட்சிகளில் தங்களை விளம்பரப்படுத்திக் கொள்வதுபோல் இந்தியாவிலும் அவ்வுரிமைக்கான கோரிக்கைகள் பார் கவுன்சிலால் நிராகரிக்கப்பட்டுவிட்டன.

வெளியூர்களிலிருந்து கிளம்பி எழும்பூரில் ரயிலிறங்கி, தாங்கள் விரும்பிய வழக்கறிஞர்களைச் சந்திக்க அறிமுகக் கடிதத்துடன் நீதிமன்றத்திற்குள் சென்ற வழக்காடிகள் தரகர்களால் (tout) கவரப்பட்டு வேறு வழக்கறிஞர்களிடம் அழைத்துச் செல்லப்பட்ட அவலங்கள் நூறாண்டுகளாகத் தொடர்கின்றன. வழக்கறிஞர் தரகர்களின் கொடுமையைக் கண்டித்து 1879இல் மெட்ராஸ் பார் அசோசியேஷன் தீர்மானத்திற்குப் பின் தரகர்களைத் தடுக்கும் வண்ணம் 1879ஆம் ஆண்டின் சட்டத் தொழில் புரிவோர் சட்டம் அமுலாக்கப்பட்டது.

வழக்காடிகளைக் கவர்ந்து தான் விரும்பிய வழக்கறிஞர்களிடம் அவர்களது வழக்குகளை ஒப்படைத்து கமிஷனடையும் தரகர் நடைமுறை இங்கிலாந்திலும் அதன் காலனிகளிலும் பரவலாக இருந்தன. பாகிஸ்தான் உச்ச நீதிமன்றத்தின் தலைமை நீதிபதியாக இருந்த சஜ்ஜத் அலி ஷா (1994) அண்மையில் வெளியிட்டுள்ள தனது சுயசரிதையில் தான் இளம் வழக்கறிஞராயிருந்தபோது தரகர் ஒருவர் தன்னை அணுகிய சம்பவத்தைச் சுவையுடன் பகிர்ந்து கொண்டுள்ளார்.

தற்போதைய பார் கவுன்சில் விதிகளின்படி தரகர் முறை ஒழிக்கப்பட்டிருப்பினும், பரவலாக நீதிமன்ற வளாகங்களில் தரகர்கள் சுதந்திரமாக நடமாடிக் கொண்டிருப்பதுதான் உண்மை. 1981இல் இந்திய பார் கவுன்சில் அறக்கட்டளை தமிழக வழக்கறிஞர்களிடம் ஆய்வு ஒன்றை மேற்கொண்டது. கொடுத்த வினாத்தாளுக்குப் பதிலளித்த 1150 வழக்கறிஞர்களில் 78 விழுக்காட்டினர் தரகர் முறை இருப்பதை அங்கீகரித்துடன் 48 விழுக்காட்டினர் பெரும்பான்மையான வழக்கறிஞர்கள் தரகர்களை வைத்துள்ளதை நம்புவதாகக் கூறினர்.

வழக்காடிகள், தரகர்களைப் புறக்கணித்து போலி வழக்கறிஞர்களைத் தாண்டி, தரமான வழக்கறிஞர்களின் சேவையை நாடுவதெப்படி? என்ற கேள்விக்கு விடையளிப்பது கடினம்.

சமீபகாலங்களில் தென்மாவட்டங்களில் பெரும்பான்மையான குடும்பங்களில் வீட்டுக்கு ஒருவரையாவது வழக்கறிஞர் தொழிலுக்கு அனுப்ப வேண்டுமென்பதை லட்சியமாக கொண்டுள்ளனரென்று தென்மாவட்டத்தைச் சேர்ந்த சட்டப்பேரவை உறுப்பினர் ஒருவர் என்னிடம் கூறினார்.

இதிலுமா வாரிசுரிமை?

முத்திரைத்தாள் என்ற சித்திரவதை

முத்திரைத்தாள் மோசடி என்றவுடன் நம் நினைவிற்கு வருவது அப்துல் கரீம் தேல்கியின் பெயரே. கர்நாடக சிறையொன்றில் அடைக்கப்பட்டிருக்கும் அவர் 2000 கோடி ரூபாய் மதிப்புள்ள முத்திரைத் தாள்களைக் கள்ளத்தனமாக அச்சடித்து விற்றதாகக் கூறப்பட்டது.

முத்திரைத்தாள் / வில்லைகள் பற்றிய வரலாறு விசித்திரமானது. நீதிமன்றக் கட்டணங்களுக்குப் பயன்படுபவையும், பதிவுத்துறையில் ஆவணங்களுக்கு உண்டான கட்டணங்களுக்குப் பயன்படுபவையென இரு வகைப்படும். காலனியாதிக்கத்தின்போது மக்களிடமிருந்து நிதிவசூலிக்க முத்திரைத்தாள்களும் முத்திரைவில்லைகளும் அரசால் விற்பனை செய்யப் பட்டது. மாவட்ட ஆட்சியர் அலுவலகத்திலிருந்து முழுக் கட்டணத்தையும் உரிமம் பெற்ற முகவர் செலுத்தி அவற்றை விற்பனை ஏஜென்டுகள் மூலம் நீதிமன்ற வளாகங்களிலும் பிற இடங்களிலும் விற்பனை செய்வதில் கிடைக்கும் கமிஷன் தொகையைப் பெற்றுக்கொள்வர்.

பதிவுத் துறையில் ஆவணங்களுக்குரிய முத்திரைக் கட்டணங்களைச் செலுத்தினால் மட்டுமே அவை பதிவுசெய்யப்படும். குறைவான கட்டணங்களுடன் தாக்கலாகும் ஆவணங்கள் பறிமுதலுக்குள்ளாகும். வழக்குகளுக்குண்டான கட்டணங்களை முத்திரைத்தாள்கள் / வில்லை களைச் செலுத்தியே நீதிமன்றங்களில் தாக்கல் செய்யமுடியும். நீதிமன்றச் சாட்சியங்கள் விசாரிக்கும்போது குறிப்பிடும் ஆவணங்களிலோ வழக்கு மனுவுடன் தாக்கல் செய்யப்படும் ஆவணங்களிலோ சட்டப்படி முத்திரைக்

கட்டணம் செலுத்தப்பட்டிருக்காவிட்டால் அவ்வாவணங்களை நீதிமன்றங்கள் கையகப்படுத்தி (impound) உரிய முத்திரைக் கட்டணம் செலுத்தும்வரை நீதிமன்றத்தின் வசமேயிருக்கும். முத்திரைக் கட்டணம் செலுத்தாத ஆவணங்களைச் சாட்சியமாக ஏற்றுக்கொள்ள நீதிமன்றங்களுக்குத் தடையுண்டு.

140 ஆண்டுகளுக்கு முன்னால் உருவான முத்திரைச் சட்டம், நீதிமன்றக் கட்டணம் மற்றும் வழக்கு மதிப்பீடு சட்டம் என்ற இவ்விரு சட்டங்களும் சில திருத்தங்களுடன் இன்னும் சுதந்திர இந்தியாவில் தொடரப்பட்டு வருவதுதான் வேதனை.

முகவர்கள் முழுப்பணத்தையும் அரசாங்க கஜானாவில் செலுத்தி முத்திரைத்தாள்களை வாங்குவதால் அரசுக்கு எவ்வித நட்டமுமில்லை. வாங்கிச் சென்ற முத்திரைத்தாள்கள் / வில்லைகள் மறு சுழற்சி முறையில் பயன்படுத்தப்பட்டால் ஏற்படும் நட்டங்களைத் தவிர்க்கவே கடுமையான கட்டுப்பாடுகள் விதிக்கப்பட்டுள்ளன.

ஐந்து ரூபாய் வில்லைத்தாளை ஒட்டி நீதிமன்றத்தில் தாக்கல் செய்யும் மனு அலுவலர்கள் இருவர், ஒருவர் உதவியாளர், ஒருவர் அலுவலக உதவியாளர் ஆகியோர் கைவழியாகச் சென்ற பின்னரே உரிய வழக்கெண் தரப்பட்டுப் பதிவுசெய்யப்படும். அவ்வில்லையின் மீது ரப்பர் ஸ்டாம்ப் முத்திரையிட்டு, முத்திரைப் பதிவேட்டு எண்ணுடன் பதிவேட்டில் வரவு வைக்கப்பட்டு, பின்னர் அலுவலரொருவர் அவ்வில்லையைப் பேனாவால் கோடிட்டவுடன் அதைத் துளைபோடும் இயந்திரத்தில் துளையிட்டு அதன் பின் ஒரு அலுவலர் அவ்வில்லை சிதைக்கப் பட்டது (defaced and defiled) என்று கையெழுத்திட்ட பின்னரே வழக்காவணம் முறையான அலுவலரால் பரிசீலிக்கப்படும். வில்லையிலுள்ள அரசு இலச்சினையின் மேல் துளை போட்ட பின் விழுந்த காகிதங்களை எரித்துவிட வேண்டுமாம். ஐந்து ரூபாய் வில்லைக்கான பணத்தைக் காக்க இத்தனை கெடுபிடியா என்று வியக்க வேண்டாம்.

கர்நாடகா நீதிமன்றங்களில் வங்கி வரைவோலை மூலமும் மத்திய நிர்வாகத் தீர்ப்பாயங்களில் போஸ்டல் ஆர்டர்கள் மூலமும் நீதிமன்றக் கட்டணங்கள் பெறப்படுவதுபோல ஏற்பாடுகளைச் செய்ய அரசு தயங்குவது ஏன்?

21ஆம் நூற்றாண்டிலும் 19ஆம் நூற்றாண்டு நடைமுறைகளைக் கையாண்டு வருவதில் பொருள்சேதமும் மனித ஆற்றல் விரையமும்தான் மிஞ்சுகின்றன.

முத்திரைத்தாள்கள் மறுசுழற்சிக்கு வருவதைத் தடுக்க விழையும் சட்டங்களால் தேல்கியின் முத்திரைத்தாள் மோசடிகளைத் தடுக்க முடியவில்லை என்பதே உண்மை.

கனம் கோர்ட்டாரே!

குறையொன்றுமில்லை

கடமையைத்தானே செய்தோம் அதற்கு வழியனுப்பு விழா அரசு செலவில் மனித ஆற்றல் விரையத்துடன் தேவையில்லையென்ற கருத்திற்கு ஓய்வு விழாவில் நீதிபதி சுதந்திரம் எதிர்வினையாற்றியுள்ளார். வரவேற்பு விழா போல் விடையனுப்பு விழாவை ஏற்றுக்கொள்வதில் தவறில்லை எனக் கூறிய அவர், அவ்விழாவிற்கான அரசு செலவீனத்தையும் மனித ஆற்றல் விரையத்தைப் பற்றியேதும் குறிப்பிடவில்லை. காலையில் அரசு வாகனத்தில் வந்திருப்பினும் மாலையில் சொந்த வாகனத்தில் வீடு திரும்பப் போவதாகவும், நிச்சயமாக இரயிலில் பயணிக்கப்போவதில்லையென்றும் பலத்த கைத்தட்டல்களுக்கிடையே கூறினார்.

நீதிபதிகளுக்குள்ள வசதிகளையும் சலுகை களையும் குறிப்பிட்ட அவர் மகிழ்ச்சியுடன் பணியாற்றியதாகவும், ஓய்வூதிய விதிகளைத் தவிர குறையொன்றுமில்லையென்றும் குறிப்பிட்டார். பணியைத் திருப்திகரமாகச் செயலாற்றியிருந்தாலும் அது பற்றியச் மதிப்பீட்டைச் செய்ய வேண்டியது வழக்கறிஞர்களே என்றும் குறிப்பிட்டார்.

ஒருவர் நீதிபதியாகும் முன் எவ்விதத் தரவுகள் அடிப்படையில் நீதிபதியாகிறார் என்பது பொது அறிவிற்குக் கிட்டாத விஷயம். பத்தாண்டுகள் உயர் நீதிமன்ற வழக்கறிஞராகவோ மாவட்ட நீதிபதி பொறுப்பிலிருந்தாலோ நீதிபதி பதவிக்குத் தகுதியானவராகக் கருதப்படுவர். அரசியலமைப்புச் சட்டத்தில் சொல்லப்படாத வேறு காரணிகள்

கணக்கில் கொள்ளப்பட்டிருந்தால் அவை பொதுப்படையாக அறிவிக்கப்படாத காரணிகளாகவே இருக்கின்றன. நீதிபதிகள் நியமனம் பற்றிய கோப்புக் குறிப்புகளைத் தருமாறு மூத்த வழக்கறிஞர் இந்திரா ஜெய்சிங் போட்ட வழக்கை உச்ச நீதிமன்றம் தள்ளுபடிசெய்து நியமனக் கோப்புகளின் இரகசியத்தை உறுதிசெய்தது.

குடியரசுத் தலைவரால் நீதிபதியாக நியமிக்கப்பட்ட ஒருவர் நிரூபிக்கப்பட்ட தவறான நடத்தைக்காகவோ இயலாமைக்காகவோ மட்டுமே நாடாளுமன்றத்தின் பெரும்பான்மை உறுப்பினர்களின் வாக்குப்பதிவின் மூலம் பதவி நீக்கப்படுவர். இயலாமைக்காக யாரும் இதுவரை நீக்கப்பட்டதில்லை. முறையற்ற சொத்துக் குவிப்பு, நிர்வாகச் சீர்கேடு விளைவித்த செயல்களுக்காகப் பதவி நீக்க நாடாளுமன்றம் எடுத்த மூன்று நடவடிக்கைகளும் முற்றுப் பெறாமலே முடிந்து போயின.

நியமிக்கப்பட்ட பின் நீதிபதியின் நடவடிக்கைகளைக் கண்காணிக்கவோ விமர்சனம் செய்யவோ சட்டத்தில் இடமில்லை. நீதிமன்ற வராந்தாக்களில் நடைபெறும் கிசுகிசுக்கள், அநாமதேய துண்டுப் பிரசுரங்கள் (அ) தலைமை நீதிபதிக்கு அனுப்பப்படும் மொட்டைக் கடிதங்கள் தவிர சுகாதாரமான விவாதங்களுக்கும், விமர்சனங்களுக்கும் இடமில்லை. வழக்கு விசாரிக்கும் வேகத்தைக் கொண்டு ஆமைகளென்றும், பந்தயக் குதிரைகளென்றும் குறிப்பிடுவதும் தீர்ப்புகள் வழங்குவதில் தாராளப் பிரபுக்களென்றும் கஞ்சப் பிரபுக்களென்றும் பட்டப் பெயர்கள் சூட்டி வழக்கறிஞர்கள் மகிழ்வதோடு சரி. சிலரை நீதிபதிகள் "மற்றவர்கள் கிள்ளித்தந்தால் இவர் அள்ளித்தருவார்" என்று புகழ் பாடுபவர்களுண்டு.

உச்ச நீதிமன்றத் தீர்ப்புகளை விமர்சித்து ஊடகங்களில் வெளியிட்டாலும், உயர் நீதிமன்றத் தீர்ப்புகளைப் பற்றிய விமர்சனங்கள் ஊடகங்களில் வெளிவருவதில்லை. பத்து சட்டக் கல்லூரிகள் தமிழகத்திலிருப்பினும் சட்டப் பேராசிரியர்களோ சட்ட வல்லுநர்களோ அவற்றை விமர்சிக்கத் தயங்குகின்றனர். பன்னிரெண்டிற்கும் மேற்பட்ட தமிழ்நாட்டிலுள்ள சட்ட சஞ்சிகைகளில் தீர்ப்புகள் வெளிவந்தாலும் அச்சஞ்சிகைகளின் ஆசிரியர்கள் தீர்ப்புகள் குறித்து தங்களது கருத்துகளைப் பதிவதைத் தவிர்த்தேயுள்ளனர்.

2001இல் தில்லியில் வெளிவந்த 'Wah India' என்ற ஆங்கில இதழ் தில்லி உயர் நீதிமன்ற நீதிபதிகளின் தர வரிசைப்படுத்த ஐம்பது மூத்த வழக்கறிஞர்களின் கருத்துகளைக் கேட்டுத் தர

வரிசையை வெளியிட்டது. அப்பத்திரிகையின் ஆசிரியர்மீது கோர்ட் அவமதிப்பு வழக்கு சுயமாகத் தொடரப்பட்டு அவர்கள் மன்னிப்புக் கோரிய பின் விடுவிக்கப்பட்டதுடன் 'டாப் டென்' நீதிபதிகளைப் பட்டியலிடுவது முடிவுக்கு வந்தது.

நீதிபதிகள் பைசல் செய்யும் வழக்கு விவரங்கள் தேசியத் தகவல் மையத்தில் *(NICNET)* தினசரி பதிவுசெய்யப்பட்டு வந்தாலும் அவ்விவரங்களைத் தகவல் உரிமைச் சட்டத்தின் கீழ் வினவியோருக்குத் துல்லியமாகத் தகவல்கள் வழங்கப்படுவதில்லை.

நீதிபதிகள் எவ்வித மதிப்பீட்டிற்கும் அப்பாற்பட்டவர்களா? நீதிபதி சுதந்திரம் கெட்டுக்கொண்டபடி வழக்கறிஞர்கள் நீதிபதிகளை மதிப்பீடு செய்ய வாய்ப்புள்ளதா?

எப்பொறுப்பு வகிப்பினும் வள்ளுவரின் வாக்கை யாரும் மறக்கக் கூடாது.

இடிப்பாரை இல்லாத ஏமரா மன்னன்
கெடுப்பா ரிலானுங் கெடும்

(குறள் – 448)

மக்கள் நீதிமன்றம் சாதிக்கிறதா?

ஏப்ரல் 14ஆம் தேதியன்று மீண்டுமொரு 'மெகா லோக் அதாலத்'திற்கு அகில இந்திய ரீதியில் ஏற்பாடு செய்யப்பட்டுள்ளது. ஆங்கிலமும் இந்தியும் கலந்த அந்த மூன்று வார்த்தைகளை தமிழில் 'மாபெரும் மக்கள் நீதிமன்றம்' என்றழைக்கலாம். இதன் மூலம் இந்தியா முழுதும் லட்சக்கணக்கான வழக்குகளுக்கு ஒரே நாளில் தீர்வு காணப்போவதாகக் கூறப்பட்டுள்ளது. நான்கு மாதங்களுக்கு முன்னால் 23.11.2013 தேதியன்றும் இதேபோன்றொரு 'மெகா லோக் அதாலத்' நடத்தப்பட்டது. அதில் ஒரே நாளில் 35,10,390 வழக்குகள் பைசல் செய்யப்பட்டதாகச் செய்தி வெளியிடப்பட்டது. அவற்றில் தமிழ்நாட்டில் மட்டும் 13.77 லட்சம் வழக்குகள் முடிவுற்றதாகக் கணக்குக் காட்டப்பட்டது. இப்படி முழு விளம்பரத்துடன் ஒரே நாளில் லட்சக்கணக்கான வழக்குகள் முடிவுசெய்யப்பட்டதாக நீதித் துறை சார்பாகக் கூறப்படும்போது ஏன் இன்னும் நீதி மன்றங்களில் கோடிக்கணக்கான வழக்குகள் தேக்க நிலையில் உள்ளன? என்பது பற்றிய சந்தேகம் ஏற்படுவதில் ஐயமில்லை.

2014 மார்ச் மாதம் வரை சென்னை உயர் நீதிமன்றத்தில் மட்டும் நிலுவையிலுள்ள வழக்குகள் 5.75 லட்சங்கள் தாண்டும். அதற்கு முந்தைய ஆண்டின் கணக்கு 5.25 லட்சங்களாகும். அதாவது 2013 – 2014 ஆண்டில் உயர் நீதிமன்றத்தில் (மதுரை அமர்வு உட்பட) பைசல் செய்யப்பட்ட வழக்குகளைத்

தவிர்த்து மேலும் *50,000* வழக்குகள் கூடியுள்ளன என்பதுதான் உண்மை. இதைப் போன்று கீழமை நீதிமன்றங்களிலும் நிலுவையிலுள்ள வழக்குகள் அரை கோடிக்கு மேலுண்டு. இவ்வழக்குகளெல்லாம் எப்போது தீர்க்கப்படும் என்ற கேள்விக்கு யாரிடமும் பதிலில்லை. தற்போது உயர் நீதிமன்றத்தில் நிலுவையிலுள்ள வழக்குகளை (புது வழக்குகள் எவற்றையும் அனுமதிக்காமல்) பைசல் செய்யவே கிட்டத்தட்ட *100* ஆண்டுகளுக்கு மேலாகும் என்ற செய்தி நம்மை அதிர்ச்சியடைய வைக்கிறது.

நீதிமன்றங்களில் நிலுவையிலுள்ள வழக்குகளை விரைந்து முடிப்பதற்கு ஆலோசனை கூற பல கமிஷன் அறிக்கைகளும் விவாத மேடைக் கருத்துகள் பல இருப்பினும். இன்று வரை நீதிமன்றங்கள் உருப்படியான செயல்திட்டங்களை வகுக்கவில்லை. நீதிமன்றங்கள் நடத்தும் பல விழாக்களிலும், கருத்தரங்குகளிலும் மாற்றுத் தீர்வு முறை *(Alternative Dispute Resolution - ADR)* பற்றியே பேசப்பட்டு வருகிறது. அக்கருத்துகளின் சாராம்சம் தற்போதுள்ள நீதிமன்றங்களால் வழக்குகளுக்கு உடனடித் தீர்வு காண்பதென்பது இயலாது. இரு தரப்பாருக்கிடையே ஏற்படும் சட்டப் பிரச்சினைகளை இணக்குவிப்பு மற்றும் சமரசங்கள் *(Mediation and Conciliation)* மூலம் தீர்த்துக்கொள்ளவும், அது பயனளிக்காதபோது மக்கள் நீதிமன்றங்கள் *(Lok Adalat)* மூலம் தீர்வு காணவுமே ஆலோசனைகள் வழங்கப்பட்டு வருகின்றன. உரிமையியல் நடைமுறைச் சட்டத்திலும் (1908), சட்ட சேவை ஆணைய சட்டத்திலும் (1987) இதற்கான சட்ட விதிமுறைகள் உருவாக்கப்பட்டுள்ளன. இச்சட்டங்களின் கீழ் நீதிமன்றங்களே தங்கள் முன்னால் விசாரணைக்கு வரும் வழக்குகளில் தீர்வு காண மாற்றுத் தீர்வு மையங்களுக்கு வழக்காடிகளைச் செல்லுமாறு அறிவுறுத்தக் கடமைப்பட்டுள்ளனர். மாற்றுத் தீர்வு மையங்களில் சமரச முடிவுகள் ஏற்படவில்லையென்றால் மீண்டும் அவ்வழக்குகள் உரிய நீதிமன்றங்களுக்குத் திருப்பி அனுப்பப்பட்டு அங்கு சட்டப்படியான விசாரணைக்குப் பின்னரே தீர்ப்பளிக்க வேண்டும்.

இதைத்தவிர தாலுக்கா, மாவட்ட மற்றும் மாநில ரீதியில் ஏற்படுத்தப்பட்டுள்ள சட்ட உதவி மையங்கள் அடிக்கடி மக்கள் நீதிமன்றங்களுக்கான ஏற்பாடுகளைச் செய்து நீதிமன்றங்களுக்கு வழக்குகள் வரும் முன்னரே தீர்வு காணும் *(pre-litigation strategy)* ஏற்பாடுகளையும் செய்துவருகின்றன. செல்போன் நிறுவனங்களுக்குச் செலுத்த வேண்டிய கட்டண பாக்கிகள், கடன் அட்டைகள் நிறுவனங்களுக்குச் செலுத்த வேண்டிய பாக்கித் தொகைகள், வங்கிகளுக்குத் திருப்பித் தரவேண்டிய

கட்டணங்கள், செக் மோசடி வழக்குகள் இவை குறித்து சம்பந்தப்பட்ட நுகர்வோருக்கு அறிவிப்புக் கொடுத்து அவர்களை நேரில் வரவழைத்து சம்பந்தப்பட்ட தனியார் நிறுவனங்கள் முன்னிலையில் அவர்களுக்கு ஆலோசனையளித்துத் தீர்வு காண முற்படும் முயற்சியே இவை. வழக்கு மன்றங்களுக்கு எதிர்காலத்தில் வரக்கூடிய வழக்குகளை இதன்மூலம் தவிர்க்கப்படுவதாகக் காரணம் கூறினாலும் உண்மையில் இம்முயற்சிகள் தனியார் செல்போன் நிறுவனங்கள், கடனட்டை நிறுவனங்கள் மற்றும் தனியார் வங்கிகளுக்குத் தொகைகளை பெற்றுத் தரும் முயற்சிகளேயன்றி வேறொன்றுமில்லை. இம்முயற்சிகள், தனியார் நிறுவனங்கள் நியமிக்கும் நிலுவைகள் மீட்பு முகவர்கள் *(Recovery Agents)* செயலை ஒத்தது.

கடந்த நவம்பர் மாதம் நடந்த மெகா லோக் அதாலத்தில் தீர்வு காணப்பட்டதாகச் சொல்லப்படும் வழக்குகள் இவ்வகையைச் சார்ந்தது. கிட்டத்தட்ட 11 லட்சம் வழக்குகளில் காசோலை திருப்பப்பட்ட வழக்குகளும், போக்குவரத்து விதிகளை மீறிய சிறு குற்றவியல் வழக்குகளுமே இவற்றில் பெரும்பாலானவை. மிக அதிக அளவில் தீர்வு காணப்பட்ட வழக்குகள் என்ற எண்ணிக்கையில் ஏற்கனவே தீர்வு காணப்பட்ட வழக்குகளையும், ஒரே வழக்கிற்கு இரு வழக்கு எண்கள் கொடுக்கப்பட்டும் கணக்கில் காட்டப்பட்டனவென்று கீழமை நீதிமன்ற நீதிபதிகள் சிலர் தெரிவித்தனர். இப்படிப்பட்ட பூச்சு வேலைகளால் தேக்க நிலைகள் மாறாது. ஒவ்வொரு வழக்காடியும் நீதிமன்றம் வருவதற்கு முன்னர் தனது உற்றார், உறவினர், நண்பர்கள், சமூகத் தலைவர்கள், காவல் துறை ஆகியோரை அணுகி அம்முயற்சிகளில் வெற்றி கிடைக்காத பின்னரே நீதிமன்றங்களைக் கடைசியாகத்தான் அணுகுகிறார்கள். அவர்களிடம் மாற்றுத் தீர்வுகளை முன்மொழிவது (ஏ)மாற்றும் வேலையே. நீதிமன்றங்கள் வழக்குகளில் உடனடித் தீர்வுகாணவில்லையென்றால் அவை கட்டப் பஞ்சாயத்துகளுக்கும் தாதாக்களின் அராஜகங்களுக்குமே வழிவகுக்கும்.

வழக்குகளின் தேக்க நிலை பற்றிப் பெரும்பாலும் கருத்துக் கூறுபவர்கள் நீதிபதிகள் பற்றாக்குறை, உள்கட்டமைப்பின் போதாமை மற்றும் வழக்கறிஞர்களின் ஒத்துழையாமையையே காரணங்களாகக் கூறுகின்றனர். இவையெல்லாமும் வழக்குகளின் தேக்கத்திற்குக் காரணிகளாகவிருப்பினும், அவற்றையும் மீறி வேறு சில முக்கியக் காரணிகளுமுண்டு. இந்திய நீதிமன்றங்கள் பள்ளியில் எல்.கே.ஜி. படிக்கும் சிறுமி பள்ளிக்குச் செல்லும் நாள்க்களைவிட குறைந்த நாட்களே செயல்படுகின்றன. கோடிக்கணக்கான வழக்குகள் தேக்கமுற்ற நிலையில் ஆண்டிற்கு 210 நாட்கள்

மட்டுமே நீதிமன்றங்களைத் திறந்து வைத்திருப்பது நியாயமற்ற செயலாகும். இதுதவிர தமிழகத்தில் வழக்கறிஞர்களின் நீதிமன்றப் புறக்கணிப்பு ஆண்டிற்கு 30 முதல் 40 நாட்கள் நடைபெறுகின்றன. புறக்கணிப்புத் தினங்களில் நீதிமன்ற நடவடிக்கைகள் முழுவதும் முடக்கப்படுகின்றன.

நீதிபதிகள் நியமனத்தில் கடைபிடிக்கப்படும் நடைமுறைகளில் தகுதிகளும், திறமைகளும் புறக்கணிக்கப்படுகின்றன. அடிக்கடி ஒத்திவைக்கும் வாய்தாக்களால் வழக்குகளின் தீர்வில் காலவிரையங்கள் ஏற்படுகின்றன. பொய் வழக்குகள் போடப்படுவது தடுக்கும் விதமாக அப்படிப்பட்ட வழக்குகளைத் தொடரும் வழக்காடிகளுக்கு உரிய அபராதத் தொகைகளை விதிப்பதற்கு நீதிபதிகள் தயங்குகின்றனர். எப்படிப்பட்ட பொய் வழக்குகள் போட்டாலும் தண்டனை கிடையாது என்ற தெம்பு வல்லடி வழக்காடிகளுக்கு ஏற்படுகிறது. இந்தியச் சட்ட அமைப்பு முறையில் சிறு வழக்குகளுக்கும் மேல் முறையீடு, சீராய்வு மனுக்கள் அதற்கும் மேல் உயர் நீதிமன்ற/உச்ச நீதிமன்ற மேல் முறையீடுகள் என்று பல கட்ட முறையீடுகள் அனுமதிக்கப்பட்டுள்ளன. இதனால் சிறிய உரிமையியல் வழக்குகள், வீட்டு வாடகை வழக்குகள், தொழிலாளர் வழக்குகள் முடிவதற்கு 10 முதல் 20 ஆண்டுகளாகின்றன. ஆகவே பல கட்ட மேல்முறையீடுகளைத் தவிர்ப்பதற்குச் சட்டத்திருத்தங்களும் தேவை.

மேலும் சட்டக்கல்வி என்பது கேலிக்கூத்தாகிவிட்டது. திறமையையும், தகுதியையும் வளர்ப்பதற்குப் பதிலாகச் சட்ட ஞானமே இல்லாதவர்கள்கூட வழக்கறிஞர்களாகப் பதிவுசெய்து கொள்வதற்கு இங்கு வாய்ப்புகளுண்டு. தகுதியான சட்ட ஆலோசனை இல்லாமல் தவிக்கும் (அ) ஏமாற்றப்படும் வழக்காடிகளின் எண்ணிக்கை கூடிவருகின்றன.

நீதிமன்றங்களில் வழக்குகளின் தேக்கநிலைக்கான காரணிகளையறிந்து அவற்றை உரிய முறையில் களைய முற்படுவதே தேக்கங்களைத் தவிர்க்கும். மேம்போக்கான பூச்சு வேலைகள் காரியத்திற்கு உதவாது.

நீதிக்கு விடுமுறையா?

"கொலம்பஸ்! கொலம்பஸ்! விட்டாச்சு லீவு!" என்று மழலையர் பள்ளிக் குழந்தைகள் வீதியில் ஓடிவரும் முன்னே அவர்களைக் கோழியை அமுத்துவதுபோல் அமுக்கி ஓவியம், நடனம், நீச்சல் என்று விடுமுறைப் பயிற்சிகளுக்கு அனுப்பும் காலத்தில் ஜீன்ஸ் திரைப்படத்தில் வரும் இப்பாடல் வரிகளை உண்மையிலேயே பாடுபவர்கள் நீதித் துறையினர் மட்டுமே.

"கடின உழைப்பிற்குப் பின்னர் விடுமுறைகள் என்பது போய் நீதிமன்றங்கள் மட்டுமே இரு விடுமுறைகளுக்கிடையே செயல்படும் நிறுவனமாகி விட்ட" என்று கடலூரின் புகழ்பெற்ற வழக்கறிஞர் காலஞ்சென்ற கிருஷ்ணமூர்த்தி அடிக்கடி கூறுவார். நீதிபதி வி.ஆர். கிருஷ்ணய்யர் நீதிமன்றங்கள் குறைவான நாட்கள் வேலை செய்வதைப் பற்றி இவ்வாறு கூறினார், "நாடுமுழுதும் அதிகக் கடின உழைப்பில் உற்பத்தியைப் பெருக்கவேண்டுமென்று எதிர்பார்க்கின்ற வேளையில் இந்தியர்களுக்கு இல்லாத ஓய்வை நீதிபதிகள் மட்டும் விடுமுறையென்று அனுபவிப்பது எங்ஙனம்?" வருடாவருடம் 5 வாரங்கள் கோடை விடுமுறையென நீதிமன்றங்களை மூடிவிடுவதை ஏற்க முடியாது. நாட்டில் விடுமுறை இலாகா என்று அறிவிக்கப்பட்டுள்ள துறைகள் கல்வித் துறையும், நீதிமன்றங்களும் மட்டுமே.

உயர் நீதிமன்றங்கள் 1862இல் தொடங்கப்பட்ட போது வெள்ளைக்காரத் துரைமார்களும் இங்கிலாந்து பாரிஸ்டர்களும் மட்டுமே அதில் பணியாற்றினர்.

கோடைக்காலத்தில் வெப்பத்தைத் தாங்கமுடியாமல், தாய் நாடான இங்கிலாந்திற்குச் சென்று வரவே கோடையில் விடுமுறைகள் விடப்பட்டன. இங்கிலாந்திற்குக் கப்பல் மூலம் சென்று வர 6 வார காலம் தேவைப்பட்டதால் 3 மாதங்கள் விடுமுறைகளாக அறிவிக்கப்பட்டன. தூரப்பயணங்களுக்கான செலவினங்களையும், காலவிரையத்தையும் கட்டுப்படுத்துவதற்கு உருவாக்கப்பட்டவைதாம் இங்குள்ள மலைவாசத்தலங்கள். மலைவாசத்தலங்களின் ராணி ஒத்தக்கல் மந்து என்றழைக்கப்பட்ட உதகமண்டலம். துரைகளின் வாயில் நுழைய அவ்வார்த்தைகள் அத்தலம் ஊட்டி என்று அழைக்கப்பட்டது. வேறு பல மலைவாசத்தலங்களும் உருவாக்கப்பட்டன. ஏற்காடு ஏழைகளின் ஊட்டி என்றழைக்கப்பட்டது.

வழக்கறிஞர்களும், நீதிபதிகளும் 1947க்குப் பின்னர் இந்தியர்களே. அவர்களுடைய தாய்நாடு இந்தியாதான். கோடை எப்போதும் கடுமையாகவே இருப்பினும் இங்கேயே வளர்ந்துவந்த பின்னரும் கோடைவிடுமுறையை ரத்துசெய்ய அவர்கள் தயாரில்லை. கோடையில் தமிழகச் சட்டப்பேரவையின் தொடர்கள் உதகமண்டலத்தில் நடைபெற்ற மரபும் 1962 வரை இருந்தது. அரசு செலவில் மலைவாசத்தலங்களுக்கு அமைச்சர்களும் அவை உறுப்பினர்களும் அதிகாரிகளும் சென்று வருவதை எதிர்த்து "குடல் எரியுது! கும்பி கருகுது! குளுகுளு ஊட்டி ஒரு கேடா?" என்ற கோஷங்கள் எழும்பவே பேரவையின் கோடைத் தொடரை உதகமண்டலத்தில் நடத்தப்படுவது முடிவுக்கு வந்தது. ஆனாலுமென்ன? பேரவையின் பல நிலைக் குழுக்கள் அவ்வப்போது அரசு செலவில் அங்கு சென்று வருவது தொடர்கதைதான்.

அரசியல்வாதிகளுக்கு மட்டுமா அரசு செலவில் மலைவாசப் பயணம்? பல சட்ட குழுக்களில் நியமிக்கப்பட்ட ஓய்வுபெற்ற நீதிபதிகளும் தங்களது குழுக் கூட்டங்களை உதகமண்டலத்தில் வைத்துக்கொள்வது வாடிக்கையாகிவிட்டது. குண்டர்கள் தடுப்புச் சட்டத்தின் ஆலோசனைக் குழு தனது ஆலோசனைக் கூட்டத்தை அங்கே வைத்துக்கொண்டு தடுப்புக் காவல் கைதிகளைப் பாளையங்கோட்டை சிறையிலிருந்து காவல் வண்டிகளில் 500 கி. மீ. தூரம் பயணித்து நேர்காணல் கண்ட சோகக் கதைகளையும் நாம் கண்டோம்.

விடுமுறை நீதிமன்றம் வாரம் ஒரு முறை சில நீதிபதிகளை விசேஷ அமர்வாக அமர்த்தி அவசரமான வழக்குகளை விசாரிப்பதில் எவ்வித நன்மையும் கிட்டாது. 200 ரிட் மனுக்களும் 150 ஜாமீன் மனுக்களும், மேலும் பல குடிமையியல்

மற்றும் குற்றவியல் வழக்குகளும் தினசரி ஆரம்ப கட்ட விசாரணைக்கு வரக்கூடிய சூழ்நிலையில் ஓரிரு நீதிபதிகள் மட்டும் வாரமொரு நாள் அவற்றை விசாரிப்பது நடைமுறையில் சாத்தியமல்ல. 800 ஜாமீன் மனுக்களை நீதிபதி ஒருவரே ஒரே நாளில் எப்படி விசாரித்து உத்தரவுகளை வழங்க முடியும்? அவசரமான வழக்குகளை மட்டும் விடுமுறை நீதிமன்றம் விசாரிக்கப் பணிக்கப்பட்டாலும் நடைமுறையில் வேலையின் அழுத்தம் காரணமாகவும், விடுமுறையில் வருமானம் ஈட்ட வேண்டிய நிர்ப்பந்தத்திலிருக்கும் வழக்கறிஞர்கள் தங்களுக்குக் கிடைக்கக்கூடிய வழக்குகளனைத்தையுமே தாக்கல் செய்வார்கள். அவற்றின் தராதரம் பார்த்து முதல் கட்ட விசாரணை செய்வதென்பது சாத்தியமில்லாததால் விடுமுறையிலும் வழக்குகள் குவியும்.

எஸ்.டி. ராமலிங்கம் என்ற சென்னை உயர் நீதிமன்றத்தின் நீதிபதி 1993ஆம் ஆண்டு ரிட் மனுவொன்றைத் தாக்கல் செய்தார். அவ்வழக்கில் நீதிபதிகள் சார்பில் அளித்த தீர்ப்பில் உயர் நீதிமன்ற நீதிபதிகளுக்கும் மாநில அமைச்சருக்குக் கொடுக்கக்கூடிய சலுகைகள் அனைத்தும் கொடுக்க உத்தரவிட்டது. நீதிபதிகளுக்குக் குளிர்சாதனப் பெட்டிகள் பொருத்திய தனி பங்களா, சாரதியுடன் கூடிய டோயாட்டா கார், முழுநேரக் காவல், தனிப் பாதுகாவலர், வீட்டில் பல ஏவலர்கள், இலவசத் தொலைபேசி மற்றும் மின்சாரம், 200 லிட்டர் பெட்ரோல், மூவர்ணக் கொடி, சுழலும் சிவப்பு விளக்குகள், விடுமுறைக் காலப் பயணச்சலுகை, இன்னும் பல சலுகைகள் வழங்கப்பட்டு வருகின்றன. 30 ஆண்டுகளுக்கு முன்னால் பணியாற்றிய உயர் நீதிமன்ற நீதிபதிகளுக்கு ஊதியத்தைத் தவிர வேறெந்த சலுகைகளும் அளிக்கப்படவில்லையென்றாலும், அக்கால நீதிபதிகளின் செயல்பாடுகள் இன்றும் மக்கள் மத்தியில் புகழ்ந்து பேசப்படுகின்றன.

உச்ச நீதிமன்றத்திற்கும், உயர் நீதிமன்றங்களுக்கும் அரசமைப்புச் சட்டத்தின் கீழ் விரிவான அதிகாரங்கள் வழங்கப்பட்டுள்ளன. சட்டப்பேரவைகள் இயற்றும் சட்டங்களின் செல்லுமைத்தன்மையை ஆராய்வதும், அமைச்சரவை, அதிகாரிகள் எடுக்கும் அனைத்து முடிவுகளின் மீது சீராய்வு அதிகாரத்தைச் செலுத்துவதும் நீதிமன்றங்களின் அதிகார வரையறைக்குள் வருகின்றன. அரசியல்வாதிகளுக்கும் அமைச்சர்களுக்கும் பதவியிலிருக்கும் வரை ஓய்வே கிடையாதென்பதால் அவர்கள் ஆண்டு முழுதும் (365 நாட்களும்) செயல்படலாம். காவல் துறையினர் குற்றங்களைத் துப்பு துலக்குவதற்கும், அதையொட்டி

கைதுகள் செய்வதற்கும் விடுமுறைகளில்லை. அம்முடிவுகளால் பாதிக்கப்படும் குடிமக்கள் மட்டும் தங்களுக்கு நீதிவழங்கும்படி (வார இறுதிகளிலோ கோடைவிடுமுறைகளிலோ) நீதிமன்றங்களை நாடமுடியாமையால் அவர்களது உரிமைகள் பறிக்கப்படுகின்றன. 2012ஆம் ஆண்டில் 5.25 லட்சமாக தேங்கியிருந்த வழக்குகள் 2013ஆம் ஆண்டில் 5.75 லட்சமாக உயர்ந்துள்ளது. புது வழக்குகள் எவற்றையும் அனுமதிக்காமல் பழைய வழக்குகளை மட்டுமே விசாரித்து முடிக்க 100 ஆண்டுகளாகுமென்று நிபுணர்கள் கூறுகின்றனர். இந்நிலையில் நீதிமன்றங்களுக்குக் கோடைவிடுமுறை என்பது முரணானது.

அரசியல் மற்றும் அதிகார வர்க்கங்களின் செயல்பாடுகளைக் கட்டுக்குள் வைத்திருப்பதற்கு நீதிமன்றங்களும் 365 நாட்களும் செயல்பட வேண்டும். அமைச்சர்களுக்கு இணையாகச் சலுகைகள் கேட்கும்போது அதேபோல் தொடர் கடமையாற்றவும் நீதிபதிகள் தயாராக வேண்டும். நீதிமன்றங்கள் இன்றைக்கு ஆண்டிற்கு 210 நாட்கள் மட்டுமே, அதிலும் தமிழகத்தில் வழக்கறிஞர்களின் நீதிமன்றப் புறக்கணிப்புப் போராட்டங்கள் 30 முதல் 40 நாட்கள் நீதிமன்றப் பணிகள் பாதிக்கப்படுகின்றன. இதன்படி பார்த்தால் விடுமுறைக்குப் பின்னர் ஒரு நாள் மட்டுமே நீதிமன்றங்கள் செயல்படுகின்றன என்ற கடலூர் வழக்கறிஞர் கிருஷ்ணமூர்த்தியின் கூற்று மெய்ப்படுகிறது. இந்தியா போன்ற ஏழை நாட்டில் இத்தகைய ஆடம்பரத்தை எத்தரப்பினருக்கும் அளிப்பது முறையல்ல.

நீதிமன்றங்கள் ஆண்டு முழுதும் நீதிப்பரிபாலனம் செய்ய வேண்டுமென்பதை வலியுறுத்தினால் சட்ட உலகிலிருந்து எப்போதுமே எதிர்ப்புகள் கிளம்பும். நீதிபதிகளுக்கு ஓய்வே கிடையாதா? என்ற வாதம் வைக்கப்படுகிறது. நீதிமன்றங்களை மூடாமலும், அதே சமயத்தில் நீதிபதிகள் சுழற்சி முறையில் ஓய்வெடுத்துக்கொள்ளும் ஏற்பாட்டைச் செய்வதன் மூலமும் பிரச்சினையைச் சமாளிக்கலாம். வழக்கறிஞர்களும் தங்களுக்கும் ஓய்வு தேவை என்று கூறுவதில் ஓரளவுக்கு உண்மை இருப்பினும், விடுமுறை நீதிமன்றங்களில் ஆஜராகும் வழக்கறிஞர்களின் எண்ணிக்கை அதிகரித்துக்கொண்டுதான் வருகிறது. ஆகவே பல வழக்குகளை நடத்தக்கூடிய அனுபவம் பெற்ற வழக்கறிஞர்கள் இரண்டு, மூன்று வழக்கறிஞர்களுடன் சேர்ந்து கூட்டுத்தொழில் நடத்துவதற்கு நிறுவனம் அமைத்து அதிலுள்ள பங்கு வழக்கறிஞர்கள் சுழற்சி முறையில் ஓய்வெடுத்துக்கொள்ளலாம். மேலும் இன்று நீதிமன்றங்களில் குளிரூட்டு வசதிகள் செய்யப்பட்டுள்ளதால் கோடை வெப்பம் அவர்களைத் தாக்காது.

வெள்ளைக்காரர்கள் நம் நாட்டைவிட்டுச் சென்றபோது இருந்த அதே தட்பவெப்ப சூழ்நிலைதான் இன்றும் தொடர்கிறது. ஆனால் கடந்த 20 ஆண்டுகளில் உயர் நீதிமன்ற வளாகத்தில், நீதிமன்ற அறைகள், நீதிபதியின் ஓய்வறைகளனைத்திலும் குளிர்சாதன வசதி செய்யப்பட்டுள்ளன. அதேபோல் நீதிபதிகளின் கார், மற்றும் பங்களாக்களில் குளிர்சாதனம் பொருத்தப் பட்டுள்ளன. தமிழகம் மிக மோசமான மின்வெட்டுகளைக் கண்டபோதும் நீதிபதிகளுக்கு அவ்வருத்தம் தெரியாமல் அரசு பார்த்துக்கொண்டது.

ஆண்டுதோறும் பொய் வழக்குகளில் கைது செய்யப்படும் குடிமக்களுக்கு விடுதலை பெற்றுத்தரவும் அரசு உத்தரவால் பாதிக்கப்படும் மக்கள் எந்நேரமும் நீதிமன்றங்களை அணுகும் வகையிலும் நீதிமன்றங்களை இந்தியில் 'நியாய ஆலயங்கள்' என்றழைப்பர். ஆலயங்களுக்கு என்றுமே விடுப்பு கிடையாது. நீதிமன்றங்களின் கோடைவிடுமுறை ரத்துசெய்யப்பட வேண்டும்.

நீதிபதிகளுக்கு ஓய்வு தேவை, நீதிமன்றங்களுக்கு அல்ல. நீதிக்கு விடுமுறை என்பதில் நீதியில்லை.

கனம் கோர்ட்டாரே!